AF748159

ഗ്രീൻ ബുക്സ്

ഉദാപ്ലുതസത്വങ്ങൾ

അരുൺ ബാബു ആന്റോ

ആലപ്പുഴ ജില്ലയിലെ പുന്നപ്രയിൽ ജനനം.
അച്ഛൻ: ബാബു ആന്റണി. അമ്മ: ബേബി ബാബു.
വിദ്യാഭ്യാസം: കേരള യൂണിവേഴ്സിറ്റിയിൽനിന്ന്
ഇംഗ്ലീഷ് സാഹിത്യത്തിൽ ബിരുദാനന്തരബിരുദം.
ഇപ്പോൾ ജ്യോതിനികേതൻ സീനിയർ സെക്കണ്ടറി
സ്കൂളിൽ അദ്ധ്യാപകനായി ജോലി ചെയ്യുന്നു.
Email : arunantonybabu@gmail.com

നോവൽ

ഉദാപ്ലുതസത്വങ്ങൾ

അരുൺ ബാബു ആന്റോ

ഗ്രീൻ ബുക്സ്

green books private limited
gb building, civil lane road, ayyanthole,
thrissur- 680 003, kerala, ph: +91 487-2381066, 2381039
website: www.greenbooksindia.com
e-mail: info@greenbooksindia.com

branches:
thrissur 8589095302
thiruvananthapuram 8589095301
calicut 8589095307

malayalam
udhapluthasathwangal
novel
by
arun babu anto

published may 2024

illustrations : anu babu anto
cover design : vishnu k udayan

printed in india
manipal technologies ltd

isbn : 978-81-972594-8-7

GBPL/1361/2024

ആമുഖം

എന്റെ ഓർമ്മകൾ തുടങ്ങുമ്പോൾ വാവക്കാട്ട് പൊഴിയും ഒഴുകുന്നുണ്ട്. മഴക്കാലത്ത് വീർത്ത് പെരുകുന്ന പൊഴി ജെ സി ബി വന്നു വെട്ടി കടലിലേക്ക് തിരിച്ചുവിടുന്നത് നോക്കി നിൽക്കുമ്പോൾ അമ്മാമ്മ (അമ്മേടെ അമ്മ) പറയും, "പണ്ട് തച്ചിനാളു നിന്ന് കൈക്കുവെട്ടിയാ പൊഴിയൊഴുക്ക ണത്." ഒഴുകിത്തുടങ്ങുന്ന പൊഴി മഴക്കാലം തീരുന്നതിന നുസരിച്ച് നേർത്ത് നേർത്ത് വരും. വിയാനിയും നർ ബോനയും ചള്ളിയുമൊക്കെ അടങ്ങുന്ന പുന്നപ്രയുടെ തീര പ്രദേശങ്ങളെ അതിരുവത്കരിച്ചിരുന്നത് വാവക്കാട്ട് പൊഴി യുടെ കൈത്തോടുകളായിരുന്നു. അവയിൽ ഭൂരിഭാഗവും ഇന്ന് മൂടപ്പെട്ടെങ്കിലും പൊഴിക്കരികു ചേർന്ന് തഴച്ചു വളർന്ന പുല്ലുമ്പുറങ്ങളിലും കൈതക്കാടുകളിലും തല്ലിമെതിച്ചു പൊങ്ങിയ ഒരു ജനത ഇവിടെ അവശേഷിച്ചിരുന്നു. അതിൽ ഒടുവിലത്തെ തലമുറയിലായിരുന്നു എന്റെ സ്ഥാനം.

ഇരുട്ട് കനക്കുമ്പോൾ പൊഴിയിൽ കുളിക്കാൻ വരുന്ന മറുതയും മാടനും വരത്തുപോക്കിനിറങ്ങുന്ന അറവു കാടമ്മയും പുണ്യാളനുമൊക്കെ മെയിൻ ക്യാരക്ടറായി വരുന്ന പലജാതി ഭീതിക്കഥകൾ കുട്ടികളായിരുന്ന സമയം തൊട്ടേ ഞങ്ങളുടെ മനസ്സിൽ 'ഇംപ്രിന്റഡാ'ണ്. അതു കൊണ്ടൊക്കെത്തന്നെ പകൽവെളിച്ചത്തിന്റെ മാനദണ്ഡ ത്തിൽ പൊഴിക്ക് ഞങ്ങളുടെ ഇടയിൽ രണ്ടുമുഖങ്ങളുണ്ടാ യിരുന്നുവെന്ന് നിസ്സംശയം പറയാം. മൂണിക്കുന്നും പൊക്കലേ പറമ്പും മെലോഡിയസ് മൈദാനവുമൊക്കെ തൊട്ടുതലോടി പൊഴിയൊഴുകി കടലിൽ ചേരുമ്പോൾ മറ ക്കാൻ കഴിയാത്തൊരു ബാല്യവും കൗമാരവും പേറി ഞങ്ങളും അതിനൊപ്പം ചലിക്കുകയായിരുന്നു.

കാൽനൂറ്റാണ്ടിനിപ്പുറം ആദ്യമായി എഴുതിയ പുസ്തകത്തിന്റെ വിപണി കൊഴുത്തുതുടങ്ങിയ സമയം, ഇനിയെന്തെങ്കിലും എഴുതുന്നുണ്ടെങ്കിൽ അതിൽ ഒരു പരിധിവരെ നാടും പൊഴിയുമൊക്കെ വന്നുപോകണമെന്ന് മനസ്സിൽ വാശിക്ക് കുറിച്ചിട്ടു. അത്തരത്തിൽ ഒരു മുൻനിശ്ചയത്തോടു കൂടിതന്നെ എഴുതിത്തുടങ്ങിയ പുസ്തകമാണ് ഉദാപ്ലുതസത്വങ്ങൾ. തീരുമാനങ്ങൾ വളരെ വേഗത്തിൽ എടുത്തെങ്കിലും എഴുത്തത്ര എളുപ്പമായിരിക്കില്ലെന്ന സത്യം സാവധാനമാണ് എനിക്കുൾക്കൊള്ളാൻ സാധിച്ചത്.

ആദ്യപുസ്തകത്തിന്റെ ഫസ്റ്റ്ഡ്രാഫ്റ്റ് പന്ത്രണ്ടു ദിവസങ്ങൾക്കൊണ്ട് പൂർത്തീകരിച്ച ഞാൻ ഈ പുസ്തകത്തിലേക്കെടുത്ത ദൂരം ഏകദേശം ഒന്നരവർഷത്തോളമായിരുന്നു. കേട്ടും കണ്ടും വളർന്ന കഥാശകലങ്ങളുടെയും യാഥാർഥ്യങ്ങളുടെയും മേമ്പൊടിയോടെ വാവക്കാടെന്ന സാങ്കൽപ്പിക ഗ്രാമം സൃഷ്ടിക്കപ്പെട്ടു. അവിടേക്ക് നിരുപദ്രവമായി ഞാനെന്റെ നാടിനെയും നാട്ടുകാരെയും ചേർത്തെഴുതി. എഴുത്ത് വികസിച്ചതിനോടൊപ്പം വാവക്കാട്ടിൽനിന്നു പുറത്തിറങ്ങാൻ മടിക്കുംവിധം ഞാനും ഗാഢമായി അവിടെ വേരുറപ്പിക്കപ്പെട്ടു കഴിഞ്ഞിരുന്നു. അവസാനത്തെ പേജും എഴുതി പൂർത്തീകരിച്ച് പുസ്തകം എഡിറ്റിങ്ങിന് അയച്ച സമയം എന്തെന്നില്ലാത്തൊരു ഏകാന്തതയും വിഷാദവും എന്നെ അടിമുടി വരിഞ്ഞുകെട്ടി. പല സായാഹ്നങ്ങളിലും വരണ്ടുണങ്ങിയ പൊഴിയിറമ്പിൽ കടൽക്കാറ്റേറ്റ് ഞാൻ നിശ്ശബ്ദം വിലപിച്ചു. വാവക്കാടിന്റെ ആഴങ്ങളിലേക്ക് ആഴ്ന്നുപോകാൻ ഒരിക്കൽക്കൂടി എന്റെ മനസ്സ് വല്ലാതെ കൊതിച്ചു. മൺമറഞ്ഞുപോയ പ്രദേശങ്ങളുടെയും ആത്മാക്കളുടെയും ഓർമ്മകൾ എനിക്കവിടെ മാത്രമേ കണ്ടെത്താൻ സാധിക്കൂ എന്ന തികഞ്ഞ ബോധ്യമാവണം ചിലപ്പോൾ അതിനുള്ള കാരണം.

വാവക്കാടും അനിക്ലേത്തും ബെഞ്ചമിനും മർകിലിയും ആച്ചപ്പനുമൊക്കെ എനിക്കിന്നു സുപരിചിതമാണ്. പുസ്തകം നിങ്ങളുടെ കൈകളിലേക്കെത്തുമ്പോൾ അവരിലൊരാളായി മാറാൻ നിങ്ങൾക്കും സാധിക്കുമെന്നു പ്രതീക്ഷിക്കുന്നു. ഇത്തരം ആഗ്രഹങ്ങളും പ്രതീക്ഷകളുമില്ലാതെ ഒരു കലാരൂപവും ഇവിടെ സൃഷ്ടിക്കപ്പെടുന്നില്ലല്ലോ എന്ന തിരിച്ചറിവോടെ, നിറഞ്ഞ മനസ്സോടെ പുസ്തകം നിങ്ങൾക്കായി സമർപ്പിക്കുന്നു. നന്ദി.

അരുൺ ബാബു ആന്റോ

അവതാരിക

പി.എഫ്. മാത്യൂസ്

"**വാ**വക്കാട്ട് പൊഴിയുടെ തീരത്ത് അപ്പൻ കുളിക്കുമ്പോൾ കൂട്ടുനിന്നിരുന്ന അനിക്ലേത്ത് വല്ലാത്തൊരു കാഴ്ച കണ്ടു. പൊഴിപ്പരപ്പിലെ ഓളങ്ങൾ പെരുകി ഭീമാകാരമായ ചുഴലി യായി മാറിയിരിക്കുന്നു. അതിൽനിന്ന് അഴുകിയ മീനിന്റെ നാറ്റവും കാതടപ്പിക്കുന്ന വിചിത്രമായ ശബ്ദവുമായി ഒരു ഭീകരരൂപം കടലിലേക്ക് പായുന്നു. പിറ്റേന്ന് ആ നിഗൂഢ രഹസ്യം അപ്പൻ മകനു പറഞ്ഞുകൊടുത്തു. കടലിലെ വലിയ കറുമ്പച്ചനാണത്. അളിഞ്ഞ മീനിനെ തിന്നുന്നത് കൊണ്ടാണ് ഉളുമ്പ് മണം. വെളിപാടിന്റെ പുസ്തകത്തിൽ നിന്നിറങ്ങി വന്നതുപോലെ, ഇരുവശത്തേക്കും വളഞ്ഞു നീണ്ട കൊമ്പുകളും കൂർത്ത കുന്തവും പേറിയ കറുമ്പച്ചൻ വാവക്കാട്ട് പൊഴിയിലെ മീൻപിടിത്തക്കാരുടെ നടുക്കമാ യിരുന്നു. കടലിലേക്ക് പോകുന്ന മുക്കുവരുടെ ജീവിതത്തി ലുടനീളം അതു നിറഞ്ഞുനിന്നു." അരുൺ ബാബു ആന്റോ എന്ന യുവ എഴുത്തുകാരൻ സൃഷ്ടിച്ച ഈ മുക്കുവ ഗ്രാമവും അവിടത്തെ മനുഷ്യരും നോവൽവായന കഴിഞ്ഞിട്ടും എന്നെ വല്ലാതെ വേട്ടയാടിക്കൊണ്ടിരുന്നു.

അറുന്നൂറു കിലോമീറ്ററിലധികം കടൽപ്രദേശമാണ് നമ്മു ടേത്. എന്നിട്ടും കടലിനേയും തീരപ്രദേശങ്ങളിലെ ജീവ ജാലങ്ങളേയും ആവിഷ്കരിക്കുന്ന സാഹിത്യം ഏറെ യൊന്നും നമുക്കില്ല. മലയോരജീവിതവും സമതലജീവി തവും ധാരാളമായി എഴുതപ്പെടുന്നുമുണ്ട്. കടലോരവാസി കളായ ലത്തീൻകത്തോലിക്കരുടെ ജീവിതം ചിത്രീകരിച്ച അപൂർവം നോവലുകളിൽ ഒന്നാണ് ഉദാപ്ലുത സത്വങ്ങൾ. കേരളത്തിലെ കീഴ്ജാതി സമൂഹങ്ങളിൽനിന്ന് മതം മാറി കത്തോലിക്കാവിശ്വാസം സ്വീകരിച്ച ഏതാണ്ട് 20 ലക്ഷം

വരുന്ന ആൾക്കാരാണ് ലത്തീൻ കത്തോലിക്കർ. റോമൻ കത്തോലിക്കാസഭയുടെ ലത്തീൻ ആരാധനാക്രമം അല്ലെങ്കിൽ റീത്ത് ആണ് ഇവർ പാലിക്കുന്നത്. കേരളത്തിൽ ഏതാണ്ട് എഴുന്നൂറിലേറെ വർഷങ്ങളുടെ പാരമ്പര്യമാണ് അതിനുള്ളത്. എല്ലാക്കാലത്തും സവർണ്ണരെന്ന് അവകാശപ്പെടുന്ന സുറിയാനി ക്രിസ്ത്യാനികളുടെ അവഹേളനങ്ങൾ ഏറ്റു ജീവിച്ച ഒരു സമൂഹമാണത്. അതുകൊണ്ടുതന്നെ തങ്ങൾ കൊള്ളാവുന്ന ആളുകളാണ് എന്ന് സ്ഥാപിക്കാൻ വേണ്ടിയുള്ള ശ്രമങ്ങൾ ആ വിഭാഗത്തിൽ കണ്ടിട്ടുണ്ട്. ഈ സമൂഹത്തിലുള്ളവരെക്കുറിച്ചുള്ള ആദ്യത്തെ നോവൽ പരിഷ്കാര വിജയം നൂറു വർഷം മുമ്പ് വാര്യത്ത് ചോറി പീറ്ററാണ് രചിച്ചത്. തുടർന്ന് സ്വർഗ്ഗദൂതൻ, ചാവുനിലം, ലന്തൻബത്തേരിയിലെ ലുത്തീനിയകൾ, ജീവിച്ചിരിക്കുന്നവരുടെ ഒപ്പീസ് തുടങ്ങിയ നോവലുകൾ കൊച്ചിയിലെ തീരസംസ്കാരം ഉൾക്കൊണ്ട് എഴുതപ്പെട്ടു. ആലപ്പുഴയുടെ തീരജീവിതം എഴുതിയവരിൽ പ്രധാനപ്പെട്ട എഴുത്തുകാർ തകഴി, സെബാസ്റ്റിൻ പള്ളിത്തോട്, കെ.എ. സെബാസ്റ്റിൻ എന്നിവരാണ്. അത്ര നീളമില്ലാത്ത ആ നിരയുടെ ഏറ്റവും പുതിയ കണ്ണിയാണ് ഈ എഴുത്തുകാരൻ. തീര ജീവിതത്തിന്റെ അടിത്തട്ടിൽനിന്ന് ഊറിക്കൂടി തലമുറകളായി കൊണ്ടുനടക്കുന്ന മിത്തുകളിൽ നിന്നു പെറുക്കിയെടുത്ത സങ്കൽപ്പങ്ങളെ സൗന്ദര്യാത്മകമായി നോവലിൽ ആവിഷ്കരിക്കാനാണ് അരുൺ ബാബു ആന്റോ ശ്രമിച്ചിരിക്കുന്നത്. അതിൽ അദ്ദേഹം വിജയിച്ചിട്ടുണ്ടെന്ന് കൃതി സാക്ഷ്യപ്പെടുത്തുന്നു.

ആലപ്പുഴയിലെ അമ്പലപ്പുഴ താലൂക്കിൽപെട്ട പുന്നപ്രയുടെ തീരത്തെ മനുഷ്യരാണ് അരുൺ ബാബുവിന്റെ കഥാപാത്രങ്ങൾ. ചള്ളി കടപ്പുറത്തിനും നർബോന തീരത്തിനുമിടയിലെ വിയാനിയുടെ തീരത്തെ അഞ്ചു തലമുറകളുടെ ജീവിതം. വാവക്കാട് എന്ന് നോവലിസ്റ്റ് വിശേഷിപ്പിക്കുന്ന ഒരു ഗ്രാമം അവിടെയില്ല. അവിടെയുള്ളത് വാവക്കാട് പൊഴിയാണ്. പൊഴി എന്നാൽ കടലിലേക്ക് ചെന്ന് ചേരുന്ന വലിയ തോട്. ആ പൊഴിയുടെ പേരിലാണ് വാവക്കാട് ഗ്രാമത്തെ മാർകേസിന്റെ മക്കോണ്ട പോലെ നോവലിസ്റ്റ് സങ്കൽപ്പിച്ചിരിക്കുന്നത്.

കോൺസിയൂസ് എന്ന കോനാച്ചിയിൽ തുടങ്ങി ബെഞ്ചമിനിൽ അവസാനിക്കുന്ന അഞ്ചു തലമുറകളെ വിവരിക്കാൻ

വെറും 140 പുറങ്ങളാണ് എഴുത്തുകാരൻ ഉപയോഗിച്ചിരിക്കുന്നത്. ഒരു നോവലിൽ വാക്കുകൾ എങ്ങനെ ഉപയോഗിക്കണം എന്ന തിരിച്ചറിവും പക്വതയും വളരെ പ്രകടം. കടലോര ഗ്രാമത്തിലെ നിസ്വരായ മനുഷ്യരുടെ ജീവിതത്തെ വിവരിക്കുന്ന ഈ നോവൽ മീൻ മണമുള്ള മലയാളത്തിലാണ് പടുത്തുയർത്തിയിരിക്കുന്നത്.

ഏറെ പ്രത്യേകതകളുള്ള വിചിത്രസ്വാഭാവികളായ മനുഷ്യരെ എഴുതാൻ നിലവിലുള്ള പദസ്വാധീനം മതിയായില്ല എന്ന തിരിച്ചറിവു കൂടി ഇയാൾക്കുണ്ട്. അങ്ങനെയാണ് ഇറച്ചിപ്പൊറ്റ, ഗ്ലാത്തി എന്നീ പുതിയ വാക്കുകൾ നോവലിനായി എഴുത്തുകാരൻ കണ്ടെത്തിയത്. കറുമ്പച്ചൻ കടിച്ചു കീറിയ പാവപ്പെട്ട മനുഷ്യർ രാത്രികളിൽ തലയറ്റ ജഡങ്ങളായി തീരത്തടിയും. ഈ ശവശരീരങ്ങൾ തെങ്ങിൻ വേരിന്റെ പൊറ്റ പോലെ കാണപ്പെടുന്നതുകൊണ്ടാണ് ഇറച്ചിപ്പൊറ്റ എന്ന പദം സ്വരൂപിച്ചെടുത്തത്. കറുമ്പച്ചൻ എന്ന ഭീകരസത്വത്തിന്റെ ചിതമ്പലുകൾ കടൽനാക്ക് പോലെയാണ് തീരത്തടിയുന്നത്. ഈ ചിതമ്പൽ ഇരുട്ടത്ത് തിളങ്ങുമായിരുന്നു. ആ തിളക്കത്തിൽ നിന്നാണ് ഗ്ലാത്തി എന്ന പേരുണ്ടാകുന്നത്.

ഒരു പൊഴിയിൽനിന്ന് വലിയൊരു ഗ്രാമത്തെയും കടൽനാക്കിൻ നിന്ന് ഗ്ലാത്തി എന്ന വാക്കും കറുമ്പച്ചൻ എന്ന ഭീകരസത്വത്തെയും എഴുത്തുകാരൻ സൃഷ്ടിച്ചിരിക്കുന്നു. നോവലിന്റെ അവസാനത്തെ അധ്യായത്തിൽ ഹെമിംഗ് വേയുടെ കിഴവനും കടലും ഹെർമൻ മെൽവിലിന്റെ മോബിഡിക്ക് എന്നീ മഹത്തായ നോവലുകളെ ഓർമ്മിപ്പിക്കുന്ന മട്ടിൽ കറുമ്പച്ചൻ എന്ന സത്വവുമായി അനിക്ലേത്ത് സ്രാങ്ക് ഏറ്റുമുട്ടുന്ന രംഗം ക്ലാസിക്കൽ യുദ്ധ വർണ്ണന തന്നെയാണ്. യുദ്ധത്തിന് ഒരുങ്ങുന്ന അനിക്ലേത്തിന്റെ ഓരോ നീക്കങ്ങളും പോരാട്ടവീര്യം ചോരാതെ എഴുതിയിട്ടുണ്ട്. കറുമ്പച്ചന്മാരുടെ റാണിയുടെ കഴുത്തിലേക്ക് കത്തി കുത്തിയിറക്കുന്നത് തടയുമ്പോൾ പേരക്കുട്ടിയായ ബെഞ്ചമിനോട് അനിക്ലേത്ത് പറയുന്നുണ്ട്:

“മായയാടാ ബെന്നിച്ചാ ഇതെല്ലാം... മായയാ. നീ വിശ്വസിക്കല്ലേ. കളിപ്പിച്ചതാ... എന്നേം നിന്നേം ഇവിടൊള്ള എല്ലാത്തിനേം. പിശാചുക്കളാടാ ഇതുങ്ങള്... കൊടിയ പിശാചുക്കള്.”

അതോടെ നോവലിന് മറ്റൊരു തലംകൂടി കൈവരിക യാണ്. മിത്തുകളും ഭാവനകളും യാഥാർത്ഥ്യങ്ങളും കൂടി ക്കലർന്നുപോയ ഒരു ജീവിതത്തിൽ വിശ്വാസം എങ്ങനെ യാണ് ഇടപെട്ടതെന്നും അവരുടെ ജീവിതം സമൂലം പരി ണമിച്ചതെന്നും ഒരു നല്ല സാഹിത്യകൃതിയിൽ എന്നതു പോലെ എഴുത്തുകാരൻ പറയാതെ പറയുന്നു. സാധാരണ മനുഷ്യരുടെ ജീവിതത്തിൽനിന്നും അവരുടെ പുരാസങ്കൽ പ്പങ്ങളിൽനിന്നും പുതിയൊരു മിത്ത് കണ്ടെടുക്കുകയാണ് എഴുത്തുകാരൻ. മലയാള നോവൽ സാഹിത്യ ചരിത്രത്തിലെ ഏറ്റവും പുതിയ തലമുറയിൽ നിന്നുണ്ടായ ഈ കൃതി തീർച്ചയായും അതിന്റെ അടയാളം സ്ഥാപിക്കുകതന്നെ ചെയ്യും എന്ന് ഞാൻ ഉറച്ചു വിശ്വസിക്കുന്നു.

■

“ഉണങ്ങിയ നിലത്തിന് ഭൂമിയെന്നും
വെള്ളത്തിന്റെ കൂട്ടത്തിന് സമുദ്രം എന്നും
ദൈവം പേരിട്ടു.”

കവര്

ആഴം ആഴത്തെ തേടുന്നു.

കരിമണൽ കുഴഞ്ഞ് തിട്ടയിൽ കൂവേലിക്ക കൂട്ടമായി മിന്തിത്തിരിയുന്ന വെളുത്തവാവ് ദിവസങ്ങളിൽ കടപ്പുറത്ത് കവര് കേറുന്ന രാത്രികളുടെ മനോഹാരിത ആസ്വദിക്കാൻ അങ്ങ് കിഴക്ക് പൊങ്ങയിൽനിന്നും പുളുങ്കുന്നിൽ നിന്നുമൊക്കെ തഴപ്പായും കെട്ടിപ്പൊതിഞ്ഞൊരു ജനത വാവക്കാട്ടേയ്ക്ക് വന്നിരുന്നു. അഴുകിയ കണ്ടൽത്തണ്ടുകളും കൊട്ടങ്ങാച്ചപ്പും വെട്ടിക്കൂട്ടി തലയിണകളാക്കി നേരം വെളുക്കുന്നതുവരെ കടൽക്കാറ്റേറ്റ് തിട്ടയിൽ കിടന്നുറങ്ങുന്നതായിരുന്നു പതിവ്. ഉദിച്ച നിലാവെട്ടത്തിൽ രാവ് വെളുക്കുമ്പോൾ തീരത്തോട് പറ്റിച്ചേർന്ന് കവരിൻകൂട്ടം പ്രത്യക്ഷപ്പെടും. തിളക്കമുള്ള നീലനിറത്തിൽ കൊഴുത്ത പാട കണക്കേ കടൽപ്പരപ്പിൽ വ്യാപിച്ചുകിടക്കുന്ന കവരിന്റെ ശാഖകൾ കിഴക്കുനിന്നുള്ളവർക്കെന്നും വിസ്മയക്കാഴ്ചയായിരുന്നു. അത് കാണാനായി മാത്രം കാൽനടയായും ചങ്ങാടത്തിലും വാവക്കാട്ടുപൊഴി വഴി കടപ്പുറത്തേക്ക് എത്തിയിരുന്നവരിൽ അനിക്ലേത്ത് ഗ്രാങ്കിന്റെ ഭാഷയിൽ പറഞ്ഞാൽ തല നരച്ച ചെല കെഴട്ട് കെളവന്മാരാണ് ആദ്യമായി ആ കഥ പടച്ചുവിടുന്നത്.

മകരക്കൊയ്ത്ത് കഴിഞ്ഞ രാത്രിയിൽ വയറുപൊട്ടുന്നതുവരെ കുടിച്ച അന്തി കേറി തലയ്ക്കുപിടിച്ചപ്പോൾ “മാത്തപ്പാ... എന്നാപ്പിന്നെ കവര് കാണാൻ നമ്മക്കും പോവാടാവ്വേ” എന്നും പറഞ്ഞ് രായ്ക്കുരാമാനം നെടുമുടിയിൽനിന്ന് വള്ളത്തീക്കേറി ചള്ളിയിലേക്ക് പുറപ്പെട്ട നാട്ടുപ്രമാണി ഓനച്ചനും അയാളുടെ അളിയൻ കതിര് മാത്തപ്പൻ എന്ന മാത്യൂസും ഓനച്ചന്റെ പറമ്പിലെ പണിക്കാരി കൊച്ചുചിരുതേടെ കെട്ടിയോൻ ഞൊണ്ടൻ വാവച്ചിയുമാണ് കവര് തെളിഞ്ഞ രാത്രിയിൽ ആദ്യമായി കടലിൽ മുങ്ങിപ്പോയെന്നു പറയപ്പെടുന്നവർ.

പള്ള നെറയെ കള്ളും വള്ളത്തിന്റെ ഒത്ത നടുക്ക് ചിരുതേടെ തുണിയില്ലാത്ത ഡാൻസും ആസ്വദിച്ച്, കൊച്ചുപൊഴിയിലൂടെ കടപ്പുറത്തേക്ക് ഓനച്ചനും സംഘവും കടന്നുവന്നു. പൊഴിയും കടലും കൂടിച്ചേരുന്ന അതിർരേഖ പിന്നിട്ട കവര് തെളങ്ങുന്ന വെള്ളത്തിലേക്ക് വള്ളം പ്രവേശിച്ചപ്പോൾ, അതുവരെ അനുഭവിച്ചിട്ടില്ലാത്ത കണക്കുള്ള ഒരു തണുപ്പ് ദേഹമാസകലം പടർന്നുപിടിക്കുന്നതു പോലെ ചിരുതയ്ക്ക് തോന്നി. വള്ളം കടലിന്റെ മധ്യത്തിലേക്ക് വീണ്ടും നീങ്ങിയപ്പോൾ ഇരുട്ടിൽനിന്നൊരു നീണ്ട മുരൾച്ചയും ചീഞ്ഞ മീനിന്റെ മനംമടുപ്പിക്കുന്ന നാറ്റവും അവളുടെ മുഖത്തേക്കടിച്ചു.

“വാവച്ചീ, ഇതെന്നാ മണവാ? ന്റെ ശോസം മുട്ടുന്നല്ലാ...” എന്നിങ്ങനെയുള്ള ചിരുതേടെ പിറുപിറുക്കലുകളൊന്നും കള്ളിന്റെ ലഹരിയിൽ മതിമറന്നു നിന്നവർ കേട്ടഭാവംപോലും കാണിച്ചില്ല. വള്ളം നീങ്ങുന്തോറും മുരൾച്ചയും തണുപ്പും വർധിച്ചുവന്നപ്പോൾ ഏനക്കേടെന്താണ്ട് മനസ്സിലാക്കിയ ചിരുത അഴിച്ചുവെച്ചിരുന്ന റവുക്കയെടുത്തു ചുറ്റി ‘ഞാനെന്നാ തിട്ടേ നിക്കാവേ... നിങ്ങള് പോയേച്ചും വാ...” എന്നും പറഞ്ഞ് കടലിലേക്ക് ചാടി നീന്താൻ തുടങ്ങി. ചിരുത കരയ്ക്കെത്തി തിരിഞ്ഞുനോക്കുമ്പോൾ വാവച്ചീം മാത്തപ്പനും പാടത്ത് കൊയ്ത്തിന് വരുന്ന ചെറുമിപ്പെണ്ണുങ്ങളുമൊക്കെ ഒരു തവണയെങ്കിലും കേറാൻ കൊതിച്ച ഓനച്ചൻ മൊതലാളിയുടെ എണ്ണമിനുക്കു മാറാത്ത കൊച്ചുവള്ളവും നടുക്കടലിൽ അപ്രത്യക്ഷമായിക്കഴിഞ്ഞിരുന്നു. താൻ മുത്തപ്പനെപ്പോലെ കണ്ട മൊതലാളീം കെട്ടിയോനും വെള്ളത്തിൽ മുങ്ങിപ്പോയ വ്യസനത്തിൽ നെഞ്ചത്തടിച്ചുകൊണ്ട് നെടുമുടിയിലേക്ക് മടങ്ങിപ്പോയ ചിരുതയിലൂടെയാണ് കവര് പൊങ്ങിയ രാത്രിയിലെ അനിഷ്ടസംഭവങ്ങളെക്കുറിച്ചു വാവക്കാടിനു പുറത്തേക്ക് ആളുകൾ അറിഞ്ഞുതുടങ്ങുന്നത്. പിന്നീട് കവര് കാണാനായി വാവക്കാട്ടുപൊഴിയുടെ സമീപത്തെത്തിയ കിഴക്കരൊക്കെ കള്ളു മൂത്താലും കറപ്പു മൂത്താലും കടലിലേക്കിറങ്ങാനൊന്ന് മടിച്ചു.

കവരടിക്കണ രാത്രിയിലെ മൂളക്കങ്ങളും മണവും ചിരുതയ്ക്ക് മുൻപുതന്നെ, അന്ന് ചെറുപ്പമായിരുന്ന അനിക്ലേത്തും പലവട്ടം കേട്ടിട്ടുണ്ട്. എന്നാൽ, അപ്പോഴൊക്കെ അപ്പൻ ബെസേലി പണ്ട് പറഞ്ഞു കൊടുത്ത, തല പെരുക്കുമ്പോ തിട്ടയിൽവന്ന് ഊളിയിട്ടു പോകുന്ന കറുമ്പച്ചന്റെ കഥയാണ് അയാൾക്കോർമ്മ വന്നത്. അനിക്ലേത്തിന്റെ അപ്പൻ ബെസേലിയസ് കോൺസീയൂസ് എന്ന ബേസിച്ചാച്ചി തന്റെ പന്ത്രണ്ടാമത്തെ വയസ്സുതൊട്ട് വള്ളത്തേ കേറാൻ തുടങ്ങിയതാണ്. കൊരട്ടിയിലെ എട്ടര സെന്റ് തെങ്ങും പുരയിടം പത്തുകാശിനും

ആറുചാക്ക് ഏലത്തിനും വിറ്റശേഷം ബെസേലിയുടെ ചാച്ചൻ കോനാച്ചി മാപ്ല തള്ളയില്ലാത്ത തന്റെ അഞ്ചു പിള്ളാരേം പെമ്പറന്നോത്തിയുടെ ഏക അനിയത്തിയായ പെണ്ണമ്മയേയും കൂട്ടി വാവക്കാട്ടേക്ക് കുടിയേറിവന്നു. വാവക്കാട്ട് അന്ന് കണ്ടലും കുപ്പിപ്പത്തലും തിങ്ങിവളർന്ന് അനാഥമായിക്കിടന്ന ധാരാളം ചിറകളുണ്ടായിരുന്നു. അവയിൽ പൊഴിയോട് ഏറ്റവും അകലത്തിലുള്ള ഒട്ടലില്ലാത്ത ഒരു ഇരുപതുസെന്റ് ഭൂമി കോനാച്ചിയും പെണ്ണമ്മയുംകൂടി നാക്കിന് വളച്ചെടുത്തു. കൊരട്ടിയിൽനിന്ന് ചാക്കുനിറയെ ഏലോം കുരുമുളകും വാരിക്കെട്ടി പൊഴിയുടെ തീരത്തേക്ക് കുടിയേറി വന്ന കോൺസിയൂസിനെ ഒരു നാട്ടുപ്രമാണിയുടെ പവറോടെ നാട്ടിലുള്ളവർ നോക്കിക്കാണാൻ തുടങ്ങിയപ്പോൾ മണ്ണാപറമ്പുകാര് നടത്തുന്ന കവലയിലെ ചായക്കടയിൽ ചെന്നിരുന്ന് മൂത്തമകൻ ബെസേലി ഇങ്ങനെ പറഞ്ഞു.

"നിങ്ങളെല്ലാം കരുതണപോല ചാച്ചന്റെ കയ്യി ഒരു പറിയുവില്ല. കൊരട്ടീലെ പറമ്പുവിറ്റപ്പോ പൂത്തുതൊടങ്ങിയ നാലുകെട്ട് ഏലോം, മൂക്കട്ട പിഴിഞ്ഞ നെറത്തിലൊരു മൂഞ്ചിയ കമ്പിളിയുമാണ് ആ പൊലയാടിമോൻ ഞങ്ങൾക്ക് തന്നുവിട്ടത്."

കോൺസിയൂസിന്റെ മീശ മുളയ്ക്കാത്ത ചെക്കൻ കടത്തിണ്ണയിൽ വന്നിരുന്ന് മുഴുത്ത തെറിയിൽ വിശേഷിപ്പിച്ചത് തന്റെ ഏളയപ്പനെയാണെന്ന് ആദ്യമാർക്കും മനസ്സിലായില്ല.

"നീ ആരെയാണ്ടാ ഈ തെറി പറയണത്?"

"വേറാരെയാ... എന്റെ ചാച്ചന്റനിയനെ. ആ നാറിയാന്നേ ഞങ്ങടെ സ്ഥലം മേടിച്ചത്. വെല്ല്യമ്മച്ചി മരിച്ചപ്പോ പെണ്ണമ്മ വീട്ടില് ഒറ്റയ്ക്കായി. അപ്പ ചാച്ചൻ പോയി അവരെയങ്ങ് വീട്ടിലോട്ട് കൂട്ടിക്കൊണ്ടുവന്നു. അന്ന് തൊടങ്ങിയതാ എളയപ്പന്റെ കഴപ്പ്. പെണ്ണമ്മയും ചാച്ചനും തമ്മില് മറ്റേയെടപാടാ. ഈ മുറ്റത്തിത് നടക്കേല, ഇപ്പയിറങ്ങണമെന്നൊക്കെ പറഞ്ഞ് മൂപ്പിച്ചു വന്നപ്പോ ചാച്ചനാ പറമ്പുമെഴുതിക്കൊടുത്ത് ഞങ്ങളെല്ലാരേംകൊണ്ട് ഇങ്ങോട്ട് വന്നത്."

"അപ്പ നിന്റപ്പൻ കോൺസൂസല്ല, കോനാച്ചി മാപ്ലയാണ്."

വാവക്കാട്ട് പൊഴിയുടെ വരമ്പത്ത് വേനൽക്കാലത്ത് ചൂണ്ടയിടുമ്പോൾ നിരന്തരം കൊളുത്തിൽ കുടുങ്ങുന്ന ദേഹമാസകലം കറുത്ത പുള്ളിയുള്ള കോനാച്ചി മീനിനെ കറിവെക്കാൻ പോയിട്ട് താറാവിന് കൊടുക്കാൻപോലും ആരുമെടുക്കത്തില്ലായിരുന്നു. അങ്ങനെ ഒരിക്കലും കൊണം പിടിക്കാത്തൊരു മീനിന്റെ പേരുചേർത്ത് തന്റെയപ്പന് കടത്തിണ്ണയിലിരുന്നവർ അന്ന് വട്ടപ്പേരിട്ടപ്പോൾ അതിന്റെയർത്ഥം മനസ്സിലാകാതെ അവർക്കൊപ്പം ബെസേലിയും ഒച്ചത്തിൽ

ചിരിച്ചു. പിന്നീട് കുറച്ചു നാളുകൾക്കുശേഷം അതേ കടത്തിണ്ണയിൽ വെച്ചുതന്നെ കോനാച്ചീടെ മോനേയെന്നയാളെ വിശേഷിപ്പിച്ച കൊച്ചുവറീതിന്റെ കരണമടിച്ചുപറിച്ചതോടെ ബെസേലിക്ക് ചെറിയ കിറുക്കുണ്ടെന്ന് നാട്ടുകാരിൽ ചിലർ പേടിയോടെ പറഞ്ഞു തുടങ്ങി.

വാവക്കാട്ട് പറമ്പുവളച്ച് താമസം തുടങ്ങി മൂന്നാംകൊല്ലം ബെസേലിക്ക് തൊട്ടുതാഴെയുള്ള പെങ്കൊച്ചുങ്ങൾ രണ്ടെണ്ണം വസൂരിക്കുത്ത് വന്ന് മരിച്ചു. കയ്യിലുള്ള കാശും പണ്ടവുമൊക്കെ അവരെ കെട്ടിക്കാനും മറ്റുമായാണ് കോനാച്ചി മാപ്ല കരുതിവെച്ചിരുന്നത്. കുട്ടികളുടെ മരണത്തോടെ മാപ്ലയുടെ ചാരായം കുടിയും കറപ്പുതീറ്റിയും കൂടിവന്നപ്പോൾ രണ്ടും കൽപ്പിച്ച് ബെസേലി തന്റെ നെലപാട് അപ്പനെയും പെണ്ണമ്മയെയും അറിയിച്ചു.

"പെണ്ണമ്മേ, കൊച്ചുങ്ങള് പോയി. അതിന്റെ പേരില് ഈ കണ്ട കറപ്പെല്ലാം തിന്ന് കയ്യിലാകപ്പാടൊള്ള നാല് കാശുകൂടി ഇങ്ങേര് കൊണ്ടുപോയി തൊലച്ചാ ഞാനും നിങ്ങളൊക്കെ ഇവിടെ പട്ടിണി കെടന്ന് പുഴുക്കത്തേയൊള്ള്. അതുകൊണ്ട് ഈ മഴക്കാലം കഴിയുമ്പ വള്ളവൊരെണ്ണം പണിയിപ്പിച്ചു താ... അതേല് കടലീ പോണ കാര്യം ഞാനേറ്റ്."

കറപ്പിൻനീര് വലിഞ്ഞിറങ്ങി മന്ദീഭവിച്ചിരുന്ന കോനാച്ചിയുടെ സിരകളിലേക്ക് ഒരു ചാട്ടുളിപോലെ കടിഞ്ഞൂൽപുത്രന്റെ വാക്കുകൾ തുളഞ്ഞുകയറി. ചെറുക്കന് അരപ്പിരി എളക്കമൊണ്ടെങ്കിലും മടുപ്പില്ലാതെ പണിക്കുപോയി കുടുംബം നോക്കാനൊള്ള കെൽപ്പൊണ്ടെന്ന് പെണ്ണമ്മയും പിന്താങ്ങിയപ്പോൾ പിറ്റേദിവസംതന്നെ വേലാച്ചൻ ആശാരിയുടെ മാലിപ്പെരയിൽ ബെസേലിക്കുവേണ്ടിയുള്ള വള്ളത്തിന്റെ പണി തുടങ്ങി. കൃത്യം മൂന്നാഴ്ചയ്ക്കിപ്പുറം ഒരു വെള്ളിയാഴ്ച സന്ധ്യയ്ക്ക് കണ്ണാടിപോലെ തിളങ്ങുന്ന വാവക്കാട് പൊഴിയെയും പടിഞ്ഞാറ് കടലിനേം സാക്ഷിയാക്കി ബെസേലിയുടെ കൊച്ചുവള്ളം നീരണിഞ്ഞു. പിന്നീടങ്ങോട്ട് കോനാച്ചി മാപ്ലയുടെ ഓലമറയിൽ വറുതിയും വ്യാധിയും കടന്നുചെല്ലാൻ ഒന്നു ഭയന്നു.

മീശ മുളയ്ക്കാത്ത പ്രായത്തിൽ കടലാഴത്തിന്റെ തുടിപ്പളന്ന് വാവക്കാട്ടിലെ എണ്ണം പറഞ്ഞ മീൻപിടുത്തക്കാരിൽ ഒരാളായി മാറിയ ബെസേലിയസ് കോൺസിയൂസ് എന്ന അരക്കിറുക്കൻ ചെറുക്കൻ പിൽക്കാലത്ത് നാട്ടുകാർക്കും അനിയൻമാർക്കും അവരുടെ വീരപുരുഷനായ ബേസിച്ചാച്ചിയായി മാറുകയായിരുന്നു. രാത്രി വള്ളമിറക്കിയശേഷം പങ്കുപറഞ്ഞു വിറ്റ ചൂരയുടെയും നെയ്മീനിന്റെയും ബാക്കി കഷ്ണങ്ങൾ വാടിയ ചേമ്പിലയിൽ പൊതിഞ്ഞ് കറി

വെക്കാൻ കൊണ്ടുവരുന്ന അയാളെ പെണ്ണമ്മയും കോനാച്ചിയും ഉറങ്ങാതെ കാത്തിരുന്ന് വരവേറ്റു. വിശപ്പറിയിക്കാതെ ചാച്ചനെയും അനിയന്മാരെയും നോക്കിയ ബേസിച്ചാച്ചി ഏഴുവർഷങ്ങൾക്കിപ്പുറം മണ്ണാപറമ്പിലെ ഇളയ പെണ്ണായ മർകിലിയെ കെട്ടുമ്പോൾ ഒന്നിനും കൊള്ളുകേലെന്ന് നാട്ടുകാർ വിധിയെഴുതിയ കോനാച്ചി മാപ്ലയുടെ വീട്ടുമുറ്റത്ത് ആറ് കെട്ടുവള്ളങ്ങൾ പ്രൗഢിയോടെ നിരന്നുകിടന്നിരുന്നു.

* * *

പാതിരാത്രി പണികഴിഞ്ഞു വരുന്ന ബെസേലിയുടെ എണ്ണതേച്ചുള്ള കുളിക്ക് പൊഴിയുടെ തീരത്ത് മണ്ണെണ്ണറാന്തലുമായി കാവലുനിൽക്കാൻ മർകിലി ഏൽപ്പിച്ചിരുന്നത് ഏറ്റവും ഒടുവിലത്തെ സന്തതിയായ അനിക്ലേത്തിനെയാണ്. ഓർമ്മവെച്ച കാലം മുതൽ രാത്രി വൈകിയുള്ള അപ്പന്റെ നീരാട്ടിന് കൂട്ടുനിന്നപ്പോഴൊന്നും കേൾക്കാതിരുന്നൊരു മെനകെട്ട ശബ്ദവും ഉച്ചി പൊകയ്ക്കുന്ന മണവും അനിക്ലേത്ത് ആദ്യമായി അനുഭവിച്ചത് അയാളുടെ പതിന്നാലാമത്തെ വയസ്സിലാണ്.

മഴക്കാറ് മൂടി എല്ലുതുളയ്ക്കുന്നൊരു തണുത്ത കാറ്റ് വീശിത്തുടങ്ങിയ രാത്രിയിൽ എന്നത്തേയുംപോലെ അരക്കൈ മുഴുപ്പത്തിലുള്ള ഒരു ഏട്ടക്കൂരിയുമായി ബെസേലി വീട്ടിലേക്ക് വന്നു. അടുപ്പത്തെ ചാരം ഒരുപിടി വാരി കൂരിയുടെ തൊലി പൊളിക്കാനായി മുറ്റത്തേക്കിറങ്ങവേ മർകിലി കണ്ണുകൊണ്ട് അപ്പന് കൂട്ടുപോകാൻ അനിക്ലേത്തിനോട് ആജ്ഞാപിച്ചു. കരിമ്പനടിച്ച പഴന്തുണിയും ചുറ്റി പൊഴിയിറമ്പിലേക്ക് പോയ ബെസേലിയുടെ പുറകെ, തലയിൽ പൊത്താനുള്ള രണ്ടുതുടം താളിയുമായി അനിക്ലേത്തും നടന്നു. ആർത്തു പെയ്യാനൊരുങ്ങുന്ന മഴയ്ക്കു മുൻപായി അന്നേരം പൊഴിപ്പരപ്പിൽ വലിയ ഓളങ്ങൾ രൂപപ്പെടുകയും ക്രമാതീതമായി അവയുടെ വ്യാപ്തി വർധിച്ചുവരികയും ചെയ്തു.

ചെക്കൻ കൊടുത്ത താളി കടൽക്കാറ്റ് തഴമ്പിച്ച തന്റെ പരുക്കൻ തലയിലും വെളുത്തുതുടങ്ങിയ ഇടതൂർന്ന താടിയിലും തേച്ചുപിടിപ്പിച്ചുകൊണ്ട് പൂർണ്ണനഗ്നനായി ബെസേലി പൊഴിയിലേക്കിറങ്ങി നീന്തി. അപ്പൻ മുമ്പോട്ടുപോയ വിടവിൽ റാന്തലിന്റെ വെളിച്ചം പടർന്നുപിടിക്കുന്നത് നോക്കിനിന്നപ്പോൾ താൻ പൊഴിക്കു മുകളിൽ തീയിട്ടതുപോലെ അനിക്ലേത്തിനനുഭവപ്പെട്ടു. കാറ്റിന്റെ തീവ്രത കൂടിവന്ന നേരം ഞൊടിയിടയിൽ തെന്നിമാറിയ കാർമേഘത്തിനുള്ളിലൂടെ ചിതറിവന്ന നേരിയ നിലാവെട്ടത്തിൽ ബെസേലി കുളിക്കുന്നതിന്

അല്പം പടിഞ്ഞോട്ട് മാറി ഒരിരുണ്ട രൂപം പതച്ചുപൊന്തുന്നതായി അയാൾ കണ്ടു.

"അച്ചാച്ചി... ആരാ അപ്പറത്ത് കുളിക്കണത്?"

മൂക്കിലേക്ക് തുളഞ്ഞുകയറിയ അഴുകിയ മീനിന്റെ നാറ്റം കടിച്ചു പിടിച്ച് അനിക്ലേത്ത് ഒച്ചത്തിൽ ചോദിച്ചപ്പോഴാണ് തനിക്കു പിറകിൽ

രൂപപ്പെട്ട ഭീമൻ ചുഴിയിലേക്ക് ബെസേലിയുടെ കണ്ണെത്തുന്നത്. ചുഴിയിലകപ്പെടാതിരിക്കാൻ അയാൾ അതിവേഗം കര ലക്ഷ്യമാക്കി നീന്തി.

പൊടുന്നനെ പൊഴിക്ക് നടുവിലൂടെ ഒരു ഭീകരനിഴൽ വിചിത്ര ശബ്ദം പുറപ്പെടുവിച്ചുകൊണ്ട് കടലിലേക്ക് സഞ്ചരിക്കുന്നത് അവർ കണ്ടു. തല പെരുക്കുന്ന ആ ശബ്ദം സഹിക്കാനാവാതെ തന്റെ ഇരുകാതുകളും മുറുക്കെ അടച്ചുപിടിച്ച് അനിക്ലേത്ത് നിലത്തിരുന്നു. പൊഴിയിൽനിന്ന് പ്രാണരക്ഷാർത്ഥം കരയിലേക്ക് കയറിയ ബെസേലി കിതപ്പു മാറാൻ കാത്തുനിൽക്കാതെ പടിഞ്ഞാറേക്ക് നോക്കി തൊണ്ടകീറി നാലുതെറി പറഞ്ഞു. അന്നുരാത്രി കടലിലേക്ക് പാഞ്ഞുപോയതെന്താണെന്നും അപ്പൻ ഒറക്കെ തെറി പറഞ്ഞതെന്തിനാണെന്നും അനിക്ലേത്ത് അപ്പോൾ തിരക്കിയില്ല. എന്നാൽ, നാളെയൊരിക്കൽ തന്നെപ്പോലെ കടലിൽ പോകേണ്ട മകനോട് എന്തെങ്കിലും മറച്ചുവെക്കുന്നത് നെറികേടാണെന്ന് തോന്നിയതിനാലാവണം പിറ്റേദിവസം പതിവുപോലെ കുളിക്കാനായി പൊഴിയിറമ്പിലേക്ക് നടന്നപ്പോൾ ശബ്ദം താഴ്ത്തി ബെസേലി പറഞ്ഞു.

“മകനിന്നലെ കണ്ടതോർത്ത് പങ്കപ്പാടൊന്നും വേണ്ട കേട്ടാ. അതൊക്കെ നമ്മടെ കടലില് സാധാരണയാ.”

“അതെന്താരുന്നച്ചാച്ചി, എന്ത് ഒച്ചയാര്ന്ന്.”

അനിക്ലേത്ത് അപ്പന്റെ മുഖത്തേക്ക് നോക്കാതെ ചോദിച്ചു.

“കടലില് വലിയ കറുമ്പച്ചനൊണ്ടെന്ന് ഞാൻ പറഞ്ഞിട്ടില്ലേ. ആ കറുമ്പച്ചന്മാർക്ക് പൊകച്ചിലെടുക്കുമ്പ അവമ്മാര് തിട്ടേടെ പറ്റെ വന്ന് നീന്തും. ചെലപ്പ ദിക്കൊക്കെ മാറി നമ്മടെ പൊഴിയിലേക്കും കേറും. അങ്ങനൊരെണ്ണത്തിനെയാണ് നമ്മളിന്നലെ കണ്ടത്. അല്ലാതെ കുഞ്ഞ് പേടിക്കയൊന്നും വേണ്ട കേട്ടാ.”

“കറുമ്പച്ചൻ വാ പൊളിക്കുമ്പോ എന്താണീ മൊശട് മണം വരണത്, എനിക്കിന്നല ശർദിക്കാൻ വന്ന്.”

“കടലിലെ അളിഞ്ഞ മീനിനെയാണ് ഇതുങ്ങള് തിന്നണത്. അപ്പൊ കെടുമ്പു മണവല്ലേ വരത്തൊള്ള്.”

“അവനിന്നും കുളിക്കാൻ വന്നാലാ, നമ്മളെ കടിച്ചാലാ?”

“ഇനി വരത്തൊന്നുമില്ല. സാധാരണ കടലില് മഴ പെയ്യുമ്പഴും കവരുംകൂട്ടം പെരുകുമ്പഴുമാണ് ഇതുങ്ങടെ ശല്യവൊള്ളത്. ഇന്നലെയെന്തോ വഴിതെറ്റി വന്നതാവണം.”

“അച്ചാച്ചി കണ്ടട്ടൊണ്ടാ, ആരേലും പിടിച്ചിട്ടൊണ്ടായിതിനെ?”

"ഒരിക്ക. പക്ഷേ പിടിക്കാനൊന്നും പറ്റിയട്ടില്ല. ഇവിട വലവിരിക്കാൻതന്നെ ഒരുത്തനും മെനയ്ക്കറിയത്തില്ല. പിന്നെയാണ് കറുമ്പച്ചനെ പിടിക്കാൻ പോണത്."

അഞ്ചുപതിറ്റാണ്ടുകൾക്കിപ്പുറം ഒരു വലിയ ബുധനാഴ്ച കടൽ തനിക്കു നൽകിയ വലതുകാലിലെ കരിയാത്ത സമ്മാനത്തിൽ മെല്ലെ തഴുകിക്കൊണ്ട് അതേ പൊഴിയിറമ്പിലിരിക്കുമ്പോൾ അപ്പനന്ന് പുച്ഛത്തോടെ പറഞ്ഞ വാക്കുകളും കവര് കാണാൻ വന്ന ചിരുത പറഞ്ഞുപരത്തിയ കഥകളും അനിക്ലേത്ത് സ്രാങ്കിന്റെ മനസ്സിലേക്ക് വീണ്ടും കടന്നുവന്നു. ചീഞ്ഞ ചെമ്മീൻതോടിന്റെ കൊഴുപ്പുപാട കെട്ടിനിന്നിരുന്ന പൊഴിവെള്ളത്തിൽ കാലുകൾ ചലിപ്പിച്ചുകൊണ്ട് പേരക്കിടാവ് ബെഞ്ചമിനും അയാൾക്കഭിമുഖമായി അവിടെ സ്ഥാനമുറപ്പിച്ചിരുന്നു.

മർകിലി

The deeper you go greater the treasures you will find.

“നിന്റെ കൊണവതികാരം നിർത്തടാ കോനാച്ചീടെ മോനേ...” എന്ന് കൊച്ചുവറീതിന്റെ തൊള്ള പൊങ്ങിയതും അതുവരെ ചിരിച്ചു കളിച്ചു നിന്ന ബെസേലിയുടെ വലതുകൈ ചായക്കടയുടെ വലത്തേ മൂലയിൽ പുറത്തേക്ക് പൊന്തിച്ചുനിന്ന ദ്രവിച്ച കഴുക്കോലിലേക്ക് നീണ്ടതും മാത്രമേ അവിടെ കൂടിനിന്നവർക്കൊക്കെ ഓർമ്മയുള്ളൂ. അടികൊണ്ട് ചുരുണ്ടുവീണ വറീതിന്റെ, ഉരിഞ്ഞുപോയ മുണ്ടും ചുരുട്ടിയുള്ള ഓട്ടം മണ്ണാപ്പറമ്പിലെ അടുക്കളയിൽനിന്ന് ചിരിയടക്കാനാവാതെ കണ്ടാസ്വദിക്കുമ്പോൾ മർഗരീത്ത എന്ന മർകിലി പൊക്കലെയിലെ വല്യച്ചാച്ചന്റെ കുടിപ്പള്ളിക്കൂടത്തിലെ പ്രായം കൂടിയ വിദ്യാർത്ഥിനിയായിരുന്നു.

ഏഴെട്ടു കെടപ്പുമുറിയും മച്ചും നീണ്ട തിണ്ണയുമുള്ള പൊക്കലെ വീടിന്റെ അരികുപിടിച്ച് കുമ്മായം കെട്ടിപ്പൊക്കിയ ഇടുങ്ങിയൊരു കൂരയിലായിരുന്നു വല്യച്ചാച്ചൻ പള്ളിക്കൂടം നടത്തിയിരുന്നത്. പുന്നപ്ര കിഴക്കുനിന്നും ചള്ളിയിൽനിന്നും എന്തിനേറെ പറയുന്നു, വണ്ടാനം കാവിന്റെ പരിസരത്തൂന്നുപോലും കൊച്ചുങ്ങളെ എഴുത്തിനിരുത്താനായി ആളുകൾ അച്ചാച്ചനെയും തിരക്കി വാവക്കാട്ടേയ്ക്ക് വന്നിരുന്നു. ഓരോ കൊല്ലാരംഭത്തിലും കടപ്പുറത്തുപോയി അച്ചാച്ചൻതന്നെ കുട്ട നിറയെ വാരിക്കൊണ്ടുവരുന്ന വെളുത്ത മണ്ണിലാണ് കുട്ടികളെ എഴുത്ത് പഠിപ്പിക്കുന്നത്. കുട്ടയിലെ മണ്ണ് ഭാര്യ വിക്ടോറിക്കൊപ്പം അരിച്ചെടുത്ത് പള്ളിക്കൂടത്തിന്റെ തിണ്ണയിൽ നീളത്തിൽ പാകിയശേഷം പുതുതായി എഴുത്തിനുവന്ന ഓരോ കൊച്ചുങ്ങളെയും വെറ്റിലയും അടയ്ക്കയും ദക്ഷിണ വാങ്ങി അനുഗ്രഹിച്ച് അയാൾ മണ്ണിലേക്കിരുത്തും. പാരമ്പര്യമായി ധാരാളം ഭൂസ്വത്തുണ്ടായിരുന്നതിനാലാവണം ഒരു തുട്ടുകാശുപോലും വാങ്ങാതെയാണ് പൊക്കലെയിലെ അച്ചാച്ചൻ ഈ സേവനം നടത്തിപ്പോന്നത്. കടപ്പുറത്ത് കണക്കുപറഞ്ഞ് പങ്കുപറ്റാനും ആഴ്ചയിലൊരിക്കൽ

അല്പം ചുറ്റുപാടുള്ള വീടുകളിൽ മാത്രം വരുത്തുന്ന മാതൃഭൂമി പത്രം മുക്കീം മൂളിയുമെങ്കിലും വായിക്കാനും തങ്ങളെ പ്രാപ്തരാക്കിയതിൽ പൊക്കലെയിൽ അച്ചാച്ചനോടും അദ്ദേഹത്തിന്റെ പള്ളിക്കൂടത്തോടും വാവക്കാടുള്ളവർ തലമുറകളോളം കടപ്പെട്ടിരുന്നു.

മർകിലിയെ ആറാം വയസ്സിൽ അച്ചാച്ചന്റെയടുത്താക്കുമ്പോൾ വ്യാകരണവും ഇംഗ്ലീഷും തറമാക്കിയശേഷം തന്റെ ഇളയ പെങ്ങൾ സിസ്റ്റർ കൊച്ചുമറിയയുടെ കൂടെ ഭരണങ്ങാനത്തെ സന്ന്യാസസഭയിലേക്കയയ്ക്കണമെന്നായിരുന്നു അപ്പൻ ലോനപ്പന്റെ ആഗ്രഹം. എന്നാൽ, വർഷമേഴ് കഴിഞ്ഞിട്ടും പൊക്കലെയിലെ അടുക്കളയുടെ മുമ്പിലുള്ള കശുമാവിൽ കേറി അണ്ടി പറിച്ചു സ്വന്തം കടയിൽത്തന്നെ കൊണ്ടുപോയി വിൽക്കാനും പള്ളിക്കൂടത്തിൽനിന്ന് വൈകുന്നേരം പിള്ളാരെല്ലാം വീട്ടിൽ പോകുമ്പോൾ വിക്ടോറിചേച്ചിയുടെ കൂടെ എഴുതിപ്പഠിക്കണ മണ്ണ് വൃത്തിയാക്കാനും കവലയിൽ ആണുങ്ങൾ തമ്മിൽ തല്ലുമ്പോൾ കൂട്ടുകാരികൾക്കൊപ്പം ആൾക്കൂട്ടത്തിന് നടുവിൽപ്പോയിനിന്ന് കയ്യടിക്കാനും ആർപ്പുവിളിക്കാനും മാത്രമായിരുന്നു മർകിലിക്ക് താൽപര്യം. തുടക്കക്കാലത്ത് ലോനപ്പനോടുള്ള കടപ്പാടുകൊണ്ട് മകളെ തല്ലിപ്പഠിപ്പിക്കാൻ ആവുന്നത്ര ശ്രമിച്ചെങ്കിലും പൊഴിവെള്ളം മുഴുവൻ ഉരുപ്പടങ്കം വറ്റിപ്പോയാലും മർകിലി വരച്ച വരേന്ന് മാറത്തില്ലെന്ന് തിരിഞ്ഞപ്പോ പൊക്കലേൽ അച്ചാച്ചൻ ആ ദൗത്യമങ്ങു സൗകര്യപൂർവ്വം മറന്നു. പിന്നീട് പെണ്ണിനു പ്രായം തികഞ്ഞ സമയം ബെസേലിക്ക് അവളെ കെട്ടിച്ചുകൊടുക്കുന്ന കാര്യം മണ്ണാപറമ്പുകാരുടെ ശ്രദ്ധയിൽപ്പെടുത്തിയതും അച്ചാച്ചനും വിക്ടോറിയും കൂടിയായിരുന്നു.

"അച്ചാച്ചനിതെങ്ങനെ തോന്നി എന്നോട് വന്ന് പറയാൻ? ആ നാറി എന്റെ കയ്യീന്ന് ചായ വാങ്ങിക്കുടിച്ചിട്ട് എന്റെ കടേന്ന്തന്നെ കമ്പൂരി എത്രപേരെ തല്ലിയിരിക്കണ്. അങ്ങനെയൊള്ള ആ കിറുക്കന് ഞാനെങ്ങനെയെന്റെ കൊച്ചിനെക്കൊടുക്കും? എന്തേലും പറ്റിപ്പോയാ പിന്നെ ഞങ്ങൾ ജീവിച്ചിരുന്നെട്ട് കാര്യവൊണ്ടോ?"

"ലോനച്ചാ, നമ്മടെ മർഗരീത്തയെപ്പോലുള്ള ഒരു പെണ്ണ് ചെന്നാ തീരാവുന്ന കിറുക്കേ ബെസേലിക്കൊള്ളൂ. ഒന്നുവില്ലേലും ഈ ചെറിയ പ്രായത്തില് എത്ര വള്ളവാ ആ ചെക്കന്റെ വീട്ടുമുറ്റത്ത് കെടക്കണത്. പൊറത്തൊരു ചാറ്റല് കണ്ടാ പണിക്ക് പോകാത്ത നമ്മടെ നാട്ടിലെ പാഴുകളേക്കാളും യോഗ്യത അവനൊണ്ട്."

"നമ്മടെ കൊച്ചിനെ പട്ടിണിക്കിടാതെ അവൻ നോക്കിക്കോളും. പിന്നെ അവക്കെല്ലാ സഹായത്തിനും പെണ്ണമ്മയൊണ്ടല്ലോ. നിങ്ങള് പേടിക്കാതന്നേ, അവൾ സുഖമായിട്ടിരുന്നോളും."

കെട്ടിയോന്റെ അഭിപ്രായത്തെ വിക്ടോറിയും പിന്താങ്ങി.

“സുഖക്കേടിന്റയല്ല പെങ്ങളേ പ്രശ്നം. ഇതുങ്ങള് വരത്തമ്മാരല്ലേ. ഇതിന്റെയൊക്ക വീട്ടുപേര് ഈ നാട്ടില് ആരേലും കേട്ടിട്ടൊണ്ടോ? ഞാ കേട്ടിട്ടില്ല. അതോണ്ട് പറഞ്ഞതാണ്.”

വാവക്കാടൊള്ള സകല കൊമ്പമ്മാരും വെളുക്കുമ്പോത്തൊട്ട് തന്റെ കടയുടെ മുൻപിൽ വന്നോച്ഛാനിച്ച് നിക്കുന്ന ഹുങ്കിലാണ് ലോനപ്പനത് പറഞ്ഞതെങ്കിലും കൊരട്ടിയിൽനിന്ന് കുടിയേറി വന്ന കോനാച്ചിയുടെ വീട്ടുപേര് തങ്ങൾക്കാർക്കുമിതുവരെ അറിയത്തില്ലല്ലോ എന്ന സത്യത്തെക്കുറിച്ച് പൊക്കലേൽ അച്ചാച്ചനും അപ്പോഴാണ് ചിന്തിച്ചത്. മണ്ണാപറമ്പിൽനിന്ന് പുറത്തേക്കിറങ്ങി പള്ളിക്കൂടത്തിലെത്തിയിട്ടും എത്ര ആലോചിച്ചിട്ടും ബെസേലിയുടെ വീട്ടുപേര് കണ്ടുപിടിക്കാൻ പറ്റാതെ അച്ചാച്ചന്റെയും വിക്ടോറിയുടെയും ഉള്ളുകിടന്ന് പൊകഞ്ഞു.

“ഇനി കോനാച്ചീന്ന് വെല്ലോ ആകുവോടീ?”

“ഇത് നല്ല കൂത്ത്. കോനാച്ചീന്ന് ഇവിടൊള്ളവര് ഇട്ടുകൊടുത്ത പേരല്ലേ. നിങ്ങളിത്ര കെടന്ന് ആകുലപ്പെടുന്നതെന്തിനാ. നേരെ ചെന്ന് കോൺസിയൂസിനോട് തന്നെ ചോദിക്കെന്നേ. സമാധാനം കിട്ടുവല്ലാ.”

വിക്ടോറിയുടെ വാക്കും കേട്ട് ഇരിക്കപ്പൊറുതിയില്ലാതെ പൊക്കലെ തറവാട്ടിലെ കാർന്നോർ കോനാച്ചി മാപ്ലയുടെ വീട്ടുപേരും തിരക്കി ചെന്ന് കേറിക്കൊടുത്തത് പണിയും കഴിഞ്ഞു ക്ഷീണിച്ച് വീട്ടിലേക്ക് വന്ന ബെസേലിയുടെ മുന്നിലേക്കായിരുന്നു. ഒട്ടും പ്രതീക്ഷിക്കാതെ ബെസേലിയെ കണ്ട ഞെട്ടലിൽ വായിൽ വന്നതൊക്കെ അച്ചാച്ചനറിയാതെ പറഞ്ഞുംപോയി. പൊഴിക്കടവിൽനിന്ന് കവലവരെ നീണ്ട ആ സംസാരത്തിനൊടുവിൽ ഒരു കാര്യം മാത്രമാണ് ബെസേലിയുടെ തലയിൽ തെളിഞ്ഞുനിന്നത്. വീട്ടുപേരില്ലാത്ത തനിക്ക് മണ്ണാപറമ്പീന്ന് പെണ്ണിനെ തരുകേലെന്ന് ലോനപ്പൻ പരസ്യമായി പറഞ്ഞിരിക്കുന്നു. കറിക്കുകൊണ്ടുവന്ന ചൊറക് വാരത്തിലെ മഞ്ചട്ടിയിൽ മൂടിവെച്ചശേഷം ഉടുത്തിരുന്ന കൈലി മാറ്റി ഉളുമ്പുനാറ്റമില്ലാത്ത ഉണങ്ങിയൊരു തോർത്തുമുടുത്ത് ബെസേലി ലോനപ്പന്റെ കടയിലേക്ക് വേഗത്തിൽ നടന്നു. കോനാച്ചിയുടെ ചെറുക്കൻ ഉറഞ്ഞുതുള്ളി വരുന്നത് ദൂരെനിന്നു കണ്ടപ്പോഴേ കാര്യം മനസ്സിലാക്കിയ ലോനപ്പൻ, ശരവേഗത്തിൽ കടപൂട്ടി പുറത്തേക്കിറങ്ങാൻ തുടങ്ങിയിരുന്നു. കലിമൂത്ത് ബെസേലി ചെയ്തുകൂട്ടുന്ന പിരുപിരുപ്പുകൾക്ക് ഒരുപാട് തവണ സാക്ഷ്യം വഹിച്ചിരുന്നതുകൊണ്ട് തല്ലൊറപ്പിച്ച് തിരിഞ്ഞുനോക്കാതെ നടന്ന അയാൾക്കു മുൻപിൽ തടവെച്ച് ബെസേലി കയറിനിന്നു.

“എന്താ ബേസി?”

തലകുനിച്ചുകൊണ്ട് ഇടറിയ സ്വരത്തിൽ ലോനപ്പൻ ചോദിച്ചു.

"എന്റെ വീട്ടുപേരറിയാത്തോണ്ട് മർകിലിയെ എനിക്കു കെട്ടിച്ചു തരത്തില്ലെന്ന് അപ്പച്ചൻ പറഞ്ഞാ?"

"ഉം. പറഞ്ഞ്."

"പണ്ട് കൊരട്ടീന്ന് ഞങ്ങൾ പിള്ളാരെയെല്ലാം കെട്ടിപ്പൊതിഞ്ഞ് ഇങ്ങോട്ടേക്ക് വന്നപ്പോ ഞങ്ങളെ എറക്കിവിട്ട ആ കഴുവേറികളേയും അതുങ്ങട പെഴച്ച വീട്ടുപേരും അവിടെത്തന്നെ കളഞ്ഞിട്ട് പോരാൻ ഞാനാണ് അപ്പനോടും പെണ്ണമ്മയോടും വാശിപിടിച്ചത്. ഈ നാട്ടില് മാനംമര്യാദയ്ക്കൊരു ജീവിതം. അതുമാത്രം മതിയാർന്ന് ഞങ്ങക്ക്. അതിന് വീട്ടുപേര് വേണ്ട, നല്ലപോലെ പണിയെടുക്കാനൊരു മനസ്സ് മതിയാരിക്കുമെന്ന് തോന്നിയത് എന്റെയൊക്കെ തെറ്റാണ്. ഏത് നാട്ടില് പോയി എന്നാ പണി ചെയ്താലും എന്നായൊക്കെ ഒണ്ടാക്കിയെന്ന് പറഞ്ഞാലും നാറാനൊള്ളത് നമ്മടെ പൊറകേ വന്നോളും. അത് നമ്മട വിധിയാണ്. അല്ലേ അപ്പച്ചാ?"

പതിവിന് വിപരീതമായി വികാരാധീനനാവുന്ന ബെസേലിയെ കണ്ടപ്പോൾ ലോനപ്പന്റെ മനസ്സലിഞ്ഞു.

"മർകിലിയെ എനിക്ക് ഇഷ്ടവാണ്. ഇനിയവളെ കെട്ടാൻ എന്റെ വീട്ടുപേര് അറിഞ്ഞേ പറ്റത്തൊള്ളങ്കിൽ ഞാനത് പറയാം."

"വേണ്ട ബേസി മോനേ. കുഞ്ഞ് നാളെ അപ്പനേം കൂട്ടി വീട്ടിലേക്ക് പോന്നേക്ക്. ഞങ്ങക്ക് കെട്ടിക്കാൻ സമ്മതവാണ്."

ഒരുനടപോലും ആലോചിക്കാതെ, മർകിലിയെ തരാമെന്ന് ബെസേലിക്ക് വാക്കുകൊടുക്കുമ്പോൾ, ലോനപ്പന്റെ മനസ്സിൽ കോനാച്ചിയുടെ കിറുക്കൻ ചെക്കൻ അന്തസ്സും ആഭിജാത്യവുമുള്ള ഒരൊത്ത യുവാവായി രൂപാന്തരപ്പെട്ടിരുന്നു. കടലു വലിഞ്ഞാലും

വറുതി പെരുകിയാലും മകളെ പൊന്നുപോലെ നോക്കാനുള്ള കെല്പവനുണ്ടെന്ന് അയാൾ മനസ്സിൽ ആവർത്തിച്ചുപറഞ്ഞു.

അറുപത്തിമൂന്നിൽ മൈക്കിൾ ആറാട്ടുകുളം പിതാവ് ജോൺ മരിയ വിയാനി പുണ്യാളന്റെ പേരിലുള്ള പള്ളി പുന്നപ്രയിൽ സ്ഥാപിക്കുന്നതുവരെ വാവക്കാടുള്ള ലത്തീൻ ക്രിസ്ത്യാനികൾ കുർബ്ബാന കൂടിയിരുന്നതും കെട്ടുനടത്തിയതും പറവൂരുള്ള ഓസേപ്പിതാവിന്റെ ഫൊറോനാ ദേവാലയത്തിലും (പിന്നീടത് പഴമാങ്ങാ പള്ളിയെന്നും അറിയപ്പെട്ടു) വട്ടയാൽ പള്ളിയിലും വെച്ചായിരുന്നു. മണിക്കൂറുകൾകൊണ്ടു കാൽനടയായി വട്ടയാലുവരെ പോയിവരാനുള്ള ദെണ്ണത്തെപ്രതി ഭൂരിഭാഗം വിശ്വാസികളും പൊഴിക്കതിരു ചേർന്ന് അവിടിവിടായി പൊങ്ങിവന്ന കുരിശടികളിൽ കൊന്ത ചൊല്ലുന്നതും വണക്കക്കെടശ്ശിക്കു പോയി പാച്ചോറ് കഴിച്ച് മടങ്ങുന്നതുമായിരുന്നു വാവക്കാട്ടിലെ പതിവ്. എന്നാൽ, കല്യാണവിളി വരുമ്പോ കുർബ്ബാന കൂടാതെ ഊണിനു മാത്രം പോണത് നെറികെട്ട പരിപാടിയാണെന്ന് അടിയുറച്ചു വിശ്വസിച്ചിരുന്ന വളരെക്കുറച്ച് മാന്യന്മാരും നാട്ടിലുണ്ടായിരുന്നു. അത്തരത്തിലുള്ള വിരലിലെണ്ണാവുന്ന ചിലരും പൊക്കലെയിൽ അച്ചാച്ചന്റെ വീട്ടിലുള്ളവരും പെണ്ണിന്റെയും ചെക്കന്റെയും അടുത്ത കുടുംബക്കാരും മാത്രമാണ് അന്ന് വട്ടയാൽ പള്ളിയിൽവെച്ചു നടന്ന ബെസേലി-മർകിലി വിവാഹത്തിൽ പങ്കെടുത്തവർ. കല്യാണം പ്രമാണിച്ച് വിക്ടോറി കൊടുത്ത മേക്കാമോതിരവും വെളുത്ത ജാക്കറ്റും ധരിച്ച് അൾത്താരയിൽ തനിക്കടുത്ത് നിൽക്കുന്ന കാണാൻ മെനയുള്ള പെണ്ണ് മർകിലി തന്നെയാണെന്ന് വിശ്വസിക്കാൻ ബെസേലി നന്നായി പങ്കപ്പെട്ടു.

കെട്ടുകഴിഞ്ഞ് വട്ടയാലിൽനിന്ന് തിരിച്ചുവരുമ്പോൾ പൊഴി കവിയണ കണക്കിന് വാവക്കാട്ടിൽ മഴ പെയ്തുതുടങ്ങിയിരുന്നു. കുത്തിയൊഴുകുന്ന പൊഴിവെള്ളം കണ്ടയുടനെ അപ്പന്റെ കയ്യിൽ ഉടുത്തിരുന്ന മുണ്ടും മേക്കുപ്പായവും ഊരിക്കൊടുത്ത് മർകിലിയോട് യാത്രപോലും പറയാൻ നിക്കാതെ ബെസേലി വള്ളവുമായി പൊഴിയിലേക്കിറങ്ങി. പുത്തൻവീട്ടിലേക്ക് കെട്ടിവന്ന അന്നുതന്നെ ഭർത്താവിനെ കാണാതെ ഒറ്റപ്പെടലനുഭവിച്ച മർകിലി രാത്രി മുഴുവൻ കരഞ്ഞു വെളുപ്പിച്ചു.

“ബേസീടെ കിറുക്കൊക്കെ നിനക്കറിയാല്ലാ കൊച്ചേ. അവന് കറിക്ക് കൂട്ടാൻ കൊണ്ടുവരണതും ആ പൊഴിവെള്ളത്തിക്കെടന്ന് മദിക്കണതുമൊക്കെയാണ് വലിയ കാര്യം. നീ കഞ്ഞി കുടിച്ചിട്ട് കെടന്നോ. അവൻ വരുമ്പോ ഞാ വിളിച്ചോളാം.”

പെണ്ണമ്മ അവളെ ആശ്വസിപ്പിക്കാൻ നോക്കിയെങ്കിലും വെളുപ്പിനെ വള്ളം നിറയെ മീനുമായി ബെസേലി വന്നുകേറുന്നതുവരെ

അവൾ ഉറങ്ങാതെ തഴപ്പായയിൽ കമഴ്ന്നുകിടന്നു. സ്വന്തം കല്യാണത്തിന്റെയന്നുപോലും പൊഴീലെ തിരിവ് കണ്ട് വലയടിക്കാൻ പോയ ബേസിച്ചാച്ചിയെ നാട്ടിലൊള്ളവരെല്ലാം ആരാധനയോടെ ആർപ്പുവിളിച്ചു യാത്രയയച്ചെങ്കിലും പെണ്ണുങ്ങളോട് മിണ്ടി പരിചയമില്ലാത്തതിന്റെ പേടികൊണ്ടാണ് മർകിലിയെ തിരിഞ്ഞുനോക്കാതെ അയാളന്ന് പണിക്കുപോയതെന്ന് ആർക്കും മനസ്സിലായില്ല. കറിക്കു കൊണ്ടുവന്ന മീൻ, വാരത്തിൽ കിടന്നുറങ്ങുന്ന പെണ്ണമ്മയെ എണീപ്പിക്കാതെ അടുക്കളയിൽ കൊണ്ടുവെച്ചശേഷം മർകിലി കിടന്നിരുന്ന മുറിയിലേക്ക് ബെസേലി മെല്ലെ ചെന്നു. രാത്രി മുഴുവൻ ശക്തിയായി മഴ പെയ്തിരുന്നതിനാൽ ചാണകം മെഴുകിയ തറയിൽ നന്നായി തണുപ്പ് പടർന്നിരുന്നു. താൻ വന്നെന്നറിഞ്ഞിട്ടും കിടക്കപ്പായയിൽ നിന്ന് തലപൊക്കി നോക്കാത്ത മർകിലിയെ കണ്ടപ്പോൾ, അയാളുടെയുള്ളിലെ ഭയം ഇരട്ടിച്ചു. അരയിലെ കെട്ടഴിച്ച് ഭിത്തിയിൽ ചാരി തഴപ്പായ്ക്കു പറ്റെയിരിക്കാൻ തുനിഞ്ഞപ്പോഴാണ് മർകിലിയുടെ തലയുടെ ഭാഗത്ത് ഒരു ചെറിയ തടിപ്പെട്ടിയിരിക്കുന്നത് അയാളുടെ ശ്രദ്ധയിൽപ്പെട്ടത്. കൊല്ലമ്മാര് ആലയിൽ നാണയമിട്ടു സൂക്ഷിക്കാനുപയോഗിക്കുന്ന തരത്തിലുള്ള ആ പെട്ടി പതിയെ കയ്യിലെടുത്ത് തുറന്നപ്പോൾ ഇളം മരതകനിറത്തിലൊരു പ്രകാശം മുറി മുഴുവൻ നിറഞ്ഞു.

"ഈ തെളങ്ങണ കടൽനാക്ക് നിനക്കെവിടുന്ന് കിട്ടി?"

"അത് കടൽനാക്കൊന്നുവല്ല. ഏതോ വലിയ മീനിന്റെ ചെതുമ്പലാ."

മർകിലി എണീറ്റ് മുടി കെട്ടിയൊതുക്കിക്കൊണ്ട് പറഞ്ഞു.

"ഇത്രേം വലുതോ?"

"ഉം... പണ്ട് ഞാ കുഞ്ഞായിരിക്കുമ്പോ സീവേലിയമ്മാമ്മേടെ കൂടെ രാത്രി വെളിക്കിരിക്കാൻ കൂട്ടുപോകുവാര്ന്ന്. അപ്പ അമ്മാമ്മയ്ക്ക് കടപ്പൊറത്ത്ന്ന് കിട്ടിയതാ. അമ്മാമ്മ അതെനിക്ക് തന്ന്. കണ്ടാ കടൽനാക്കുപോലൊക്കെ ഇരിക്കുവെങ്കിലും അതിന്റെ പൊറത്ത് നോക്കിക്കേ നെറയെ ചെതുമ്പലാ. ഇരുട്ടത്ത് വെച്ചാ തെളങ്ങുവേം ചെയ്യും."

മർകിലി പറഞ്ഞത് ശരിയാണെന്ന് പെട്ടിയിൽനിന്നത് വെളിയിലെടുത്ത് കയ്യിൽപ്പിടിച്ചു നോക്കിയപ്പോൾ അയാൾക്കും ബോധ്യപ്പെട്ടു. കടൽനാക്കിന്റത്രയും നീളവും വലുപ്പവുമുണ്ടെങ്കിലും കടൽനാക്കല്ല. കിളിമീനിന്റെ പൊറത്തൊള്ളതുപോലുള്ള ചെതുമ്പലുകൾ കരിമ്പച്ച നിറത്തിൽ അതിന്റെയിരുവശവും നിറഞ്ഞുനിന്നിരുന്നു.

"ഇതേതു മീനിന്റെയാ?"

"ആവോ.. മാതാവിനറിയാം."

"ഇത്രേം നാളും കടലീ പോയിട്ടും ഞാനിതുപോലൊന്ന് കണ്ടി ട്ടില്ലല്ലാ. ഇതെന്തുവാന്ന് നീ ആരോടും തെരക്കിയില്ലേ?"

"ആഹ്... ഒരു പ്രാശം പൊക്കലേ അച്ചാച്ചനെ കാണിച്ച്. അപ്പോ അച്ചാച്ചൻ പറഞ്ഞത് കറുമ്പച്ചന്റെയാന്നാ. അവരുടെയൊക്കെ ചെറുപ്പ ത്തില് കവര് കേറി കഴിയുമ്പോ ഈ ചെതുമ്പല് കൂട്ടവായിട്ട് കര യ്ക്കടിയുവാരുന്നെന്ന്. അവരുടേക്കെ അപ്പാപ്പനൊക്കെ ഇതിനെ കറുമ്പച്ചൻ പടം പൊഴിക്കണെന്നാ പറഞ്ഞിരുന്നേന്ന്. സീവേലിയ മ്മാമ്മയൊക്കെ ഇതിനെ ഗ്ലാത്തിയെന്നാ വിളിച്ചിരുന്നേ."

"ഗ്ലാത്തി?"

"ഉം... കറുമ്പച്ചന്റെ ഗ്ലാത്തി. ഇതിന് നെയ്യൻമത്തീടെ മണവാ. മണത്ത് നോക്കിക്കേ."

ബെസേലിയുടെ കയ്യിൽ പിടിച്ച് മണത്തുകൊണ്ട് അവൾ പറഞ്ഞു.

കൊരട്ടീന്ന് കുടിയേറി വാവക്കാട്ടേക്ക് വരുമ്പോ താൻ ചെറുപ്പ ത്തിൽതന്നെ വള്ളത്തേ പോകുമെന്നും നാട്ടിലെ ഭേദപ്പെട്ടൊരു കുടുംബത്തിലെ പെണ്ണിനെ കെട്ടുമെന്നുവൊന്നും സ്വപ്നത്തിൽ പോലും ബെസേലി കരുതിയിരുന്നില്ല. അനിയമ്മാരും അപ്പനും വീട്ടിൽ പട്ടിണി കിടന്നു ദ്രവിക്കാതിരിക്കാൻ പള്ള കായണ പ്രായ ത്തിൽ കടലിലേക്കിറങ്ങിയ നാളുതൊട്ട് കരയിലും വെള്ളത്തിലു മായി കറുമ്പച്ചന്റെ ഭീകരകഥകൾ പലരിൽനിന്നും അയാളും കേട്ടി രുന്നു. കടലിൽ മഴ പെയ്യുമ്പോഴും കവര് മിന്തുമ്പോഴും മനുഷ്യ മാംസത്തിന്റെ രുചിയറിയാൻ തിട്ടയ്ക്കരികിലേക്കു വരുന്ന കറുമ്പ ച്ചന്റെ ഉപദ്രവമൊഴിവാക്കാൻ കടലിൽ പണിക്കിറങ്ങുന്നവർ വിശ്വാസ പ്രമാണം എട്ടുനാടുംപൊട്ടെ ചൊല്ലുന്നതും ചാകരസമയത്ത് പൊറം കടലിൽ വലവിരിക്കുമ്പോൾ വള്ളത്തിലെ പ്രായംചെന്നവർ "കറു മ്പച്ചാ, ഞങ്ങളൊരു ചെറിയ ചെട്ടിയാൻ വലയിടുവാണേ... നീ കീറി ക്കളഞ്ഞേക്കല്ലേ" എന്ന് കൈകൂപ്പി പ്രാർത്ഥിച്ചിരുന്നതും അയാൾ ക്കപ്പോൾ ഓർമ്മ വന്നു. എന്നാൽ മഴയത്ത് പണിക്കു പോകാതിരി ക്കാൻ വാവാക്കാട്ടത്തെ വേലകള്ളന്മാരിൽ ചിലർ പടച്ചുവിട്ട കള്ള ക്കഥയിലെ നായകൻ മാത്രമാണ് താനിതുവരെ കാണാത്ത ഈ കറുമ്പച്ചനെന്ന് തൊട്ടടുത്ത നിമിഷംതന്നെ അയാൾ മനസ്സിലേറ്റു പറഞ്ഞു.

വെളിക്കിരിക്കാൻ കൂട്ടുപോയ വകയിൽ കിട്ടിയ ഗ്ലാത്തിയുടെ വർണ്ണനയിൽ വാതോരാതെ മുഴുകിയപ്പോൾ മർകിലിയോട് മിണ്ടി ത്തുടങ്ങാനുള്ള അറപ്പും പൂർണ്ണമായും വിട്ടുപോയിരുന്നു. പിന്നീ ടുള്ള വർഷങ്ങളിൽ വാവക്കാട് ചാകര മാറിമാറി വന്നു. മർകിലി എട്ട് പ്രസവിച്ചു. ഓരോ വെളുത്ത വാവ് ദിവസമവസാനിക്കുമ്പോഴും കവരടിച്ച് തീരം ശാന്തമാകുമ്പോഴും അന്ന് സീവേലിയമ്മാമ്മ

തനിക്കുതന്ന തിളങ്ങുന്ന ചെതുമ്പലുകൾ പോലുള്ള പുതിയത് അന്വേഷിച്ച് മർകിലി പൊഴിയിറമ്പിലൂടെ സൂക്ഷ്മതയോടെ നടക്കുമായിരുന്നു. എന്നാൽ വർഷങ്ങൾക്കിപ്പുറം ഇളയമകൻ അനിക്ലേത്തിന്റെ കൈകളിലൂടെയാണ് ഗ്ലാത്തിയുടെ ദർശനം ഒരിക്കൽക്കൂടി അവർക്ക് ലഭിക്കുന്നത്. പൊഴിക്കടവിൽ വെച്ചു കറുമ്പച്ചനെ കണ്ടെന്ന് ബെസേലി വന്നുപറയുമ്പോൾ "എന്റെ കൊച്ചിനൊന്നും വരുത്തീല്ലല്ലോ തമ്പുരാനേ" എന്നു നിലവിളിച്ചുകൊണ്ടു മർകിലി അനിക്ലേത്തിനെ ചേർത്തുപിടിച്ചു. മീശമൊളച്ച് തുടങ്ങിയ തന്നെ അമ്മച്ചി ഇറുക്കിക്കെട്ടിപ്പിടിക്കുന്നതിലുള്ള അസ്വസ്ഥത മുഖത്ത് പ്രകടമാക്കിക്കൊണ്ട് ഉടുമുണ്ടിൽ പൊതിഞ്ഞ് ഇടുപ്പിൽ സൂക്ഷിച്ചിരുന്ന ഗ്ലാത്തി മർകിലിക്കു മുൻപിലേക്ക് അയാൾ നീട്ടിപ്പിടിച്ചു.

"അമ്മച്ചി കൊറേനാളായിട്ട് ഇതും തെരക്കി നടക്കുവല്ലാർന്നാ... പൊഴീടവിടുന്ന് കിട്ടിയതാ. കൊണ്ടുപോയി ആ പെട്ടീല് വെച്ചോ."

വർഷങ്ങളായി താനന്വേഷിച്ചു നടന്ന അമൂല്യവസ്തു വീണ്ടും കണ്ടപ്പോൾ മർകിലിയുടെ കണ്ണുകൾ സന്തോഷംകൊണ്ട് നിറഞ്ഞു. അവർ ആരോടും മിണ്ടാതെ അകത്തേക്കുപോയി മങ്ങിത്തുടങ്ങിയ പഴയ ചെതുമ്പലിരിക്കുന്ന പെട്ടിയിലെ പൊടിതട്ടി അതിനുള്ളിലേക്ക് അനിക്ലേത്ത് നല്കിയ ഗ്ലാത്തിയും വെച്ചു. കുട്ടിക്കാലം മുതൽ ഒളിപ്പിച്ചുവെച്ചു, രഹസ്യമായി അമ്പത്തിമൂന്നുമണി ജപം ചൊല്ലിയ കറുമ്പച്ചന്റെ ചെതുമ്പലിന്റെ ശക്തികൊണ്ട് മണ്ണാപറമ്പു കുടുംബം വാവക്കാട് മുഴുവൻ പടർന്നുപന്തലിച്ചപോലെ താൻ കെട്ടിവന്ന വീടും രക്ഷപ്പെടണമെന്നുള്ള അതിയായ ആഗ്രഹമാണ് മർകിലിയുടെ ഗ്ലാത്തി പ്രേമത്തിന്റെ കാരണമെന്ന് ആരുമറിഞ്ഞില്ല. കാലാന്തരത്തിൽ സീവേലിയുടെ കയ്യിൽനിന്നും അനിക്ലേത്തിന്റെ കയ്യിൽ നിന്നും ലഭിച്ച ഗ്ലാത്തി ഒരിക്കൽക്കൂടി മർകിലിയെ തേടി വന്നു. കാറും കോളും വകവെക്കാതെ പൊറംകടലിൽ തോളോടുതോൾ ചേർന്ന് തനിക്കൊപ്പം വലവലിച്ചിരുന്ന പ്രിയപ്പെട്ട മകനെ അനിക്ലേത്ത് സ്രാങ്കിന് നഷ്ടപ്പെട്ടതിന്റെ മൂന്നാം ദിവസം അപ്പനും അപ്പാപ്പനും സഞ്ചരിച്ചിരുന്ന വള്ളത്തിന്റെ അവശിഷ്ടങ്ങൾ കരയ്ക്കടിഞ്ഞപ്പോൾ അതിന്റെയിടയ്ക്ക് നിന്ന് കുട്ടികൾ പെറുക്കിയെടുത്ത തിളങ്ങുന്ന കടൽനാക്ക് പിടിച്ചുവാങ്ങി മർകിലിയമ്മാമ്മയുടെ അടുത്തേക്ക് ബെഞ്ചമിൻ ഓടിച്ചെന്നു. തൊണ്ണൂറ്റിയേഴാമത്തെ വയസ്സിൽ, തന്റെ ചുക്കിച്ചുളുങ്ങിയ കൈകളിലേക്ക് വീണ്ടുമെത്തിയ ചൂരുവിട്ടു മാറാത്ത പുത്തൻ ഗ്ലാത്തിയെ അതിശയത്തോടെ മർകിലി മുഖത്തേക്കടുപ്പിച്ചുപിടിച്ചു. എന്നാലിത്തവണ ആ ചെതുമ്പലിന് കൊഴുത്ത ചോരയുടെ മനംപുരട്ടുന്ന മണമാണെന്ന് അവർ നടുക്കത്തോടെ തിരിച്ചറിയുകയായിരുന്നു.

പെരുന്നാൾ

അർത്തുങ്കൽ വെളുത്തച്ചാ പകർച്ചവ്യാധികളിൽനിന്ന്
ഞങ്ങളെ കാക്കണേ...

പാതിരാത്രി കടൽക്കരയിൽ കുഴികുത്തി മുട്ടയിടാൻ വരുന്ന മുഴുത്ത കടലാമകളെ പാത്തിരുന്ന് പിടിച്ച് അതിന്റെ ഇറച്ചി പങ്കിട്ടെടുക്കാൻ വാവക്കാട്ടുള്ള വള്ളക്കാർക്കൊക്കെ വല്ലാത്ത ഹരമായിരുന്നു. അങ്ങനെയുള്ള കടലാമയിറച്ചിയിൽനിന്നും തങ്ങളുടെ വീട്ടിലേക്കാവശ്യത്തിന് മാറ്റിവെച്ചശേഷം മിച്ചമുള്ളത് പങ്കിന് നൂറുരൂപ നിരക്കിൽ പള്ളിമുറ്റത്ത് ചൂടപ്പംപോലെ വിറ്റുംപോയിരുന്നു. എന്നാൽ, ഗർഭിണികളും കുട്ടികളുമുള്ള വീട്ടിൽ ആമയിറച്ചിയേക്കാൾ ഡിമാന്റ് അതിന്റെ മിനുത്ത മുട്ടയ്ക്കായിരുന്നു. കൊച്ചുങ്ങളുടെ കരപ്പൻ മാറാനും പെണ്ണുങ്ങളുടെ പ്രസവം സുഗമമാവാനുമൊക്കെ ആമമൊട്ട ചൊറകിന്റെ നെയ്യിൽ പൊരിച്ചു തീറ്റിക്കുന്നതായിരുന്നു അന്നത്തെ പതിവ്. ബെഞ്ചമിന് ഓർമ്മവെച്ച കാലം മുതൽ മർകിലിയമ്മാമ്മ, പണ്ടൊക്കെ അപൂർവ്വമായി കിട്ടിയിരുന്ന ആമയിറച്ചിയുടെ രുചിയെപ്പറ്റി വാതോരാതെ വർണ്ണിക്കുമായിരുന്നു.

“ബേസിച്ചാച്ചിയൊണ്ടായിരുന്നപ്പോ കുമ്പിളു കെട്ടിയാര്ന്ന് കടലീന്ന് ആമയെ കൊണ്ടുവരണത്. അനിക്ലേത്ത് പണിക്ക് പോയി തൊടങ്ങിയപ്പോളും ഒന്നുരണ്ടുതവണ കൊണ്ടുവന്നട്ടൊണ്ട്. ന്റെ ബെന്നിച്ചാ, നല്ല വൃത്തിക്കും മെനയ്ക്കും കുമ്മായവിട്ട് അയിന്റെ ഉളുമ്പുനാറ്റവൊക്കെ മാറ്റിയാലൊണ്ടല്ലാ നിന്റെ തള്ള വെക്കണെ പോത്ത് മാറി നിക്കും. ഹാ... എന്തുപറയാനാ, നിനക്കൊന്നും വരച്ചിട്ടില്ല.”

അമ്മാമ്മയുടെ കുത്തുവർത്താനം കേക്കുമ്പോഴെല്ലാം ഒരുതവണയെങ്കിലും തനിക്കും ജീവിതത്തിൽ കടലാമയിറച്ചി തിന്നാനുള്ള ഭാഗ്യം കിട്ടണേയെന്ന് കുഞ്ഞുബെഞ്ചമിൻ നിറകണ്ണുകളോടെ പ്രാർത്ഥിക്കുമായിരുന്നു. അങ്ങനെയിരിക്കേ പടിഞ്ഞാറ് വെളുത്തച്ചന്റെ കുരിശടിയിൽ കൊടികേറിയ ദിവസം രാത്രി അനിക്ലേത്ത് സ്രാങ്കും

മകൻ അൽപോയും കൂടി തോളത്ത് ഒരു പെരുത്ത ആമയെയും കാവിക്കൊണ്ട് പൊഴിയിറമ്പിലുള്ള പുല്ലുമ്പുറത്തേക്ക് വേച്ചുവേച്ച് വന്നു. പെരുന്നാൾ പ്രമാണിച്ച് മാമച്ചന്റെ കടയിൽനിന്നും പോത്തിറച്ചി വാങ്ങിയൊലർത്താൻ വരിനിന്നിരുന്നവരിൽ ഭൂരിഭാഗം പേരും സ്രാങ്ക് ആമയെ വെട്ടാൻ പോണെന്നറിഞ്ഞ് കൊതിമൂത്ത് പൊഴിക്കടവിലേക്ക് പാഞ്ഞുവന്നു. കൂടിനിന്ന ആളുകൾക്കിടയിലൂടെ ഭാര്യ ലീലാമ്മ വീട്ടിൽനിന്നും കൊടുത്തുവിട്ട തഴപ്പാ ബെഞ്ചമിന്റെ കയ്യിൽനിന്നും എത്തിപ്പിടിച്ച് വാങ്ങി അപ്പന്റെ തോളിൽ ആമയെ കെട്ടിവെച്ചിരുന്ന പങ്കായം അൽപോ പതിയെ നിലത്തേക്കിറക്കി കിടത്തി. അതുവരെ ഭാരം താങ്ങിപ്പിടിച്ചിരുന്ന തന്റെ വലത്തേകയ്യൊന്ന് അമർത്തിക്കുടഞ്ഞ് ട്രൗസറിന്റെ പോക്കറ്റിൽ സൂക്ഷിച്ചിരുന്ന തെറുപ്പു ബീഡി ചുണ്ടിൽ തിരുകിക്കൊണ്ട് ആമത്തോട് വെട്ടിപ്പൊളിക്കാനായി സ്രാങ്ക് തറയിൽ മുട്ടുകുത്തി നിന്നു.

“തോട് പൊളിക്കാൻ വെട്ടരുവാ താടാ...”

കലപിലുത്തുകൊണ്ടിരുന്ന കൂട്ടം സ്രാങ്കിന്റെ ഒച്ച പൊങ്ങിയപ്പോൾ പെട്ടെന്ന് നിശ്ശബ്ദമായി. മുഴുവനായി നരച്ച കൊമ്പൻമീശ കലിയടക്കി തടവിക്കൊണ്ട് സ്രാങ്ക് ആവർത്തിച്ചു.

“വെട്ടുകത്തിയൊണ്ടോ ഇല്ലേ, ഇപ്പ പറഞ്ഞോ.”

ആരും മിണ്ടുന്നില്ല.

“എറച്ചി മൂഞ്ചാൻ പിന്നെ എന്തു കുണ്ണേം കൊണ്ടാ നീയൊക്കെ ചമഞ്ഞ് വന്നേ. എന്റെ പറമ്പിലെ വെട്ടരുവാക്ക് വെട്ടിയിട്ട് നീയൊക്കെ തിന്നതന്നെ. അൽപോ ആമെയെടുക്കടാ. വീട്ടിലോട്ട് നടന്നോ.”

വർഷത്തിലൊരിക്കൽ ശ്രീലജൻ കൊല്ലൻ വീടുകൾതോറും യന്ത്രവുമായി വരുമ്പോ മാത്രം മൂർച്ചവെപ്പിച്ചെടുക്കുന്ന വെട്ടുകത്തിയും മമ്മട്ടിയുമൊക്കെ വാവാക്കാട്ടുള്ളവർ നിധിപോലെയാണ് സൂക്ഷിച്ചിരുന്നത്. അടുത്ത വീട്ടിൽനിന്നും കടം വാങ്ങിയ പിടിയൊടിഞ്ഞുപോയ മമ്മട്ടിയുടെയും വാ ചളുങ്ങിയ വെട്ടരുവയുടെയും പേരിൽ വീട്ടുകാർ തമ്മിതല്ലുന്നത് വാവക്കാട്ടൊരു പതിവു കാഴ്ചയായിരുന്നു. ഈ സാഹചര്യത്തിൽ പാറപോലെ കടുത്ത ആമത്തോട് വെട്ടിപ്പൊളിക്കാൻ സ്രാങ്ക് വെട്ടരുവാ ചോദിച്ചപ്പോഴുള്ള കഥ പറയണ്ടല്ലോ. മൂക്ക് കറുപ്പിച്ചിട്ടും തെറിപറഞ്ഞിട്ടുമൊന്നും ഒരു രക്ഷയുമില്ലെന്ന് മനസ്സിലായപ്പോൾ അനിക്ലേത്തും അൽപോയും ആമയെ പതിയെ തോളത്തുവെച്ച് തിരിച്ചുപോകാൻ തുടങ്ങി.

“ഇന്നാ സ്രാങ്കേ വെട്ടരുവാ. വെട്ടുമ്പോ ഒരു പങ്ക് കൂടുതലെനിക്ക് തന്നാ മതി.”

പൊക്കലെയിൽ അച്ചാച്ചന്റെ പേരക്കിടാവ് ക്ലെമന്റ് അരികൊടിഞ്ഞൊരു വെട്ടുകത്തി അവർക്കു മുൻപിലേക്ക് നീട്ടിക്കൊണ്ട് പറഞ്ഞു.

വല്യച്ചാച്ചന്റെയും വിക്ടോറിയുടെയും കാലശേഷം മകൻ ക്ലീറ്റസും ഭാര്യ തെയ്യാമ്മയും കുടിപ്പള്ളിക്കൂടം പൂട്ടി കുടുംബവീടിന്റെ പറ്റെതന്നെ ഒരു വലിയ പലചരക്കുകട തുടങ്ങി. എന്നാൽ കാലാകാലങ്ങളായി വാവക്കാട്ടിലെ കച്ചവടം അടക്കിവാണിരുന്ന മണ്ണാപറമ്പുകാരുടെ അനുഭവസമ്പത്തിന്റെ മുന്നിൽ ക്ലീറ്റസിന്റെ കടയ്ക്ക് അധികനാൾ പിടിച്ചുനിൽക്കാനായില്ല. കട വേഗം പൂട്ടിപ്പോയതിൽ പൊക്കലെ വീടിന് വലിയ നഷ്ടമൊന്നും ഉണ്ടായില്ലെങ്കിലും മണ്ണാപറമ്പിലെ ലോനപ്പന്റെ കൂടോത്രത്തിന് മുന്നിൽ തോറ്റുപോയെന്നുള്ള മാനക്കേട് ക്ലീറ്റസിനെ നന്നായി ഉൾവലിച്ചു. പിന്നീട് മകൻ ക്ലെമന്റിന്റെ നല്ലപ്രായത്തിൽ അയാൾതന്നെ മുൻകൈയെടുത്താണ് പൊക്കലെ വീട്ടിൽ പള്ളിക്കൂടം വീണ്ടും സ്ഥാപിച്ചതും കൊച്ചുങ്ങളെ എഴുത്തിനിരുത്തിത്തുടങ്ങിയതും. ക്ലീറ്റസ് കെട്ടിപ്പൊക്കിയ കുമ്മായപ്പുര ഫലം കാണാതെപോയ സ്വപ്നങ്ങളുടെ സ്മാരകംകണക്കെ പൊക്കലെ പറമ്പിൽ അനാഥമായി അവശേഷിക്കുകയും ഒരു മഴക്കാലത്ത് നിലംപൊത്തുകയും ചെയ്തു. ക്ലെമന്റാകട്ടെ, വാവക്കാട്ടുകാരുടെ പുതിയ പൊക്കലേൽ അച്ചാച്ചനായി രൂപാന്തരപ്പെടുകയും ചെയ്തു.

“ഇതിത്രേം നേരം കയ്യി വെച്ചിട്ടാണാ മയിരേ നീ മിണ്ടാതെ നിന്നേ.”

“നിന്റെ കെറുവിച്ചുപോക്കൊന്ന് കാണാനാടാ അനിക്ലേ മിണ്ടാഞ്ഞത്.”

ചെറുപ്പം തൊട്ടേ തന്റെ ഉറ്റസുഹൃത്തായ ക്ലെമന്റ് പറഞ്ഞതു കേട്ട് തെകട്ടിവന്ന ചിരി അടക്കിപ്പിടിച്ചുകൊണ്ട് അനിക്ലേത്ത് വെട്ടുകത്തി കയ്യിൽ വാങ്ങി ആമത്തോട് പൊട്ടിക്കാൻ തുടങ്ങി. വെട്ടുകത്തിയുടെ പുറംഭാഗം വെച്ചുള്ള ഓരോ അടിയുടെയും ആഘാതത്തിൽ ആമത്തോട് പിളർന്ന് രക്തവും വെള്ളവും സ്രാങ്കിന്റെ മുഖത്തേക്ക് ചിതറിവീണു. നെറ്റിയിലും മീശയിലും പറ്റിപ്പിടിച്ച ചോര കാര്യമാക്കാതെ കൂടുതൽ വീറോടെ തോട് തല്ലിപ്പൊട്ടിക്കുന്ന അപ്പാപ്പനെ ലീലാമ്മയുടെ പുറകിൽ ഒളിഞ്ഞു നിന്നുകൊണ്ട് ഭയത്തോടെ നോക്കുമ്പോൾ അച്ചാച്ചന്റെയടുത്ത് എഴുത്തിനിരിക്കുന്ന സമയത്ത് പൊടിവാവ പറഞ്ഞുതന്ന കാളിയുടെ ദാരികവധമാണ് ബെഞ്ചമിന് ഓർമ്മ വന്നത്.

തോടുതുറന്ന് അടർത്തിയെടുത്ത കിളുന്തിറച്ചി ചേമ്പിലയിൽ പൊതിഞ്ഞ് വാഴനാരുകൊണ്ട് വരിഞ്ഞുകെട്ടിയ അമ്പതോളം പങ്കുകൾ അന്നവിടെ വേഗത്തിൽ വിറ്റുമാറി. മിച്ചം വന്ന ഇറച്ചി ബെഞ്ചമിന്റെയും ലീലാമ്മയുടെയും കയ്യിൽ വീട്ടിലേക്ക് കൊടുത്തുവിട്ട ശേഷം അനിക്ലേത്തും അൽപോയും ക്ലെമന്റിനൊപ്പം ഷോപ്പിലേക്ക്

നടന്നു. മണ്ണാപറമ്പുകാരുടെ പുരയിടം പിന്നിട്ട് ചെറിയൊരു കൈത്തോട് നീന്തിവേണം ഷാപ്പിലേക്കെത്താൻ.

“നീയെന്താണ്ടാ നക്സലാ... അതാ വാവക്കാട്ടിലെ വീരപ്പനാ... പരസ്യവായിട്ട് കടലാമേനെ വെട്ടാൻ നടക്കണ്. എക്സയസ്കാരറിഞ്ഞാലൊണ്ടല്ലാ, ആ... ഞാൻ പറയാനൊള്ളത് പറഞ്ഞ്. പണ്ടത്തകാലവൊന്നുവല്ലേ ഇപ്പ.”

തനിക്കു കിട്ടിയ രണ്ടുപങ്കും നെഞ്ചിൽ ചേർത്തുപിടിച്ചുകൊണ്ട് തോട് നീന്തുന്നതിനിടയിൽ ക്ലെമന്റ് പറഞ്ഞു.

“ഒക്കത്തിരിക്കണ എറച്ചീടെ ചൂര് മാറീട്ടെന്നെ കുറ്റം പറയടാ നാറീ...”

“ചൂരും ചൊണയൊക്കങ്ങനെ കെടക്കും. ഈ ആവതില്ലാത്ത പ്രായത്തില് ജയിലീ പോണ്ടല്ലാന്നോർത്ത് പറഞ്ഞതാണേ.”

“ആവതില്ലെന്നാ... ചെക്കൻ നിക്കണ്. ഇല്ലേ ഞാ മറുവടി തരാർന്ന്.”

“ആ ഉവ്വ. എടാ അൽപോ, നിന്റപ്പന് ഇപ്പഴും കള്ളുമ്പുറത്ത് പണ്ടാ കറുമ്പച്ചനെ പിടിക്കാൻ പോയ ചെറുപ്പക്കാരനാണെന്നാ ഭാവം. വയസ്സായാ വീട്ടി കെടന്ന് കൊന്തേം ചൊല്ലി മക്കൾ കൊണ്ടുത്തരണ കഞ്ഞീം കുടിച്ച് ഒതുങ്ങി ജീവിക്കണം.”

“അങ്ങനെ ജീവിക്കാൻ എന്റെ തന്തേടെ പേര് ക്ലീറ്റസെന്നല്ല.”

“കണ്ടാ... കാര്യം പറഞ്ഞപ്പ എന്റെ തന്തയ്ക്കായി കുറ്റം.”

“അച്ചാച്ചൻ കറുമ്പച്ചനെ തപ്പി പോയട്ടൊണ്ടാ? അതെനിക്കറിയത്തില്ലാർന്ന്.”

തോടുനീന്തി ഷാപ്പിനരികെയെത്താറായപ്പോൾ അൽപോ അത്ഭുതത്തോടെ ചോദിച്ചു.

“അതൊരു കഥയാണ് മകനേ. നിന്റപ്പൻ ലേലം വള്ളത്തില് സ്രാങ്കായിട്ട് നിക്കണ സമയം. അന്ന് അമ്മിണിയുവൊണ്ട് കേട്ടാ. ഇതുപോലെയൊരു മകരം പെരുന്നാളിന് നിന്റപ്പനിവിടുത്ത ഷാപ്പൊന്നും പോരാഞ്ഞിട്ട് അർത്തുങ്കലീ പോയി പന്നി കഴിക്കാനൊരു പൂതി കേറിയങ്ങ് കൊളുത്തി. വാശി പിടിച്ചാ പിന്നെ വാശിയാണല്ലാ. ഞാ ഒന്നും മിണ്ടാതെ കൂടപ്പോയി. നടന്നുപോകാനൊള്ള ക്ഷമയില്ലാത്തകൊണ്ട് വെളുപ്പാൻ കാലത്ത് വള്ളത്തിലാർന്ന് യാത്ര. സന്ധ്യയായപ്പ വെളുത്തച്ചന്റടുത്തെത്തി നേർച്ചേവിട്ട് ആദ്യം കണ്ട ഷാപ്പീത്തന്നെ കേറി വയറ് പൊട്ടണവരെ കുടിച്ച്. നേരമിരുട്ടിയപ്പ മർകിലി താത്തിക്ക് ശെരിക്കിഷ്ടവാന്നും പറഞ്ഞ് വീട്ടിലേക്ക് മുക്കാക്കിലോ പന്നീം വാങ്ങി ഞങ്ങളിങ്ങോട്ട് തിരിച്ച്. അന്ന് ചെത്തീലും

കാട്ടൂരും കവരടിച്ച് കെടക്കണ സമയവാര്ന്ന്. അർത്തുങ്കല് വിട്ടപ്പ തന്നെ നിന്റപ്പൻ ബെഹിളി തൊടങ്ങിയിരുന്നകൊണ്ട് ഞാനാരിന്നി ങ്ങോട്ട് വള്ളം തൊഴഞ്ഞത്. വാവക്കാട് ജനിച്ചകൊണ്ട് വെള്ളത്തില് കവരും മാനത്ത് കാറും കാണുമ്പോ ദായിന്നും ഉള്ളിലൊരു മര വിപ്പാ. വള്ളം ചേന്നവലി കഴിഞ്ഞപ്പോ ഞാൻ പേടിച്ചപോലെ തന്നെ മൂക്കിലോട്ടൊരു കെടുമ്പുമണമടിച്ച് കേറി. അതിന്റൊപ്പം എന്റെ ഉള്ളംകാലിലൊരു പെരുപെരുപ്പും വന്ന്. അപ്പത്തന്നെ വള്ളത്തിന്റ ടീല് ആളൊണ്ടെന്ന് ഞാനൊറപ്പിച്ച്. കള്ളുകുടിച്ച് തൊണ്ട വരണ്ടു നിന്നകൊണ്ട് വിശ്വാസപ്രമാണം ചൊല്ലാനെന്റെ നാക്ക് പൊങ്ങിയ തുവില്ല. കെഴക്കമ്മൊരെ കൊണ്ടുപോയിത്തിന്ന പിശാശ് ഞങ്ങളേം തീർക്കാൻ പോകുവാണെന്നൊറപ്പിച്ച നിമിഷത്തിലാ നിന്റപ്പന് ബോധം വീണത്.”

“അനിക്ലേ കറുമ്പച്ചനടീലൊണ്ടടാ... മിണ്ടല്ലേയെന്ന് ഞാൻ പറ ഞ്ഞതും എന്നാലിന്നാ പൂറീട കഴപ്പ് തീർത്തട്ടുതന്നെ കാര്യമെന്നും പറഞ്ഞ് നിന്റപ്പൻ വെള്ളത്തിലോട്ടൊറ്റ ചാട്ടവാ. എന്താണ് സംഭ വിച്ചതെന്നറിയാതെ മിഴിച്ചുനിന്നപ്പ പടിഞ്ഞോട്ട് വെള്ളിടി വേഗ ത്തിലെന്തോ പാഞ്ഞുപോയത് ഞാൻ കണ്ട്. കൊറച്ച് കഴിഞ്ഞപ്പ ഈ കഴുവേറി വെള്ളത്തീന്ന് കേറിവന്നിട്ട് പറയുവാ ഞാനായി വനെ തള്ളിയിട്ടതെന്ന്.”

ക്ലെമന്റ് പറഞ്ഞതുകേട്ട് അൽപോ ഉച്ചത്തിൽ ചിരിച്ചുകൊണ്ട് ഷാപ്പിനകത്തേക്ക് നടന്നു.

“അന്ന് നീ കറുമ്പച്ചന്റെ എരയാവാഞ്ഞത് അമ്മിണീടെ പുണ്യം കൊണ്ടാ.”

“കറുമ്പച്ചന്റെ ചൊള്ളണ്ടി. പണ്ടൊരിക്ക അപ്പന്റെ കൂടെ കുളി ക്കാൻ പോയപ്പ കേട്ടുതൊടങ്ങിയതാ ഈ കറുമ്പച്ചന്റെ അവരാതിച്ച കഥ. അന്ന് ഞങ്ങള് പൊഴീലുവെച്ച് കണ്ടത് വഴിതെറ്റി കേറിയ സ്രാവാ, ചൂരയാ എന്താണ്ടായിരുന്നെന്ന് എനിക്കൊറപ്പാര്ന്ന്. അതു കഴിഞ്ഞെത്ര വട്ടം മഴ പെയ്യുമ്പോ ഞാനും നീയൊക്കെ കടലീ പോയേക്കണ്. ഇതുവരെ എന്തിനേലും നമ്മള് കണ്ടിട്ടൊണ്ടാ? ഇല്ലല്ലാ. അത്രേയൊള്ളിതക്ക. അല്ലേതന്നെ കടലിലങ്ങനെ വെല്ലോ വൊണ്ടായിരുന്നേ എന്റച്ചാച്ചി എപ്പ പിടിച്ചെന്നോർത്താ പോരേ.”

“ആ... അതു ശെരിയാ. ബേസിച്ചാച്ചിയൊണ്ടായിരുന്നേ അങ്ങനെ ചെലതൊക്കെ കാണാര്ന്ന്. അച്ചാച്ചി പോയപ്പ വാവക്കാടങ്ങ് മൊത്ത ത്തിലൊറങ്ങി.”

മകൻ കൈമാറിയ കള്ളുംകുപ്പി ഉറിഞ്ചി കുടിക്കുമ്പോൾ ബെസേലി മരണപ്പെട്ട ദിവസത്തെ ഓർമ്മകൾ അനിക്ലേത്തിന്റെ യുള്ളിൽ എരിഞ്ഞുപൊന്തി. അനിക്ലേത്ത് അമ്മിണിയെ കെട്ടിവന്ന തിന്റെ മൂന്നാംനാൾ വാടപ്പൊഴിയിൽ തിരിവൊണ്ടെന്നറിഞ്ഞു

ബെസേലി വള്ളവുമെടുത്ത് വെളുപ്പിനെയേ പുറപ്പെട്ടു. മരുമകൾക്ക് കൂരിയും ഞണ്ടും ജീവനാണെന്ന് മർകിലി പറഞ്ഞതിന്റെ വെളിച്ചത്തിൽ വൈകുന്നേരം വള്ളമടുപ്പിച്ചപ്പോൾ കുട്ട നിറയെ വലയ്ക്ക് കിട്ടിയ കമ്മട്ടിയും ചുമന്ന് അയാൾ വീട്ടിലേക്ക് വേഗത്തിൽ നടന്നു. പൊക്കലെ പറമ്പും യൂദാപുണ്യാളന്റെ കുരിശടിയും പിന്നിട്ട് വീട്ടിലെ വളവിലേക്ക് കടന്നപ്പോൾ തന്റെ കയ്യും കാലും കുഴഞ്ഞു പോണെന്നും പറഞ്ഞ് മണ്ണാപറമ്പിലെ കടത്തിണ്ണയിലേക്ക് അയാൾ പെട്ടെന്ന് ചാഞ്ഞിരുന്നു. അന്ന് കട നോക്കിനടത്തിയിരുന്ന ലോനപ്പന്റെ മകൻ അന്തോണി ബേസിച്ചാച്ചിക്കിതെന്തു പറ്റിയെന്നും പറഞ്ഞുകൊണ്ടോടിവന്ന് തലപിടിച്ചുയർത്തി നോക്കിയപ്പോൾ വായിൽനിന്നും മൂക്കിൽനിന്നും ചോരയൊഴുകിത്തുടങ്ങിയിരുന്നു.

തിണ്ണയിലേക്ക് കൈകുത്തിയപ്പോൾതന്നെ ആളുതീർന്നിരുന്നെന്ന് അപ്പനെ കാണാതെ തിരക്കിവന്ന അനിക്ലേത്തിനോട് കടവാതിൽക്കൽ നിന്നവർ വിതുമ്പിക്കൊണ്ട് പറഞ്ഞു. ഒരു തലമുറയുടെ തന്നെ ആരാധനാപാത്രമായിരുന്ന ബെസേലിയുടെ ശവമടക്കിന് വട്ടയാലു പള്ളിയിൽ ജനസാഗരമായിരുന്നു. അപ്പന്റടക്കുകഴിഞ്ഞ് അമ്മിണിയോടുപോലും പറയാതെ വള്ളവുമായി കടലിലേക്ക് പോയ അനിക്ലേത്തിന്റെ അടങ്ങാത്ത വിലാപം ഉറ്റസുഹൃത്തായ ക്ലെമന്റുപോലും അന്നു കേട്ടില്ല. അപ്പന്റെയോർമ്മകളിൽ മുഴുകി ഉള്ളിലേക്കരിച്ചിറങ്ങിയ ലഹരി പയ്യെ മത്തുപിടിപ്പിച്ചു തുടങ്ങിയപ്പോൾ അൽപോയുടെ തോളിൽ ചാഞ്ഞ് അനിക്ലേത്ത് സ്രാങ്ക് വീട്ടിലേക്ക് തിരികെ നടന്നു.

അടുപ്പത്തിരിക്കുന്ന ആമയിറച്ചി പാതി വെന്തുകഴിയുമ്പോൾ അതിലേക്ക് മൂപ്പിച്ചു ചേർക്കാനുള്ള ചുവന്നുള്ളി പൊളിച്ചുതരാൻ ലീലാമ്മ ബെഞ്ചമിനെയും മർകിലിയെയുമാണ് ഏൽപ്പിച്ചിരുന്നത്. മുറത്തിൽ കൂടിക്കിടന്നിരുന്ന ഉള്ളിത്തൊലിയുടെ ഇടയിൽനിന്ന് ചീയാത്ത ഉള്ളികൾ തെരഞ്ഞുപിടിച്ച് മർകിലിയമ്മാമ്മയുടെ കയ്യിലേക്ക് ബെഞ്ചമിൻ പിടിപ്പിച്ചുകൊടുക്കും. തിമിരം പടർന്ന് കാഴ്ച മങ്ങിയ കണ്ണുകളിൽ അടിഞ്ഞുകൂടിയ ഈളാപ്പ് മെല്ലെ തിരുമ്മിക്കൊണ്ട്, ഞൊടിയിടയിൽ മർകിലി ഉള്ളിത്തൊലി പൊളിച്ച് തിരികെ മുറത്തിലേക്കിട്ടുകൊണ്ടിരുന്നു. പണ്ടൊരു വർഷക്കാലത്ത് ബെസേലി ഒറ്റയ്ക്ക് വള്ളത്തിൽ കെട്ടിവെച്ചു കൊണ്ടുവന്ന കാരാമയെ പെണ്ണമ്മയും മർകിലിയും ചേർന്ന് പുഴുങ്ങി വീതിച്ച കഥ ഉള്ളി പൊളിക്കലിനിടയിൽ ബെഞ്ചമിനോടവർ നിർത്താതെ പറഞ്ഞുകൊണ്ടിരുന്നു.

“കടലിലെ ആമയേക്കാളും ചൊവയൊള്ളത് തോട്ടിലെ ആമയ്ക്കാ. തോട്ടില് രണ്ടുതരം ആമയൊണ്ട്. കാരാമേം വെള്ളാമേം. എറച്ചി കൂടുതൽ വെള്ളാമയ്ക്കാണേലും നെഞ്ചുകുഴിഞ്ഞ ആൺ കാരാമയ്ക്കാ രുചി. അനിക്ലേത്തിന് അമ്മിണീടെ ആലോചന ഒറപ്പിച്ച ദിവസവാ അച്ചാച്ചി മുഴുത്തൊരു കാരാമേനേം ചൊമന്ന് വീട്ടിലോട്ട് വന്നത്. പെണ്ണമ്മാത്താത്തീം ഞാനും കൂടി അതിനെ വെട്ടിപ്പൊളിച്ച് കറിയാക്കി ഉരുളീല് വെച്ചപ്പ ഇവിടുത്തവൻ പൊക്കലേലെ ചെക്കനേം കൂട്ടി ചോറ് തിന്നാൻ വന്ന്. അതുങ്ങളെ തീറ്റിച്ചേച്ചും മുറ്റത്തിരുന്ന് ഞാനും അച്ചാച്ചീം കഴിക്കാൻ തൊടങ്ങിയപ്പോ അച്ചാച്ചി വലിയ കാര്യത്തെ എന്നോടു പറഞ്ഞതാ “പെണ്ണേ, അനിക്ലേ കെട്ടിക്കൊണ്ടു വരണതിനെ ഞാനില്ലേലും മുട്ടിപ്പില്ലാതെ നീ നോക്കിക്കോണേന്ന്. പക്ഷേങ്കി എനിക്കാരേം നോക്കാനും പറ്റിയില്ല കാക്കാനും പറ്റിയില്ല. അൽപോയെ പെറ്റിട്ട മൂന്നാംനാളാ ചോര

വാർന്ന് അമ്മിണി പോയത്. കൊച്ചിനെയൊന്ന് കൊതിതീരെ കളിപ്പിക്കാൻപോലും ആ പാവത്തിനെ തമ്പുരാൻ അനുവദിച്ചില്ല. തള്ളയെ കാണാത്ത കേട് എന്റെ കുഞ്ഞിനും നന്നായിട്ടൊണ്ട്. ഹാ... കറുമ്പച്ചൻ പടം പൊഴിക്കാത്തത്രേം നാള് ഈ കുടുംബത്തിന് ശാപവാബെന്നിച്ചാ. പെട്ടിയിലെ ഗ്ലാത്തി വെളുത്തിരിക്കണത് ദേ നീ കണ്ടില്ലേ."

കട്ടിലിന്റെ വലത്തുഭാഗത്തിരുന്ന തടിപ്പെട്ടി തുറന്ന് ബെഞ്ചമിന്റെ മുൻപിലേക്ക് നിറകണ്ണുകളോടെ മർകിലി നീട്ടിപ്പിടിച്ചു. അമ്മാമ്മയ്ക്ക് ഓർമ്മപ്പെശകുള്ളതുകൊണ്ട് പഴയ കാര്യങ്ങള് പൊങ്ങിവരുമ്പോ പെട്ടിയിലിട്ട് വെച്ചിരിക്കുന്ന കടൽനാക്കെടുത്ത് ഗ്ലാത്തി മങ്ങിയെന്നും പറഞ്ഞ് ഇതിനുമുമ്പും ബെഞ്ചമിനെ കാണിച്ചിട്ടുണ്ട്. അതുകൊണ്ടുതന്നെ മർകിലിയുടെ പെരുമാറ്റത്തിൽ വലിയതത്ഭുതമൊന്നും അവനപ്പോൾ തോന്നിയില്ല. വൈകുന്നേരത്തെ കുർബ്ബാന കഴിഞ്ഞ് ആളുകൾ കുരിശടിയിൽ നിന്ന് തിരിച്ചു വീട്ടിലേക്ക് പോയിത്തുടങ്ങിയ നേരം പള്ളിമുറ്റത്തെ വലിയ തല്ലിമരത്തിൽ കെട്ടിവെച്ചിരുന്ന തുരുമ്പിച്ച കോളാമ്പിയിൽനിന്ന് "വിശുദ്ധനായ സെബസ്ത്യാനോസേ..." എന്ന പാട്ട് നേരിയ ശബ്ദത്തിൽ വാവക്കാട് മുഴുവൻ ഒഴുകിയെത്തി. പുറത്തു മഴക്കാറ് മൂടി ഇടിയോടുകൂടി കൊള്ളിയാൻ മിന്നിത്തുടങ്ങിയിരുന്നു. പടിഞ്ഞാറ് കടലൊടിയുന്ന ശബ്ദം ചുവരുകളെ മുഴക്കിയപ്പോൾ ലീലാമ്മ ഭയത്തോടെ അൽപോയെയും അപ്പനെയും നോക്കി മുറ്റത്തേക്കിറങ്ങിനിന്നു.

"ബെന്നിച്ചാ, ഇതുപോലിടി വെട്ടണ നേരത്താ കടലിലെ സത്വങ്ങള് മനുഷ്യച്ചോര കുടിക്കാൻ കരേലോട്ട് കേറി വരണത്. നീ അമ്മച്ചിയോട് വേഗം അകത്തോട്ട് കേറി നിക്കാൻ പറ."

മർകിലി ഗ്ലാത്തി സൂക്ഷിച്ചിരിക്കുന്ന പെട്ടി നെഞ്ചോട് ചേർത്തു പിടിച്ചുകൊണ്ടു തുടർന്നു.

"ലീലാമ്മ നിന്നെ പ്രസവിച്ചു കെടന്ന സമയം. അനിക്ലേത്തും കൊച്ചും പണിക്ക് പോയട്ട് വന്നട്ടില്ല. ഇതേപോലെതന്നെ വെളുത്തച്ചന്റെ പെരുന്നാൾ നടക്കണെ സമയമാർന്ന്. രൂപോം താങ്ങി കുരിശു വരേന്ന് പ്രദക്ഷണമെറങ്ങിയപ്പ ഇടിച്ചുകുത്തിയൊരു മഴ പെയ്ത്. കണ്ണടച്ച് തൊറക്കണ വേഗത്തിൽ പൊഴിയും നെറഞ്ഞ് മുറ്റത്തെ മരവും വീണ് വെള്ളവങ്ങനെ പൊന്തിവരാൻ തൊടങ്ങി. ഇടീടശക്തി കൂടിക്കൂടി വന്നപ്പ നടുക്കത്തെ വാതിലടച്ച് കുറ്റിയിട്ട് ഞാനുമിവളും കൂടി വാരത്തില് പാ വിരിച്ച് കെടന്ന്. മഴ കൊറഞ്ഞപ്പ നിന്റമ്മച്ചി പതിയ കണ്ണടച്ച്. പക്ഷേ കുളിര് കാരണം നീ ഒറങ്ങാതിരുന്ന് വെറക്കാൻ തൊടങ്ങി. അപ്പോ നിന്നെ പൊതപ്പിക്കാൻ തെക്കേ മുറിയിലൊള്ള കമ്പിളി എടുത്തോണ്ട് വരാനായിട്ട് ഞാൻ ഒച്ചയൊണ്ടാക്കാതെ എണീറ്റ് പോയി. വാരത്തിലെ അരപ്രയ്സിനു

മോളിലിരുന്ന മണ്ണെണ്ണ വെളക്ക് കത്തിച്ച് കട്ടിലേന്ന് പൊതപ്പു വെടുത്ത് തിരിഞ്ഞു നടന്നപ്പഴാണ് ഞാനത് ശ്രദ്ധിച്ചത്. പൊഴിക്കു പറ്റെ ഒരു കറുത്ത രൂപം ഒഴുകി നടക്കണ്. ജനലിലൂടെ ഞാ ഒന്നേ നോക്കിയൊള്ളു. അപ്പഴത്തേക്കും ഒരു കെട്ട വാട എന്റെ മൂക്കിലോട്ട ടിച്ച് കേറി. കണ്ണിലിരുട്ടും വീണ് തൊടങ്ങി. ഒരുകണക്കിന് ഞാൻ തപ്പിത്തടഞ്ഞ് നിങ്ങടടുത്ത് എത്തിയപ്പ പടിഞ്ഞാറ് നിന്ന് കാത് തൊളഞ്ഞുപോണ കണക്കൊരൊച്ച കേട്ട്. പൊറങ്കടലീക്കൂടി പോണ ഉരുവിന്റെ പോലത്ത വലിയൊരു സയറൺ. അതുംകൂടി കേട്ടപ്പ എന്റെ ബോധം പോയി. പിന്നെയൊരു കുതിരക്കൊളമ്പടി കേട്ടാ ഞാനെണീക്കണത്. ആ കൊളമ്പടി ശബ്ദം നമ്മട വീടിനെ ചുറ്റി വേഗത്തിൽ കുരിശടീടെ അടുത്തോട്ട് പോണത് ഞാനറിഞ്ഞ്. അന്നേരം വെളുത്തച്ചന്റെ രൂപം പ്രദക്ഷണം കഴിഞ്ഞ് നടയിലോട്ട് കേറണ സമയവാര്ന്ന്. ഇത്രേംനാള് കഴിഞ്ഞിട്ടും അന്ന് പൊഴിക്കര യിൽ കണ്ട രൂപത്തെ ഓർക്കുമ്പോ എനിക്കിന്നും പേടിയാണ്. അതു പോലത്തന്നെ പേരിനു പോലുമൊരു കുതിരയില്ലാത്ത ഈ നാട്ടില് പെട്ടെന്നെവിടുന്നാ ഒരു കൊളമ്പടി ശബ്ദം കേട്ടത്; അതുമറിയാ മ്മേല."

മർകിലിയുടെ വാക്കുകൾ ഭീതിയോടെ കേട്ടിരുന്നപ്പോൾ കുടിച്ച് ലെക്കില്ലാതെ അപ്പനും അപ്പാപ്പനും വീട്ടിലേക്ക് വന്നു കേറിയത് ബെഞ്ചമിനറിഞ്ഞിരുന്നില്ല. തകർത്തു പെയ്ത മഴ ആസ്വദിച്ചു കൊണ്ടു വാതിൽക്കലിരുന്ന് ലീലാമ്മ വെച്ച ഇടിയൻ കപ്പയും ആമ യിറച്ചിയും ആശയടക്കി ചവച്ചിറക്കുമ്പോൾ പള്ളിമുറ്റത്തെ കോളാമ്പി യിൽനിന്ന് കേട്ടുകൊണ്ടിരുന്ന ഗാനത്തിലേക്ക് ഒരിക്കൽകൂടി അവൻ ചെവിയോർത്തു.

"പാപികൾ ഞങ്ങളെ പരിശുദ്ധരാക്കുവാൻ പണ്ടു നർബോന യിൽ ജനിച്ചവനേ...

പാവങ്ങൾ ഞങ്ങൾക്കു സ്വർഗരാജ്യം തരാൻ പീഡനമേറ്റു തളർന്നവനേ...

വിശുദ്ധനായ സെബസ്ത്യാനോസേ ഞങ്ങൾക്കുവേണ്ടി പ്രാർത്ഥിക്കേണമേ."

മൂണി

കടൽ പ്രക്ഷുബ്ധമാണ്. കര അനാഥവും.

അച്ചാച്ചന്റെ പള്ളിക്കൂടത്തിലെ രണ്ടുവർഷത്തെ പഠിത്തം കഴിഞ്ഞ് ആറാമത്തെ വയസ്സിലാണ് അൽപോയുടെ കയ്യുംപിടിച്ച് സി.വൈ. എം.എ. സ്കൂൾമുറ്റത്തേക്ക് ബെഞ്ചമിൻ ചെല്ലുന്നത്. ഏബിസിഡിയും ഒമ്പതിന്റെ ഗുണനപ്പട്ടികയും മനപ്പാഠമാക്കി മണ്ണിലും സ്ലേറ്റിലും തെറ്റാതെ നാലുതവണ എഴുതിക്കാണിച്ചുറപ്പു വരുത്തിയശേഷമാണ് ബെഞ്ചമിനെ സ്കൂളിൽ ചേർക്കാനുള്ള സിഗ്നൽ അപ്പനും അമ്മയ്ക്കും ക്ലെമന്റച്ചാച്ചൻ കൈമാറിയത്. ഉച്ചിനിറയെ എണ്ണപൊത്തി അതിരാവിലെത്തന്നെ തോട്ടിലെ വെള്ളത്തിൽ മുങ്ങിക്കുളിച്ച് ചേരാൻ ചെന്നപ്പോൾ എൽസി ടീച്ചർ തന്നുവിട്ട പാഠപുസ്തകങ്ങളും സ്ലേറ്റും താങ്ങി ധൃതിയിൽ സ്കൂളിലേക്ക് നടന്നുപോകാൻ ബെഞ്ചമിനും കൂട്ടുകാരൻ സ്റ്റീപ്പനും പെരുത്തിഷ്ടമായിരുന്നു. സെമിത്തേരിക്ക് പറ്റെ റേഷൻകട നടത്തുന്ന താടിവർക്കിയുടെ മൂത്ത മകനായ സ്റ്റീപ്പൻ പൊക്കലെ പള്ളിക്കൂടത്തിലും ബെഞ്ചമിനൊപ്പമാണ് എഴുത്തും വ്യാകരണവും പഠിച്ചത്.

എന്നും രാവിലെ നാലരികിലും തടികെട്ടിയുറപ്പിച്ച മിനുത്ത സ്ലേറ്റുമായി അച്ചാച്ചന്റെയടുത്തേക്ക് വരുന്ന സ്റ്റീപ്പന്റെ നിക്കറിന്റെ പോക്കറ്റിൽ വർക്കിയറിയാതെ റേഷൻകടയിൽനിന്ന് വാരിയെടുത്ത ഒരുപിടി പഞ്ചസാരയോ പച്ചപ്പയറോ കാണുമായിരുന്നു. കൂടെയെഴുത്തിനിരിക്കുന്ന മറ്റു പിള്ളേർക്കൊന്നും കൊടുക്കാതെ ഉച്ചയ്ക്കുണ്ണാൻ വിടുമ്പോ ബെഞ്ചമിന്റെയുള്ളംകയ്യിലേക്ക് മാത്രമാണ് സ്റ്റീപ്പനത് പങ്കുവെച്ചിരുന്നത്. പൊക്കലേലെ പഠിത്തം കഴിഞ്ഞ് മകനെ തന്റെ നെലയ്ക്കും പത്രാസിനും ചേർന്ന ടൗണിലെ മാതാ ഇംഗ്ലീഷ് മീഡിയം സ്കൂളിലയച്ച് പഠിപ്പിക്കണമെന്നായിരുന്നു താടിവർക്കിയുടെ ആഗ്രഹം. എന്നാൽ ഉയിരുപോയാലും കൂട്ടുകാരനെ വിട്ട് താനെങ്ങോട്ടും പോകത്തില്ലെന്ന് ചെക്കൻ വാശി പിടിച്ചപ്പോ വർക്കിയുടെ കടുംപിടുത്തവും മെല്ലെ അയഞ്ഞു.

വർക്കിയുടെ അപ്പൻ കൊച്ചുവറീത് പണ്ട് മണ്ണാപറമ്പുകാരുടെ കടയിൽനിന്ന് ബെസേലിയുടെ തൊഴിയും കൊണ്ട് മൂപ്പിച്ച് വീട്ടിലേക്ക് കയറിച്ചെന്ന ദിവസമാണ് ഭാര്യ കൂങ്കാച്ചി പൊഴിയിറമ്പിലടുപ്പിച്ചിരുന്ന വള്ളത്തിന്റടീന്ന് ജാക്കറ്റും നേരെയാക്കി പുറത്തേക്കു വരുന്ന കാഴ്ച കാണുന്നത്. വറീതിനെ കണ്ടപാട്തന്നെ അഴിച്ചുവെച്ച തോർത്തുംപൊക്കി വളത്തിന്റടീന്ന് ഓടിപ്പോയ വെളുത്തെലുമ്പിച്ച രൂപം കൈതത്തിലെ ലോറൻസാണെന്ന് ഒറ്റനോട്ടത്തിൽ തിരിഞ്ഞെങ്കിലും തന്റെ മൊലകുടി മാറാത്ത ചെക്കനെയിട്ടിട്ട് കഴപ്പ് തീർക്കാൻ പോയ കെട്ടിയോൾക്കിട്ടായിരുന്നു ആദ്യത്തെയടി. കടവാതുക്കൽനിന്ന് കിട്ടിയ ബെസേലിയുടെ തൊഴിയുടെ ചൊരുക്കും മനസ്സിലോർത്ത് മുറ്റത്തുള്ള തെങ്ങുംകുറ്റിയിൽ വളച്ചുനിർത്തി കുങ്കാച്ചിയുടെ മുതുകു നോക്കി അയാൾ കലിതീർത്തു. ഇരുട്ടും വരെ നീണ്ട ഇടിയുടെ ആഘാതത്തിൽ രണ്ടാഴചയ്ക്കിപ്പറം നട്ടെല്ല് പഴുത്ത് കൂങ്കാച്ചി കെടപ്പിലായതോടെ കൊച്ചിനെ നോക്കാൻ വറീത് പറവൂരുള്ള ഒരകന്ന ബന്ധുവിനെ വീട്ടിലേക്ക് കൂട്ടിക്കൊണ്ടുവന്നു.

അന്ന് പതിന്നാല് വയസ്സുമാത്രം പ്രായമുണ്ടായിരുന്ന മെറ്റിൽഡ എന്ന ആ പെൺകുട്ടിയെ കൂങ്കാച്ചി മരിച്ചതിന്റെ പിറ്റേദിവസം തന്നെ തന്റെ കെടപ്പുമുറിയിലേക്കും വറീത് പിടിച്ചുകയറ്റി. പിന്നീട് വർക്കി വളർന്നുവന്നപ്പോൾ താൻ പെറ്റിട്ട കുഞ്ഞിനെപ്പോലെ മെറ്റിൽഡ അവനെ സ്നേഹിക്കുകയും അപ്പനേക്കാൾ ചൊണയോടെ വളർത്തി വലുതാക്കുകയും ചെയ്തു. വറീതിന്റെ മരണശേഷം വീട്ടിലെ വള്ളം വിറ്റ് പള്ളിമുറ്റത്തൊരു കട തുടങ്ങാൻ മെറ്റിൽഡയാണ് വർക്കിക്ക് ധൈര്യം കൊടുത്തത്. ലോനച്ചന്റെ കട പൂത്തുലഞ്ഞു നിൽക്കുന്ന വാവക്കാട് മറ്റൊരു ചായക്കടയ്ക്ക് ആയുസ്സില്ലെന്ന ബോധമുദിച്ചപ്പോൾ അമ്മയും മോനും സർക്കാർ അനുവാദത്തോടെ പള്ളിമുറ്റത്തെ കട, നാട്ടിലെ ഒരേയൊരു റേഷൻകടയാക്കി മാറ്റുകയായിരുന്നു. പിന്നീടങ്ങോട്ട് നാട്ടിൽ രാജാക്കന്മാരേക്കാൾ പവറുള്ളവർ വരെ മാസം മാസം തങ്ങൾക്കനുവദിച്ച അരിയും മണ്ണെണ്ണയും വാങ്ങി വീട്ടിൽ പോകാൻ വർക്കി കട തുറക്കുന്നതും കാത്ത് പള്ളിമുറ്റത്ത് വന്ന് പെറ്റുകിടക്കാൻ തുടങ്ങി.

കല്യാണം കഴിഞ്ഞ് പത്തുമുപ്പതു വർഷമായിട്ടും മക്കളൊന്നുമില്ലാതിരുന്ന വർക്കിക്കും കെട്ടിയോൾ അന്നമ്മയ്ക്കും സെന്റ് ആന്റണീസ് ഓർഫനേജിലെ സിസ്റ്ററമ്മാരെ മുട്ടിച്ചുകൊടുക്കുന്നത് വിയാനിയിലോട്ട് പുതുതായി ഇടവക മാറിവന്ന ജോർജച്ചനാണ്. മദർ സുപ്പീരിയർ പറഞ്ഞതനുസരിച്ച് ഒരു ക്രിസ്മസിന്റെ തലേന്ന് കുട്ടികളെ കാണാനായി വർക്കിയും ജോർജച്ചനും ഓർഫനേജിലേക്ക് വണ്ടിവിളിച്ചു ചെന്നു. തിളങ്ങുന്ന വെള്ളിക്കടലാസിൽ പൊതിഞ്ഞ് വർക്കി കൊണ്ടുവന്ന പ്ലം കേക്ക് ആർത്തിയോടെ പങ്കിട്ടു

തിന്നുന്ന കുട്ടികൾക്കിടയിലൂടെ ജോർജച്ചൻ കൈ പുറത്തേക്ക് ചൂണ്ടിപ്പിടിച്ചു. ഓർഫനേജിലെ മൈതാനത്തിന്റെ ഒത്ത നടുക്ക് പണിതുകൊണ്ടിരുന്ന അന്തോനീസ് പുണ്യാളന്റെ ഗ്രോട്ടോയ്ക്ക് താഴെ ഈന്തയൊലിപ്പിച്ചു നിന്നിരുന്ന ഓർമ്മയുറയ്ക്കാത്ത പയ്യനെ നെഞ്ചിൽ ചേർത്തുപിടിച്ചുകൊണ്ട് അറുപതാം വയസ്സിൽ താനൊരു അപ്പനായ സന്തോഷത്തിൽ താടിവർക്കി വീട്ടിലേക്ക് നടന്നു. വർക്കി കൊച്ചിനെയുംകൊണ്ട് വീട്ടിലോട്ട് വന്നെന്ന വാർത്തകേട്ട് വാതം വന്ന് വളഞ്ഞ കാലിന്റെ വേദന വകവെക്കാതെ മെറ്റിൽഡ വെല്യമ്മ നടുമുറിയിലേക്ക് നിരങ്ങിവന്ന് സ്റ്റീപ്പന്റെ ചുരുണ്ട മുടിയിൽ കൈ കോർത്തുകൊണ്ടു നെറ്റിയിൽ മെല്ലെ ഉമ്മവെച്ചു.

"കൊച്ചിനെന്നാ പേരാ ഇടണെ?"

"അപ്പന്റെ പേരിടാം."

വർക്കി അഭിമാനത്തോടെ പറഞ്ഞു.

"നടക്കത്തില്ല. എന്റെ കൊച്ചിന് പേര് ഞാ പണ്ടേ കണ്ടുവെച്ചിട്ടൊണ്ട്. അതിട്ടാ മതി."

അന്നമ്മ സ്റ്റീപ്പനെ വർക്കിയുടെ അടുത്തുനിന്ന് മാറ്റിനിർത്തി.

"അപ്പന്റെ പേരല്ലേലും വേണ്ട വർക്കിച്ചാ. പിള്ളേരെല്ലാം വളർന്ന് വരുമ്പ നമ്മളെ തന്നെ പ്രാകും. പെങ്ങള് തന്നെയൊരു നല്ല പാഷൻ പേരങ്ങു പറഞ്ഞോ."

"വലിയ പാഷനാണാന്നൊന്നും എനിക്കറിയത്തില്ല. ഇവനെ എനിക്ക് സ്റ്റെഫാനിയോസ് എന്ന് വിളിക്കണം."

"നിനക്കിതെന്തിന്റെ തലകെഴപ്പാ. ഇത്രേം വലിയ പേരിട്ടാ ചെക്കനെയെങ്ങനെ വിളിക്കും?"

"അത് ശെരിയാണല്ലാ പെങ്ങളേ."

"അതിനെന്താ അച്ചോ. സ്റ്റീപ്പാന്ന് വീട്ടീ വിളിക്കാല്ലാ. അവള് പറഞ്ഞ പേര് തന്നെ മതിയെന്റെ കൊച്ചിന്."

മെറ്റിൽഡയുടെ വാക്കുകൾ തർക്കത്തിനു വിരാമമിട്ടുകൊണ്ടു മച്ചിൻമുകളിൽ മുഴങ്ങിക്കേട്ടു.

ആശമൂത്ത് ക്ലീറ്റസ് പണിതുയർത്തി കാലക്രമേണ അനാഥമാക്കപ്പെട്ട കുമ്മായക്കെട്ട് പൊക്കലെ പറമ്പിൽ നിലംപറ്റി ദ്രവിച്ചു തുടങ്ങിയപ്പോഴാണ് ബെഞ്ചമിന്റെ ബാല്യം ആരംഭിക്കുന്നത്. അച്ചാച്ചന്റെയടുത്തെ പഠിത്തം കഴിഞ്ഞ് വൈകുന്നേരമാകുമ്പോൾ സ്റ്റീപ്പനും ബെഞ്ചമിനുമടങ്ങുന്ന സംഘം പറമ്പിൽ കൂനകൂടി കിടക്കുന്ന കുമ്മായപ്പൊടിയിലേക്ക് ഓടിമറിയും. ആദ്യമൊക്കെ കക്കും പൂത്താങ്കിരിയും കഞ്ഞീം കൂട്ടാനും മതിയാവുന്നവരെ കളിച്ചു സന്തോഷിച്ചിരുന്ന പിള്ളേർക്കിടയിലേക്ക് ആച്ചപ്പനാണ് മൂണിപ്പെരുന്നാളെന്ന

ആശയവുമായി കടന്നുവന്നത്. പള്ളിക്കൂടം വിട്ട് പതിവുപോലെ കുമ്മായക്കൂനയിൽ എറിപ്പന്ത് കളിച്ചുകൊണ്ടിരുന്ന പിള്ളേർക്കു നടുവിലേക്കു കൊഴുത്തുരുണ്ടൊരു കറുത്ത കണ്ടനുമായി ആച്ചപ്പൻ കയറിനിന്നു. പിള്ളേരെല്ലാം കളി നിർത്തി കണ്ടനുചുറ്റും കൂടിയപ്പോൾ അതിനെ കഴുത്തിൽപ്പിടിച്ചു തൂക്കി കുമ്മായക്കൂനയ്ക്കു മുകളിലേക്കുയർത്തിപ്പിടിച്ചുകൊണ്ടു പറഞ്ഞു:

"ഇതാണ് നമ്മട മൂണി. ഇന്നുതൊട്ട് ഈ കുമ്മായക്കുന്ന് നമ്മട മൂണിക്കുന്നാണ്. ഈ മൂണി നമ്മട ദൈവവും. ദൈവത്തിന് കൂടൊണ്ടാക്കണ്ടേ?"

"ഒണ്ടാക്കണം."

എല്ലാവരും ഒറ്റസ്വരത്തിൽ മറുപടി പറഞ്ഞ് പലവഴിക്കോടി. കയ്യിൽ തടഞ്ഞ കമ്പും കോലും കൊട്ടങ്ങാച്ചപ്പുമായി മൂണിക്കുന്നിലേക്ക് തന്നെ തിരികെ പാഞ്ഞെത്തി. സ്റ്റീപ്പൻ കൊണ്ടുവന്ന രാജമല്ലിപ്പൂവിന്റെ മൊട്ട് പൊട്ടിച്ചതും പഴുത്ത ഞാറയ്ക്കാനീരും മിക്സ് ചെയ്തുണ്ടാക്കിയ കൊഴുത്ത ദ്രാവകം 'മൂണിയേ ഞങ്ങളെ കാത്തോണേ' എന്നും പറഞ്ഞ് ആച്ചപ്പൻ പൂച്ചയുടെ തലവഴി ഒഴിച്ചുകൊണ്ട് ദൈവത്തിന്റെ രൂപക്കൂടുപണിക്ക് ഔദ്യോഗികമായി തുടക്കം കുറിച്ചു. ബെഞ്ചമിനും പൊടിവാവയും പെട്ടെന്നുതന്നെ പിള്ളേര് പെറുക്കിക്കൊണ്ടുവന്ന കൊട്ടങ്ങാത്തണ്ടും ഒണങ്ങിയ പത്തലും കൂട്ടിക്കെട്ടി ചെറിയൊരു കൂടുണ്ടാക്കി. നേരമിരുട്ടി തുടങ്ങിയപ്പോൾ ആച്ചപ്പൻ ശബ്ദം താഴ്ത്തി ചില മന്ത്രങ്ങളുരുവിട്ടുകൊണ്ട് മൂണിയെ ഭവ്യതയോടെ കൂട്ടിലേക്ക് പ്രതിഷ്ഠിച്ചു.

"നാളെ നമുക്ക് മൂണിപ്പെരുന്നാളാണ്. പെരുന്നാളിന് നേർച്ചക്കഞ്ഞി കൊടുക്കാൻ എല്ലാരും അരിയും പാത്രവുവൊക്കെയായിട്ട് നേരത്തെതന്നെ വരണം. കഞ്ഞികുടിയും പ്രാർത്തനേം കഴിഞ്ഞ് കുന്നുചുറ്റി പ്രദഷിണവുവൊണ്ട്. അതുവരെ മൂണിയേം കൂടിനേം പൊഴീടടുത്തൊള്ള ബെഞ്ചമിൻ അൽപോൺസിന്റെ വീട്ടില് സൂക്ഷിക്കട്ടെ."

പൂച്ചയേംകൊണ്ടു വീട്ടിൽ കേറിയാൽ അപ്പാപ്പൻ കാലുമടക്കി തൊഴിക്കുവെന്ന് അറിയാമായിരുന്നിട്ടും തന്റെ പള്ളിയിലിട്ട മുഴുവൻപേര് എല്ലാവരും കേക്കെയൊച്ചത്തിൽ തെറ്റാതെ വിളിച്ച ആച്ചപ്പന്റെ വാക്കുകൾ നിരസിക്കാൻ ബെഞ്ചമിനു കഴിഞ്ഞില്ല. വർഷങ്ങളായി തോട്ടിനപ്പുറത്തെ ഷാപ്പ് നടത്തുന്ന പൊനപ്പാസ് അപ്പാപ്പന്റെ കൊച്ചുമകനായ ആച്ചപ്പൻ ബെഞ്ചമിനെക്കാളും നാല് വയസ്സു മൂത്തതാണ്. സി.വൈ.എം.എയിൽ നാലാംക്ലാസ്സിൽ പഠിക്കുമ്പോൾ തന്നെ സ്കൂൾ ലൈബ്രറിയിൽ നിന്നെടുത്തു വായിക്കുന്ന കഥകളൊക്കെ പൊടിപ്പും തൊങ്ങലും വെച്ച് പറമ്പിൽവന്ന് കുട്ടികളോട്

പറയുന്നതും അനിയത്തി മോളമ്മയെ കൂട്ടുപിടിച്ച് നാടുനീളെ നടന്ന് ചെമ്പരത്തി പറിച്ച് നീരുപിഴിഞ്ഞെടുക്കുന്ന കുറുകിയ താളി കൂടിയ മരുന്നാണെന്നു പറഞ്ഞുപരത്തി കൂട്ടുകാരെ ചികിൽസിക്കുന്നതു മൊക്കെയാണ് ആച്ചപ്പന്റെ പ്രധാന നേരമ്പോക്കുകൾ. താളിചികിത്സ കൂടിക്കൂടി വന്നപ്പോൾ വൈദ്യരെന്ന ഇരട്ടപ്പേരും ആച്ചപ്പനെത്തേടി യെത്തി. കാര്യങ്ങളിങ്ങനെയൊക്കെയാണെങ്കിലും പ്രായത്തിൽ കവിഞ്ഞ പക്വതയും ആഴത്തിലുള്ള വായനാശീലവും കാരണം ചെറുപ്പത്തിൽതന്നെ പൊനപ്പാസിന്റെ കൊച്ചുമകനെ വാവക്കാടുള്ള വർ ബഹുമാനിച്ചു തുടങ്ങിയിരുന്നു. വൈദ്യർ പറഞ്ഞപോലെ പിറ്റേ ദിവസം രാവിലെ പെരുന്നാൾ നടത്താനുള്ള സാധനങ്ങളുമായി പിള്ളേരെല്ലാം മൂണിക്കുന്നിലേക്കെത്തി. അനിക്ലേത്ത് കാണാതെ അടുക്കളയിലെ ചായ്പിനടിയിൽ ഒളിപ്പിച്ചുവെച്ച മൂണിയെ സ്റ്റീപ്പ നൊപ്പം തോട്ടിലെ വെള്ളത്തിൽ കുളിപ്പിച്ച് കുട്ടപ്പനാക്കി കൂട്ടിലിട്ട് കുന്നിൻമുകളിലേക്ക് ബെഞ്ചമിൻ കൊണ്ടുവന്നു വെച്ചു. തുടർന്ന് പൊടിവാവയുടെ നേതൃത്വത്തിൽ പെമ്പിള്ളേരെല്ലാം കൂടി അരി കഴുകി അടുപ്പത്തിട്ട് നേർച്ചക്കഞ്ഞി വെച്ചിറക്കിയപ്പോൾ പഴുത്തൊരു പ്ലാവില കുമ്പിളുകുത്തി വൈദ്യര് തന്നെ ആദ്യത്തെ പന്തിക്ക് തിരി കത്തിച്ചു. എല്ലാവരും കഞ്ഞികുടി കഴിഞ്ഞ് വിശ്രമിച്ചു തുടങ്ങിയ പ്പോൾ കുന്നിനുമുകളിൽ വെയിൽ കാഞ്ഞിരുന്ന മൂണിയെ തോളി ലേറ്റി വൈദ്യർ ഒന്നും മിണ്ടാതെ നടക്കാൻ തുടങ്ങി. പെരുന്നാൾ കഴിഞ്ഞുള്ള പ്രദക്ഷിണമാരംഭിച്ചെന്നു മനസ്സിലാക്കിയ സ്റ്റീപ്പനും ബെഞ്ചമിനും പെട്ടെന്നുതന്നെ ആച്ചപ്പന്റെ പുറകെ പ്രാർത്ഥനയും ചൊല്ലിക്കൊണ്ട് വെച്ചുപിടിച്ചു. മൂണിക്കുന്നും പുതുപ്പറമ്പും ചുറ്റി റാലി പൊഴിയുടെ അരികത്തെത്തിയപ്പോഴാണ് പൊനപ്പാസിന്റെ പേരക്കിടാവ് സംഘടിപ്പിച്ച പുതിയ വട്ടിനെക്കുറിച്ച് നാട്ടുകാരൊക്കെ യറിയുന്നത്.

"പിള്ളേരുടെയൊക്കെയോരോ ഉച്ചക്കഴപ്പേ..." എന്നുള്ള ലാഘവ ത്തിൽ മൂണിപ്പെരുന്നാളിനെയും പ്രദക്ഷിണത്തെയും പുച്ഛിച്ചു തള്ളി യവരെ വകവെക്കാതെ വൈദ്യരും സംഘവും കുന്നിലേക്ക് തന്നെ ആഘോഷത്തോടെ തിരികെയെത്തി. നീണ്ട റാലിയിലുടനീളം വെയിലുമൊത്തം കൊണ്ടിട്ടും ബഹളംവെക്കാതെ കൂട്ടിൽ തളർന്നു റങ്ങിയിരുന്ന മൂണിയെ പതിയെ പുറത്തേക്കെടുത്ത് നേർച്ചക്കഞ്ഞി വെച്ചുവിളമ്പിയ കലത്തിൽ അവശേഷിച്ചിരുന്ന കഞ്ഞിവെള്ളത്തി ലൽപം വായിലേക്കിറ്റിച്ചു കൊടുത്തുകൊണ്ട് വൈദ്യർ പറഞ്ഞു:

"പ്രിയമുള്ളവരേ, നമ്മുടെ ഒന്നാം മൂണിപ്പെരുന്നാൾ നന്നായി അവസാനിച്ചിരിക്കുന്നു. നാട്ടിലൊള്ള നാറികൾടെയൊന്നും പുച്ഛം നിങ്ങള് ശ്രദ്ധിക്കണ്ട. പള്ളിമുറ്റത്ത് പുണ്യാളൻ പ്രത്യക്ഷപ്പെട്ടാലും

അവമ്മാരിതേപോലൊക്കെ തന്നെ പുച്ഛിക്കത്തേയൊള്ള്. മൂണീട പവറ് ഇവമ്മാർക്കറിയാവോ... മൂണി ദൈവമാണ്. വരുന്ന വർഷങ്ങളിലും നമ്മളിതേപോലത്തന്നെ പെരുന്നാൾ നടത്തും. റാലീം വെക്കും. മൂണി നിങ്ങളെയെല്ലാവരെയും അനുഗ്രഹിക്കട്ടെ. ഇനി എല്ലാവർക്കും പോകാം. പിന്നെ കഞ്ഞിവെക്കാൻ കൊണ്ടുവന്ന കലവും ചട്ടിയുമൊക്കെ മൂണിക്കുന്നിത്തന്നെയിടാതെ കഴുകി നല്ല പോലെ തിരിച്ചു കൊണ്ടുപോകണവെന്നും ഓർമ്മിപ്പിക്കുന്നു."

"അപ്പ മൂണിയെ എന്തു ചെയ്യും വൈദ്യരേ, തോട്ടിലെറിയാനാ?"

"പെടകഴിത്തരം പറയാതടാ ഈപ്പാ. മൂണിശാപം കിട്ടിയാലൊണ്ടല്ലാ നിന്റപ്പന്റെ റേഷൻകടയൊക്കെ നിന്ന് കത്തും കേട്ടാ. ഓർത്തോ."

"എന്നാ പിന്ന നിങ്ങള് തന്നെ പറ. കേക്കട്ട്."

"അടുത്ത പെരുന്നാളിന് പുതിയ മൂണിയെ കിട്ടുന്നവരെ ഇഷ്ടത്തോടെ ആർക്കുവേണേലും ഈ മൂണിയെ വീട്ടീക്കൊണ്ടു പോവാം."

"എങ്കി ബെന്നിക്ക് തന്നെ കൊടുത്തേര്. അവിടെ ഇന്നലെ ബഹളം വെക്കാത നിന്നതല്ലേ."

"എന്റെ വീട്ടിലെങ്ങും പറ്റത്തില്ല വൈദ്യരേ. അപ്പാപ്പൻ കണ്ടാ മൂണി ചാവും എന്നേം വെട്ടും. അതുകൊണ്ട് വൈദ്യര് തന്നെ കൊണ്ടുപൊക്കോ."

"ഞാ കൊണ്ടുപോകാം. കൊഴപ്പവില്ല. പക്ഷേ രാത്രി നിന്റപ്പൻ ഷാപ്പില് വരുമ്പ പൂച്ചക്കറി കൊടുത്താ എന്നെയൊന്നും പറഞ്ഞേക്കല്ല്."

"ദേ, എന്റെപ്പന് പറഞ്ഞാലൊണ്ടല്ലാ..."

"നിന്റപ്പന് പറഞ്ഞതല്ലടാ പോഴാ. പൊനപ്പാസിതിനെവെട്ടി എപ്പ കറിയാക്കിയെന്ന് നോക്കിയാ മതി."

"ഇനിയാരും തമ്മിത്തല്ലണ്ട. മൂണിയെ ഞാൻ കൊണ്ടു പൊക്കോളാം."

പൊടിവാവ മുന്നോട്ടുവന്ന് മൂണിയെ പിടിച്ചുവാങ്ങി വീട്ടിലേക്ക് നടന്നു. പിന്നീടു വർഷാവർഷം മൂണിപ്പെരുന്നാൾ ആർഭാടത്തിൽ പൊക്കലെ പറമ്പിൽ ആഘോഷിക്കപ്പെട്ടു. പെരുന്നാൾ പ്രദക്ഷിണം കഴിയുന്നതുവരെ കൂട്ടിലടയ്ക്കുന്ന മൂണിയെ വൈദ്യരുടെ പതിവു പ്രസംഗത്തിനും ആശീർവാദത്തിനും ശേഷം ഓരോരുത്തരായി ഊഴം നോക്കി വീട്ടിലേക്ക് കൊണ്ടുപോയി. തലയിൽ തടവി കഞ്ഞി വെള്ളം വായിലിറ്റിച്ച് ഓരോ തവണയും മൂണിയെ ആദരവോടെ കൈമാറുമ്പോൾ ശബ്ദം താഴ്ത്തി വൈദ്യര് പറയും:

"മൂണിയെ കാക്കണം. മൂണി ദൈവമാണ്."

വർഷങ്ങൾക്കുശേഷം തനിക്കാദ്യമായി നിർബന്ധിച്ചു വളർത്താൻ തന്ന മൂണിയുമായി മനസ്സില്ലാമനസ്സോടെ ബെഞ്ചമിൻ വീട്ടിലേക്കു വന്ന ദിവസം അനിക്ലേത്ത് സ്രാങ്കും അൽപോയും ഇരുണ്ടുകൂടിയ കാറും കോളും വകവെക്കാതെ സന്ധ്യയ്ക്കുതന്നെ കടലിലേക്ക് വള്ളമിറക്കി. രണ്ടുപേർക്കു മാത്രം കഷ്ടിച്ചിരുന്നു വലയെറിയാവുന്ന അൽപോയുടെ കൊച്ചുവള്ളത്തിൽ മെടഞ്ഞുവെച്ച ചൂരവല തിരിവുനോക്കി വിരിക്കുമ്പോൾ ആകാശത്ത് മിന്നിയ കൊള്ളിയാൻ വെട്ടത്തിൽ മദിച്ചു പൊങ്ങുന്ന കടലിനൊപ്പം അനിക്ലേത്തു സ്രാങ്കിന്റെ കൊമ്പൻ മീശയും തിളങ്ങി.

വായു തണുത്ത് കടലിൽ മഴ പൊടിച്ചു തുടങ്ങിയ സമയം വല വിരിച്ച് മീനിന്റെ വരവിനായി ക്ഷമയോടെ കാത്തിരുന്ന അപ്പന്റെ മുഖത്തേക്ക് അൽപോ ദീർഘമായി നോക്കി. ചുണ്ടിൽ തിരുകിയിരുന്ന ദിനേശ് ബീഡിയുടെ കനത്ത പുക മുകളിലേക്കുയർത്തിവിട്ടുകൊണ്ട് വിദൂരതയിലേക്കു നോക്കിനിന്ന സ്രാങ്ക്, മകന്റെ പതിവില്ലാത്ത പെരുമാറ്റം കണ്ട് അലക്ഷ്യമായി പുഞ്ചിരിച്ചു. മഴയുടെ ശക്തി ക്രമേണ കൂടിവന്ന നേരത്ത് വല തിരികെക്കേറ്റി കരയിലേക്ക് പോകാൻ തുനിഞ്ഞപ്പോളാണ് അമരത്തെ കുലുക്കിക്കൊണ്ട് നേർത്തൊരു സൈറൺ ശബ്ദം അയാളുടെ കാതുകളിലേക്കരിച്ചെത്തിയത്. പൊടുന്നനെ വള്ളത്തെ നടുവെ പിളർത്തിക്കൊണ്ട് ഉയർന്നു പൊങ്ങിയൊരു കൂറ്റൻ തിരമാലയിൽ നിസ്സഹായമായി മുങ്ങിത്താഴുന്ന രണ്ടു കൈകൾ അനിക്ലേത്ത് സ്രാങ്ക് കണ്ടു. അയാളുടെ മനസ്സിൽ അൽപോയുടേതായി അവശേഷിച്ച അവസാനത്തെ ചിത്രവുമതായിരിക്കണം.

പിറ്റേന്ന് രാവിലെ സ്റ്റീപ്പൻ സമ്മാനിച്ച തടിക്കൂടുമായി കണ്ടനെ സൂക്ഷിച്ചിരുന്ന അടപ്പുപാതകത്തിന്റെ അടിയിലേക്ക് നുഴഞ്ഞു കയറുമ്പോൾ ചത്തുമരവിച്ച മൂണിയുടെ ദേഹം ബെഞ്ചമിനെ നോക്കി മിഴിച്ചുകിടന്നിരുന്നു. പെരുന്നാൾ കഴിഞ്ഞു മൂണിയെ സമ്മാനിക്കുമ്പോൾ വൈദ്യര് രഹസ്യമായി പറഞ്ഞ വാക്കുകൾ ഒരിക്കൽക്കൂടി അവന്റെ മനസ്സിലേക്ക് വന്നു.

“മൂണിയെ കാക്കണേ... മൂണി ദൈവമാണ്.”

എറച്ചിപ്പൊറ്റ

ചാവുമണം പടരുമ്പോൾ ജലം ത്രസിക്കുന്നു.

വാവക്കാട് പൊഴിക്കു കുറുകെ തെങ്ങുപാലം പണിതിട്ട സമയത്താണ് കുന്തപ്പോരിൽ കൊല്ലപ്പെട്ടവരുടെ പ്രേതശല്യത്തെക്കുറിച്ച് ആദ്യമായി ജോർജച്ചന്റെയടുത്ത് പരാതി ചെല്ലുന്നത്. സാലപ്പൻ മെമ്പറുടെ ഭരണകാലത്ത് വാവക്കാട്ടിലെ ഒട്ടുമിക്ക വീടുകളിലും കക്കൂസനുവദിച്ചിരുന്നെങ്കിലും കടൽക്കാറ്റേറ്റ് മൂടുതണുത്താൽ മാത്രം വയറ്റീന്ന് പോയിരുന്ന ചിലർ വെളുപ്പാൻകാലത്ത് പൊഴിക്കടവിൽ മത്സരിച്ചു മുക്കുമ്പോ പാലത്തിന്റടിയിൽ പ്രേതത്തെ കണ്ടെന്നാണ് പറയപ്പെടുന്നത്. മേടയിലേക്കു വരുന്ന പരാതികളുടെ എണ്ണം കൂടിക്കൂടി വന്നപ്പോൾ കപ്യാർ ആന്റപ്പനൊപ്പം പോയി പൊഴിയൊന്ന് വെഞ്ചരിച്ചേക്കാമെന്ന് ജോർജച്ചനും തീരുമാനിച്ചു.

വെള്ളിയാഴ്ച നാലുമണിക്കുള്ള ക്രിസ്തുരാജന്റെ ആരാധനയ്ക്കുശേഷം നേർച്ച വിളമ്പാൻ നിക്കാതെ കപ്യാരും കൈക്കാരന്മാരും വെഞ്ചരിപ്പുസമയത്ത് അച്ചനിടാനുള്ള സ്റ്റോളും തളിക്കാനുള്ള ആനാംവെള്ളവുമായി പാലത്തിന്റടിയിൽ വന്നു നിന്നു. പതിവ് കൈവെപ്പ് ശുശ്രൂഷയും കുമ്പസാരവും കഴിഞ്ഞു ഇടതുകാലിലെ മന്തും ചുമന്ന് ജോർജച്ചൻ വേച്ചുവേച്ച് പൊഴിക്കടവിലേക്കെത്തുമ്പോൾ നേരമിരുട്ടിത്തുടങ്ങിയിരുന്നു. ചെല്ലാനം ഇടവകയിലെ ചക്കാലയ്ക്കൽ കുടുംബത്തിലെ ഇളയ തലമുറയിൽപ്പെട്ട ഏകആൺസന്തതിയായ ഗീവർക്കിയെ പെറ്റിട്ടപ്പോത്തന്നെ രൂപതയ്ക്ക് കൊടുത്തേക്കാമെന്ന് നേർന്നത് അമ്മ ഏലിക്കുട്ടിയാണ്. ചെക്കൻ വളർന്ന് കട്ടിളയ്ക്കൊപ്പം പൊങ്ങിയപ്പോ മരിച്ചുപോയ അമ്മച്ചി നേർന്ന നേർച്ചയെക്കുറിച്ച് അപ്പനവനെ ഓർമ്മിപ്പിച്ചു.

"പള്ളിക്ക് ഊമ്പാനാണേ പിന്നൊണ്ടാക്കിയതെന്തിനാ?" എന്ന ഗീവർക്കിയുടെ മറുപടി കേട്ടതോടെ പിന്നീടക്കാര്യം സംസാരിക്കാൻ ചക്കാലയ്ക്കൽ വീട്ടിലാരും മുതിർന്നില്ല. രോമം കിളുത്തു തുടങ്ങിയപ്പോത്തന്നെ കാറ്റാടിക്കാട്ടിൽ വാറ്റുന്ന റാക്കും മോന്തി കറുപ്പും

തിന്ന് മീനൊണക്കാൻ നടക്കുന്ന പെണ്ണുങ്ങളുടെ പുറകെ മണപ്പിച്ച് നടന്നിരുന്ന സത്പുത്രന്റെ വായിൽനിന്നിതിലും മെനയുള്ള മറുപടി കിട്ടുമെന്ന് അപ്പൻ പീറ്ററും പ്രതീക്ഷിച്ചിരുന്നില്ല. ചെക്കൻ ദൈവത്തിനൊള്ളതാണെ മാതാവുതന്നെ അവനെ വിളിച്ചോളുമെന്ന് അയാൾ സ്വയം പറഞ്ഞാശ്വസിച്ചു. ചെല്ലാനത്തും സേവ്യർദേശിലും പ്രായം ചെന്ന പെണ്ണുങ്ങളൊള്ള മതിലിന്റെ വാതിൽക്കലെല്ലാം ഗീവർക്കിയുടെയും കൂട്ടരുടെയും നിഴൽവീണുതുടങ്ങിയത് വലിയൊരു ശല്യമായി മാറിയപ്പോൾ നാട്ടുകാരെല്ലാംകൂടി ഒത്തൊരുമിച്ചൊരു കടുംകൈ ചെയ്തു. കർക്കടകം മൂത്തൊരു രാത്രി ചെറ്റപൊക്കാൻ പതുങ്ങി വന്ന വാവുക്കുട്ടൻ കണ്ട്രാക്ടറുടെ മകൻ പുക്കരനെയും ഗീവർക്കിയെയും കെണിവെച്ചു പിടിച്ച് കവലയിൽ കൊണ്ടുവന്നു പരസ്യമായി തല്ലി. ജന്മനാ കോട്ടലുവരുന്ന പുക്കരൻ പ്രതീക്ഷിക്കാതെ കിട്ടിയ തൊഴിയുടെയും നാണക്കേടിന്റെയും ആഘാതത്തിൽ കവലയിൽവെച്ചു തന്നെ പെടഞ്ഞു മരിച്ചു. ഉറ്റ സുഹൃത്തിന്റെ മരണം കൺമുന്നിൽ കണ്ടതുകൊണ്ടാവണം പിറ്റേ ദിവസം രാവിലെത്തന്നെ അപ്പൻ പീറ്ററിനൊപ്പം ഗീവർക്കി പൊള്ളേത്തൈ സെമിനാരി മുറ്റത്ത് പ്രത്യക്ഷപ്പെട്ടു. പിൽക്കാലത്ത് ആലപ്പുഴ രൂപത മുഴുവൻ ഖ്യാതി പടർന്ന ഫാദർ ജോർജ് ചക്കാലയ്ക്കലിന്റെ വൈദികജീവിതത്തിന്റെ തുടക്കം അവിടെനിന്നായിരുന്നു.

“ഞാൻ ദേ, ആ കല്ലിന്റവിടുന്ന് കുണ്ടീം കഴുകി വരുമ്പഴാണച്ചോ സാനത്തെ കണ്ടത്.”

ചൂടു പടർന്ന ചായഗ്ലാസ് ജോർജച്ചനു കൈമാറിക്കൊണ്ട് അന്തോണി പറഞ്ഞുതുടങ്ങി.

“പണ്ടെന്റപ്പൻ ലോനച്ചൻ ഈ ചായക്കട തൊടങ്ങിയ സമയത്താ കുന്തപ്പോര് നടന്നത്. അന്നൊക്ക എല്ലാത്തിന്റേം വീട്ടില് ഓരോ വലിയ വാരിക്കുന്തവുവൊണ്ട്. സീപീടെ പൊലീസിന്റെ വെടികൊണ്ടു ചാവുന്നതിനെയെല്ലാം പെറുക്കിക്കൊണ്ടു വന്ന് നമ്മടെ ഈ പാലത്തിന്റടീലിട്ടാ രാത്രി കത്തിക്കണത്. ശവം കത്തിത്തീരുമ്പ ചത്തുപോയവരുടെ കുന്തങ്ങളെല്ലാംകൂടി പൊലീസുകാർ പൊഴീലോട്ടൊഴുക്കി വിടും. അങ്ങനൊഴുകിപ്പോണ കുന്തങ്ങളും പാതി വെന്തളിഞ്ഞ ദേഹങ്ങളും നേരം വെളുക്കുമ്പോ കടലില് താഴും. ഞാനൊക്കെ കുഞ്ഞായിരിക്കുമ്പ അപ്പനും ബേസിച്ചാച്ചിയൊക്ക പറയും നേരമിരുട്ടിക്കഴിഞ്ഞാ പൊഴിയിറമ്പില് പോകല്ലെന്ന്. കുന്തപ്പോരീ ചത്തവരുടെ ആൽമാക്കള് പിടിക്കുവെന്ന്. മാതാവാണേ ഇന്നലെവരെ ഇതൊക്കെ വെറും അന്ധവിശ്വാസവാന്നല്ലേ വിചാരിച്ചിരുന്നെ. ആരറിഞ്ഞിങ്ങനൊക്ക കാണുവെന്ന്.”

“ഒള്ളതുവെല്ലൊവാണായിത്? നിങ്ങക്ക് കണ്ണക്ക കാണാവാ. പ്രായം കൊറെയായല്ല?”

“പണ്ട് പൊക്കലെ പറമ്പീന്ന് തേങ്ങയിട്ടോണ്ടോടിയപ്പ അനിക്ലേത്തും അൽപോയും കൂടി നാവി ചവിട്ടിക്കലക്കിയ ആന്റപ്പനല്ലേ നീ. കൈക്കാരമ്മാർക്കും കഴിഞ്ഞവട്ടമിരുന്ന പാഞ്ചിയച്ചനും എടുത്തു കൊടുത്ത് കപ്യാരായപ്പ നിന്റെ കുന്തളിപ്പ് കൂടിയല്ലേ. മണ്ണാപറമ്പു കാർക്ക് കള്ളം പറഞ്ഞ് മൂഞ്ചണ്ട ഗതിയില്ല കേട്ടാ. പിന്ന ഞാ നിന്നോടല്ല കൊണക്കണത്. അച്ചനോടാ. മിണ്ടാതൊരു മൂലക്കിരുന്നില്ലങ്കി അടുത്ത ചായ നിന്റ മോന്തക്കിട്ട് ഞാനാട്ടും.”

അന്തോണിച്ചന്റെ വായിൽനിന്നു കേട്ട പള്ളുവർത്താനത്തിൽ ചമ്മി പിറുപിറുത്തുകൊണ്ടു കപ്യാര് കടത്തിണ്ണയിൽനിന്നു നടന്നു നീങ്ങി.

“എന്റപ്പച്ചാ, നിങ്ങള് തെറി പറയാതെ കണ്ടതെന്താന്നുവെച്ചാ പറ.”

“ഞാൻ മാത്രവല്ലച്ചോ കണ്ടത്. വീശാൻ വന്ന പേദറും കണ്ണമാലീമൊക്കെ കണ്ടാര്ന്ന്. ദോ, ആ പാലത്തിന്റെ വെളുമ്പത്ത് വെള്ളത്തീ പകുതി മുങ്ങിയ കറുത്ത ഒരു രൂപം. അതിന്റെ കയ്യിലാണെ മൂന്നു തലയൊള്ളൊരു പെരുത്ത കുന്തോം. നമ്മളടുത്തോട്ട് ചെല്ലുമ്പ അതൊരു തലകെഴച്ചു പോണ ശബ്ദവുവിട്ട് മുങ്ങിപ്പോകും. കുന്തപ്പോരീ ചത്തത് തന്നയച്ചോ. സംശയം വേണ്ട.”

അന്തോണിയുടെ വാക്കുകൾ മനസ്സു മരവിപ്പിച്ചു തുടങ്ങിയത് വകവെക്കാതെ പായലഴുകിയ തടിപ്പാലത്തിലൂടെ ആനാംവെള്ളവും തളിച്ചുകൊണ്ടു ജോർജച്ചൻ മെല്ലെ നടന്നു. വാവക്കാട് ദുരാത്മാക്കളുടെ ശല്യമുണ്ടാവുന്നത് ഇതാദ്യമല്ല. താൻ സ്ഥലം മാറിവന്ന വർഷം ട്രാക്കിനു തലവെച്ചു മരിച്ച ഗർഭിണിപ്പെണ്ണിന്റെ പ്രേതം വെള്ളിയാഴ്ച വൈകുന്നേരങ്ങളിൽ ആരാധനയ്ക്കുപോയി മടങ്ങുന്നവരുടെ അടുത്തേക്ക് വെള്ളം ചോദിച്ചോടി വന്നിരുന്ന സംഭവം ജോർജച്ചനപ്പോളോർത്തു. പെണ്ണിന്റെ പ്രേതത്തെക്കണ്ട് പനിപിടിച്ചവരൊക്കെ അടിമയിരുന്നു പ്രാർത്ഥിക്കാൻ പള്ളിയിലേക്കു വന്നു തുടങ്ങിയപ്പോ ഇതേപോലെ അന്നും ആനാംവെള്ളവുമായി അയാൾ വാവക്കാട്ടിലെ വീടുകൾതോറും നടന്നിരുന്നു. ഗർഭിണിയുടെ പ്രേതശല്യം അച്ചന്റെ പ്രാർത്ഥനയോടെ തീർന്നുകിട്ടിയ ശേഷം അതുകണക്കുള്ള പരാതികളൊന്നും പിന്നീട് കുറെ നാളത്തേക്കു പള്ളിയിലേക്കെത്തിയിരുന്നില്ല. മരണവും മരണാനന്തര ജീവിതവും വലിയ ചർച്ചകളായി ഉയർന്നുനിൽക്കുന്ന വാവക്കാട്ടിലെ സാധാരണക്കാർക്കിടയിൽ പൊഴിയിറമ്പിൽ മുന്നുതലയുള്ള കുന്തവുമായി പ്രത്യക്ഷപ്പെട്ട ഈ പുതിയ രൂപവും പെട്ടെന്നു

തന്നെ ശ്രദ്ധിക്കപ്പെടുമെന്ന് അയാൾക്കുറപ്പായിരുന്നു. മരിച്ചവർക്കു വേണ്ടിയുള്ള പ്രാർത്ഥനയും ഒപ്പീസും ചൊല്ലി പാലം വെഞ്ചരിച്ച ശേഷം പള്ളിയിലേക്കു നടന്ന ജോർജച്ചന്റെ പുറകെ ഉറക്കെ കൂവിക്കൊണ്ട് കൈക്കാരന്മാരിൽ ഒരാളായ ജയ്ക്കപ്പൻ ഓടിവന്നു.

"എന്താടോ കെടന്നലറണത്?"

"അച്ചോ, കടപ്പൊറത്ത് പൊറ്റ അടിഞ്ഞ്." അയാൾ കിതപ്പടക്കി പറഞ്ഞു.

"തെങ്ങുംപൊറ്റയാ?"

"അല്ലച്ചോ. അച്ചനൊന്ന് വേഗം വന്നേ. അവിടെ ആളുകളെല്ലാം കൂടി ഒരു പണീം വേലയാ."

മഴക്കാറ് മൂടി ഇരുട്ടുപരന്ന കടപ്പുറത്തേക്ക് പ്രവേശിച്ചപ്പോൾ അവിടിവിടായി കൂട്ടംകൂടി നിന്നിരുന്നവരുടെ കണ്ണുകളിൽ തെളിഞ്ഞ ഭയം ജോർജച്ചന്റെ മനസ്സിൽ നേരിയ ഭീതി പരത്തി. ജെയ്ക്കപ്പൻ നടന്ന വഴിയേ ആളുകളെ വകഞ്ഞുമാറ്റി അയാൾ കടൽക്കരയിലേക്കെത്തി. തിരയടിച്ചു ചെളിയും അട്ടകൊക്കയുടെ തോടും ആഴത്തിലുറച്ച ആ പ്രദേശത്ത് അഴുകിയ മാംസത്തിന്റെ രൂക്ഷഗന്ധം നിറഞ്ഞുനിന്നിരുന്നു. അച്ചനെ കണ്ടപ്പോൾ വർക്കിയും പൊനപ്പാസും തറയിൽ മൂടിയിട്ടിരുന്ന തറപ്പാള ഉയർത്തിപ്പിടിച്ചു. പാള ഇരുവശത്തോട്ടും മാറ്റിയപ്പോൾത്തെളിഞ്ഞ വിടവിലൂടെ തലയും കാലുകളുമറ്റ ഒരു മാംസപിണ്ഡം വക്രിച്ചുകിടക്കുന്നതു നടുക്കത്തോടെ അയാൾ കണ്ടു.

"പൊറ്റയാണച്ചോ. കൊറേ വർഷവായിട്ടില്ലാതിരിക്കുവാര്ന്ന്. ഇപ്പ എവിടുന്ന് വന്നെന്നൊരു പിടിയുവില്ല."

പൊനപ്പാസ് മൂക്കുപൊത്തിക്കൊണ്ട് പറഞ്ഞു.

"പൊലീസിനെ വിളിക്കണ്ടേ?"

"വിളിക്കാൻ പോയട്ടൊണ്ടച്ചോ. പക്ഷേ വലിയ കാര്യവൊന്നുവില്ല. തലയൊണ്ടങ്കിലല്ലേ ആളയറിയത്തൊള്ള്."

നെറ്റിയിൽ പടർന്ന വിയർപ്പുതുള്ളികൾ തുടച്ചുകൊണ്ട് വീണ്ടും അയാൾ ആ രൂപത്തിലേക്കു നോക്കി. അറുത്തുമാറ്റപ്പെട്ട കഴുത്തിനു ചുറ്റും ഇളംപച്ച നിറത്തിൽ പായലുപോലൊരു ഈളാപ്പ് പറ്റിപ്പിടിച്ചിരിക്കുന്നു. വാർന്നുപോയ രക്തം കട്ടപിടിച്ചു നെഞ്ചിലും വയറിന്റെയിരുവശവും കാണപ്പെട്ടിരുന്നു. ഉപ്പുവെള്ളത്തിൽ കിടന്നതുകൊണ്ടാവാം മാംസം നന്നായി നീലിച്ചിരുന്നു. കടപുഴകിയ തെങ്ങിൻ പൊറ്റകളിലെ വേരുകൾ ചിതറി നിൽക്കുന്നതുപോലെ അരയ്ക്കു

താഴേക്ക് മരച്ച ഞരമ്പുകൾ ഇറ്റു കിടന്നിരുന്നു. അന്തോണി പൊഴിക്കരയിൽ കണ്ടെന്നു വാദിച്ച രൂപത്തിന്റെ വർണ്ണനയും കാലങ്ങൾക്കിപ്പുറം വാവക്കാട് തീരത്തടിഞ്ഞ പൊറ്റയുടെ ഭീകരത സൃഷ്ടിച്ച മരവിപ്പും പേറി മേടയിലേക്കു നടക്കുമ്പോൾ ജോർജച്ചൻ പൂർണ്ണമായും തളർന്നിരുന്നു. വാവക്കാട്ടേക്ക് സ്ഥലംമാറ്റം കിട്ടിയതിന് ആദ്യമായി അയാൾ ദൈവത്തെ പഴിച്ചു. അന്ന് കടലിലും കരയിലും ആഞ്ഞുപെയ്ത മഴയിൽ വാവക്കാട് പൊഴി വീണ്ടും നിറഞ്ഞു. മനസ്സിനെ വരിഞ്ഞുമുറുക്കിയ ചോദ്യങ്ങളുടെ വിഴുപ്പഴിക്കാൻ കൊതിച്ചുകൊണ്ട് മേടയിലെ അരപ്രെയ്സിൽ ചമ്പളം കൂട്ടിയിരിക്കുമ്പോൾ കടപ്പുറത്തു നിന്നൊരു പൊലീസ് വണ്ടിയും ആംബുലൻസും മഴയത്ത് ചീറിപ്പാഞ്ഞു പോകുന്നത് അയാൾ കണ്ടു.

"അച്ചനൊറങ്ങീല്ലേ?"

കപ്യാർക്കൊപ്പം പള്ളിവാതിൽ കൊട്ടിയടയ്ക്കാൻ കൂട്ടുചെന്ന ജെയ്ക്കപ്പൻ കൊടമടക്കി അകത്തേക്കു കയറിക്കൊണ്ടു ചോദിച്ചു.

"എങ്ങനൊറങ്ങാനാടോ. എന്തൊക്കയ ഞാനിന്ന് കണ്ടത്. നിങ്ങക്കൊക്കയിതക്ക ശീലവാണാ?"

"അച്ചോ, പൊറ്റയടിയണതിദാദ്യവല്ല. പൊക്കലെ കോളനിയിലെ അനിക്ലേത്തിന്റപ്പൻ ഒരു പെരുത്ത മനുഷ്യനൊണ്ടാർന്ന്. വസേലി വെല്യപ്പൻ. ഞങ്ങളൊക്കെ പുള്ളിയെ ബേസിച്ചാച്ചിയെന്നാ വിളിച്ചിരുന്നെ. അങ്ങേര് ചോര ശർദ്ദിച്ചു മരിച്ച ദിവസം ഞാനും പേദറും പൊക്കലയിലെ ക്ലെമന്റും കൂടി രാത്രിക്ക് രാത്രി പൊഴീടവിടേം കടപ്പൊറത്തുവൊള്ള വീട്ടിലൊക്ക മരിപ്പു പറയാൻ പോയി. പിറ്റേന്ന് രാവിലെ തന്നെ അടക്കം വെച്ചിരുന്നകൊണ്ട് ഒരുപാട് സ്ഥലത്ത് പറയാനൊണ്ടാർന്ന്. പേദറും ക്ലെമന്റും വേറെ വഴിക്കു പോയപ്പ എനിക്കായിരുന്ന് കടപ്പൊറത്തോട്ട് വരാനൊള്ള ഡ്യൂട്ടി). ഒന്നുരണ്ട് വീട്ടിലൊക്കെ കേറി പറഞ്ഞിറങ്ങിയപ്പ എന്റെ കാലിലൊരു കാരമുള്ള് ചവിട്ടി. അതൂരി ചോര കഴുകിക്കളയാൻ കടലിലോട്ട് നടന്നപ്പ ചുറ്റും ഭയങ്കര കാറ്റുവീശി. ബേസിച്ചാച്ചീട വെളറിയ പെണം കണ്ട പേടിയുള്ളീ കെടന്നിരുന്നകൊണ്ട് ഞാ വെറച്ചുകൊണ്ടാ വെള്ളത്തിലെറങ്ങിയത്. പെട്ടെന്ന് എന്റെ കണ്ണും‌വെട്ടത്തീന്ന് വലിയൊരു കാറിച്ചേം കാറി ഒരു കൂട്ടം കടലിലോട്ട് പാഞ്ഞുപോയി. പേടിച്ചു കരഞ്ഞു ഞാൻ തിരിച്ചോടിയപ്പ എന്തോയൊന്നീ തട്ടി ഞാൻ മുഞ്ഞിയടിച്ചു വീണ്. എണീറ്റു നോക്കിയപ്പോ ചോരേ കുളിച്ചുകെടക്കണ പെരുത്തൊരു പൊറ്റയെയാ കണ്ടത്. അതുകണ്ട് ബോധം പോണേലും മുൻപ് കടലിൽ എന്നേം നോക്കി പൊങ്ങിനിന്നിരുന്ന രണ്ടു തലയും ഞാൻ കണ്ട്. അതിലൊന്നിന് രണ്ടുവശത്തോട്ടും വളഞ്ഞിരുന്ന കൊമ്പുമൊണ്ടായിരുന്ന്."

"എന്തായിരുന്നത്?"

"ആർക്കറിയാവച്ചോ. പത്തും ഇരുപതുവൊക്കെ വർഷം കൂടുമ്പ ഇവിടിതുപോല പൊറ്റ അടിയാറൊണ്ടെന്ന് പണ്ടുതൊട്ടേ നമ്മൾ കേട്ടിട്ടൊണ്ട്. ഈ കടലിലെന്നായൊക്കെ ജാതി ജീവികളാ. അതുങ്ങടയൊക്കെ പൊറകെ തെരക്കി പോയാ നമ്മട ഉയിര് പോകും. അത്രേയൊള്ള്."

"എന്നാലുമതങ്ങനെയല്ലല്ല ജയ്ക്കപ്പാ. അടിഞ്ഞതൊരു മനുഷ്യനല്ലേ... അതെങ്കിലും നമ്മളോർക്കണ്ടേ?"

"ആരുപറഞ്ഞ് മനുഷ്യനാന്ന്. വെല്ലോറപ്പുവൊണ്ടാ? ഈ നാട്ടിലിതിങ്ങനെയാ അച്ചോ. പണ്ടുതൊട്ടേ ഇവിടെന്തക്കയോ പന്തികേടൊണ്ട്. അച്ചനു കൂടുതലെന്തേലും അറിയണേ പൊനപ്പാസിന്റെ വീട്ടിലോട്ടൊന്നെറങ്ങ്. അവനാവുമ്പോ ഇതിന്റെയൊക്കെ ഒരു നാക്കറിയാം."

മഴ കുറഞ്ഞപ്പോൾ മടക്കിവെച്ചിരുന്ന കുടയും തോളിൽ തൂക്കി ജെയ്ക്കപ്പൻ പയ്യെ പുറത്തേക്കിറങ്ങി. പിറ്റേന്നു രാവിലെ പൊനപ്പാസും മരുമകളും ഷാപ്പിലേക്കു പോകുന്നതിനു വളരെ നേരത്തെ തന്നെ ജോർജച്ചൻ തോടുനീന്തി വീട്ടിലെത്തി. ഷാപ്പില് കറിയാക്കാനുള്ള ചൂരക്കഷ്ണങ്ങൾ വാഴച്ചോട്ടിലിരുന്ന് കഴുകിക്കൊണ്ടിരുന്ന ആച്ചപ്പനും മോളമ്മയും അച്ചൻ വന്നതുകണ്ട് കഴുകൽ മതിയാക്കി തിണ്ണയിൽ വന്ന് സ്തുതി പറഞ്ഞു.

"ഇന്നലത്തെ ആധി കണ്ടപ്പഴേ ജെയിക്കപ്പൻ പറഞ്ഞാര്ന്ന് അച്ചൻ വരുവെന്ന്. ചോയിച്ചോ അച്ചോ... എന്നാ അറിയണ്ടേ?"

മോളമ്മ നീട്ടിയ മുറുക്കാൻ ചതച്ച് വായിലേക്കു തള്ളിക്കൊണ്ട് പൊനപ്പാസ് പറഞ്ഞു.

"പൊറ്റയടിയണതെങ്ങനാണ്, എന്താണിതിന്റെ കാരണം?"

"ഒള്ളതാണോന്നറിയത്തില്ലച്ചോ. എന്റപ്പാപ്പൻ ചെറുതിലെ പറഞ്ഞുതന്നതാ. അച്ചൻ പൊറങ്കടലിലൊള്ള കറുമ്പച്ചമ്മാരെക്കുറിച്ച് കേട്ടിട്ടൊണ്ടല്ലാ. അതുങ്ങളെയാരും ഈ നാട്ടില് മെനയ്ക്ക് കണ്ടിട്ടില്ല. വെള്ളത്തിന്റടീല് വെളിച്ചം ചെല്ലാത്ത പാറയിടുക്കിലാണ് ഇതുങ്ങട വാസം. മഴപെയ്ത് കടല് തണുക്കുമ്പം ആകാശം കാണാനും വള്ളക്കാർട കയ്യീന്ന് കഴുത്തുപൊട്ടി ചത്തുപൊങ്ങണ മീനിനെ തിന്നാനുമാണ് ഇതുങ്ങള് പ്രധാനവായിട്ടും മേളിലോട്ടു വരണത്. കടലിലെ പലയിടുക്കുകളിലായി കറുമ്പച്ചമ്മാര് പല നെറത്തിലും പല വലിപ്പത്തിലുവൊണ്ട്. ഇവർടെ കൂട്ടത്തിനൊക്കെ ഓരോ റാണിയുവൊണ്ട്. മീന്തിന്നാനും മഴ കൊള്ളാനുമല്ലാതെ മനുഷ്യന്റെ കണ്ണും വെട്ടത്തില് വരണ കറുമ്പച്ചമ്മാരെ ബ്രെഷ്ട്ടു കൊടുത്ത് കൂട്ടത്തീന്ന്

പുറത്താക്കണത് ഈ റാണീട നോട്ടത്തിലാണ്. അങ്ങനെ പുറത്താക്കപ്പെടുന്നവരെ വേറെ വലിയ മീനുകളോ കറുമ്പച്ചമ്മാരോ കടിച്ചുകൊല്ലാറാണ് പതിവ്. ബ്രെഷ്ട്ട് കൽപ്പിച്ചു ചത്തതുങ്ങളുടെ ശവം കടലിലിട്ടാ ശാപമാണെന്നാണ് പറയണത്. അതുകൊണ്ട് അതിന്റെ, മീന്റ കണക്കൊള്ള മുഴുത്ത വാലും തലയും മുറിച്ച് ദേഹത്തൊള്ള ഗ്ലാത്തിയെല്ലാം അടർത്തിയിട്ട് നീളൻ കൊമ്പൊള്ള റാണീം സേവകരും കൂടി നമ്മട കരയില് കൊണ്ടുവന്ന് തള്ളും. അതാണ് എറച്ചിപ്പൊറ്റയുടെ പിന്നിലൊള്ള കഥ. ഇതിൽ എന്തും മാത്രം സത്യവൊണ്ടെന്നൊന്നും നമുക്കറിയാമ്മേല. ഈ തീരത്തടിയണ എറച്ചിപ്പൊറ്റ തപ്പിപ്പോയാ ഒരു ചുക്കും കിട്ടുകേലെന്നു മാത്രമറിയാം. അതൊള്ളതാ."

"ഇതിനുമുമ്പ് എത്ര തവണ ഇങ്ങനെ പൊറ്റയടിഞ്ഞിട്ടൊണ്ട്?"

"എന്റെ ഓർമ്മേല് ബേസിച്ചാച്ചി മരിച്ചപ്പോഴാ ലാസ്റ്റായിട്ടടിഞ്ഞത്. ഇപ്പ പത്തുനാപ്പത് വർഷം കഴിഞ്ഞിരിക്കണ്. പിന്നൊരു കാര്യം അപ്പാപ്പനെപ്പോഴും പറയുവാർന്ന്. ശാപം കിട്ടി തീരത്തടിയണ പൊറ്റ അഴുകിത്തീരണ വരെ കരയ്ക്ക് നാശവാന്ന്. നാലു ദിക്കും പെടുമരണം കേക്കുവെന്ന്."

പൊനപ്പാസിന്റെ മുന്നറിയിപ്പുകൾ ശ്രവിച്ചുകൊണ്ടു വിറയ്ക്കുന്ന പാദങ്ങളുമായി ജോർജച്ചൻ മുറ്റത്തേക്കിറങ്ങിയപ്പോൾ പെരുന്നാളിനു വാഴ്ത്താനുള്ള കറുമ്പൻ മൂണിയുമായി ആച്ചപ്പൻ അയാളുടെ സമീപത്തേക്ക് വന്നു.

"അച്ചോ, ഇവനെയൊന്ന് തലയിൽ കൈവെച്ച് പ്രാർത്ഥിച്ചേക്ക്. എന്റെ കൂട്ടുകാരന് കൊടുക്കാനാ."

"ഇതിന്റെ പേരെന്താ?"

"മൂണി. ഞങ്ങടെ ദൈവവാ."

ജോർജച്ചൻ ചിരിച്ചുകൊണ്ടു മൂണിയുടെ തലയിൽ മെല്ലെത്തടവിക്കൊണ്ട് പ്രാർത്ഥിച്ചു.

"ഇത്തവണ ആർക്കാ ഇവനെ കൊടുക്കുന്നേ?"

"ബെഞ്ചമിന്. അൽപോട മകനില്ലേ. അവനായിനി ഊഴം."

മൂണിയെ ആശീർവദിച്ചു പൊനപ്പാസിന്റെ വീട്ടുമുറ്റത്തുനിന്നും മുടന്തി നീങ്ങുമ്പോൾ പടിഞ്ഞാറ് കടലിനു കുറുകെ ഉരുണ്ടുമൂടിയ കാർമേഘക്കെട്ടിലേക്ക് ജോർജച്ചൻ ആഴത്തിൽ നോക്കി. പെയ്യാനൊരുങ്ങി നിൽക്കുന്ന ആ മഴക്കാറിലെവിടെയോ ഒരു പിതാവിന്റെ വിലാപം അദൃശ്യമായി അലയടിക്കുന്നത് അയാളപ്പോൾ അറിഞ്ഞിരുന്നില്ല.

അപ്പാ

The sins of the father are to be laid upon the children.

ശവക്കച്ചയിൽ പൊതിഞ്ഞു ചേതനയറ്റ അൽപോയുടെ മൃതശരീരം കുഴിയിലേക്കെടുക്കുമ്പോൾ ബെഞ്ചമിന്റെ തോളിൽ തലവെച്ച് അനിക്ലേത്ത് സ്രാങ്ക് അലറിക്കരഞ്ഞു. സെമിത്തേരിപ്പറമ്പിലെ മഴ പെയ്തവിഞ്ഞ ചെങ്കൽപ്പൂഴിയിൽ മുറിവേറ്റ വലതുകാൽ അമർത്തിച്ചവിട്ടി മകന് അന്ത്യചുംബനം നല്കാൻ അയാൾ മുന്നോട്ടാഞ്ഞു. വള്ളം മുങ്ങി മൂന്നു രാത്രിക്കിപ്പുറം അൽപോയുടെ ശരീരം വാവക്കാടടിയുമ്പോൾ ജില്ലാ ആശുപത്രിയിലെ പുഴുക്കുത്തു പരന്ന കിടക്കയിൽ നിന്ന് അനിക്ലേത്തിനെ ഉണർത്തിയത് വെള്ളത്തിനടിയിൽ താൻ കേട്ട മത്തുപിടിപ്പിച്ച മൂരൾച്ചകളുടെ അവശേഷിപ്പുകളായിരുന്നു.

മകന്റെ പെണവും പേറി വിലാപയാത്ര മൂണിക്കുന്ന് പിന്നിട്ടപ്പോൾ മാനത്തു പൊന്തിനിന്ന പൊറവായിലേക്ക് അനിക്ലേത്തിന്റെ കലങ്ങിയ കണ്ണുകളുടക്കി. കടലിൽ നിന്നരിച്ചു കരയിലേക്കു കയറുന്ന ഭീമൻ പൊറവാ കാറ്റേറ്റു തണുത്ത് മഴക്കാറായി തീരത്തു പേമാരി പെയ്യുന്നു. അൽപോയെ തനിക്കു നഷ്ടപ്പെട്ട ദിവസവും പ്രകൃതി തന്റെ മുഖത്തേക്കു നീട്ടിയ ദുരന്തസൂചനകൾ വകവെക്കാതെ വലയെറിഞ്ഞ നിമിഷത്തെയോർത്ത് അയാൾ ആരോടെന്നില്ലാതെ പിറുപിറുത്തുകൊണ്ടിരുന്നു. അപ്പന്റെയും ഭാര്യ അമ്മിണിയുടെയും പെടുമരണങ്ങൾ നല്കിയ കായങ്ങൾ മെല്ലെയുണങ്ങിത്തുടങ്ങിയപ്പോൾ വീണ്ടുമൊരു പരീക്ഷയിലേക്ക് താൻ തള്ളപ്പെട്ടിരിക്കുന്നുവെന്ന സത്യം എത്ര ശ്രമിച്ചിടും അയാൾക്കംഗീകരിക്കാൻ സാധിച്ചില്ല. തലമുറകളായി തന്റെ കുടുംബത്തിൽ മരണം ഒറ്റപ്പെടുത്തിയ മുഖങ്ങളൊന്നൊന്നായി ആ യാത്രയിൽ അനിക്ലേത്തിന്റെ മുൻപിലേക്ക് പിളർന്നുവന്നു. ആ കൂട്ടത്തിലേക്ക് ഒടുവിലത്തേതായി ഒരാൾകൂടി ചേർക്കപ്പെട്ടിരിക്കുന്നു.

“ന്റെ പൊന്നുമകനേ ബെന്നിച്ചാ... അപ്പാ കെടക്കണ കെടപ്പു കണ്ടാടാ. നീയൊന്ന് വിളിച്ചെണീപ്പിക്കടാ... എന്റെ പൊന്നേ... എന്റെ കുഞ്ഞിങ്ങന പോയിക്കളഞ്ഞല്ലാ...”

അൽപോയെ തൊട്ടുരുമ്മിയുള്ള മർകിലിയുടെ നിലവിളികൾ സെമിത്തേരിയുടെ മതിൽക്കെട്ടുകളിൽത്തട്ടി ഒച്ചത്തിൽ മുഴങ്ങുമ്പോഴും ബെഞ്ചമിന്റെ കണ്ണുകൾ ചലിച്ചത് അപ്പന്റെ പെട്ടിക്കു താഴെ ഒന്നുറക്കെപ്പറഞ്ഞു കരയാൻ പോലും ത്രാണിയില്ലാതെ ചുരുണ്ടു കൂനിയിരുന്ന ലീലാമ്മയിലേക്കായിരുന്നു. പറവൂർ പബ്ലിക് ലൈബ്രറിയിൽ ബാലജനസംഘം നടത്തിയ പടംവര മത്സരത്തിൽ പങ്കെടുപ്പിക്കാൻ അപ്പനും അമ്മച്ചീം ഒരുമിച്ചാണ് ബെഞ്ചമിനെ കൊണ്ടുപോയത്. അവൻ ആദ്യമായി ബസ്സിൽ കയറിയതും അന്നായിരുന്നു. മത്സരത്തിനു പോകാനുള്ള ദിവസം രാവിലെ മർകിലിയമ്മാമ്മയുടെ തട്ടിവിളിക്കു കാത്തുനിൽക്കാതെ എഴുന്നേറ്റ ബെഞ്ചമിൻ തോട്ടിലെ കുളിയും കഴിഞ്ഞു സ്കൂൾ യൂണിഫോമുമിട്ട് കുട്ടപ്പനായി മുറ്റത്തു വന്നുനിന്നു. വെളുപ്പിനെ വള്ളവെറക്കാൻ പോയ അനിക്ലേത്ത് സ്രാങ്ക് തിരിച്ചു വീട്ടിൽ വരുമ്പോ അൽപോയും കുടുംബവും പറവൂരേക്ക് ബസ്സ് കയറിയിരുന്നു. പുന്നപ്ര മുതൽ പറവൂർപ്പള്ളി വരെ ചെറിയ ദൂരമേയുള്ളായിരുന്നെങ്കിലും അപ്പന്റേം അമ്മച്ചിടേം ചൂടുപറ്റിയുള്ള ആദ്യത്തെ ബസ് യാത്ര ബെഞ്ചമിനെ ശരിക്കും ലഹരിപിടിപ്പിച്ചിരുന്നു.

മത്സരത്തിൽ രണ്ടാംസമ്മാനം കിട്ടിയ സന്തോഷത്തിൽ അൽപോ അവനെ എടുത്തുയർത്തി നെറുകയിൽ ഉമ്മവെച്ചു കണ്ടപ്പോൾ ലീലാമ്മയുടെ കണ്ണും നിറഞ്ഞു. പിന്നീട് വൈശാലി കളിക്കുന്ന പ്രഭാത് തിയറ്ററിലേക്ക് അപ്പനവരെ കൂട്ടിക്കൊണ്ടുപോയി. ഇന്റർവെല്ലിന്റെ നേരത്ത് വാങ്ങിത്തന്ന ഇഞ്ചിമിട്ടായി ചപ്പിക്കൊണ്ട് അൽപോയുടെ തോളിൽ ചാഞ്ഞിരുന്നിരുന്ന ലീലാമ്മയോട് ബെഞ്ചമിൻ രഹസ്യമായി ചോദിച്ചു.

“അമ്മച്ചീം ആദ്യവായിട്ടല്ലേ സിനിമാക്ക് വരണത്?”

“ആര് പറഞ്ഞ്. കൊറച്ച് നാളുവരെ നിന്റപ്പനും ഞാനും കൂടി കാണാത്ത പടവില്ലാരുന്ന്. എല്ലാ വെള്ളിയാഴ്ചേം ഇവിടേം ശ്രീദേവീലും പടം മാറിമാറി വരുമ്പ എന്നേംകൊണ്ട് ഇങ്ങേര് വരും. ഇവര് വെള്ളിയാഴ്ച പണിക്കെങ്ങാനം പോയാ പൊക്കലേലെ വെല്യമ്മച്ചീനേം കൂട്ടിപ്പൊക്കോളാൻ പറയും. എന്നിട്ട് പടോം കഴിഞ്ഞ് ഞാ വീട്ടില് ചെല്ലുമ്പ കഥ മുഴുവൻ പറഞ്ഞുകൊടുക്കണം. അങ്ങനത്തെ മനുഷ്യനാര്ന്നിങ്ങേര്. പിന്ന നീ ജനിച്ചപ്പ തൊട്ടാ ഇതിനൊക്കെയൊരു കട്ടാക്ക് വീണത്.”

താനറിയാത്തൊരു ജീവിതം അപ്പനും അമ്മച്ചിക്കുമുണ്ടെന്നുള്ള തിരിച്ചറിവ് ബെഞ്ചമിൻ കൗതുകത്തോടെയാണ് സ്വീകരിച്ചത്. വൈശാലിയുടെ ക്ലൈമാക്സിൽ അംഗരാജ്യത്തു മഴ പെയ്തപ്പോൾ സന്തോഷത്താൽ തിളങ്ങിയ അപ്പന്റെ നേർത്ത കണ്ണുകൾ അവന്റെ

ഓർമ്മയിലേക്ക് വീണ്ടും വന്നു. കരഞ്ഞുതളർന്ന അനിക്ലേത്തിന്റെ കയ്യിൽ മുറുക്കെ പിടിച്ചുകൊണ്ടു മീൻ കൊത്തിവലിച്ച അൽപോയുടെ മുഖത്തേക്ക് ഒരിക്കൽക്കൂടി അവൻ നോക്കി. പറയാനും പഠിപ്പിക്കാനും പലതും ബാക്കിവെച്ച് അയാൾ ശാന്തമായി ഉറങ്ങുകയാണ്.

അമ്മിണിയുടെ മരണശേഷം പൊടിക്കുഞ്ഞായിരുന്ന അൽപോയെയും താങ്ങിപ്പിടിച്ച് ഇതേ സെമിത്തേരിയിൽ തലക്കു കൈയും കൊടുത്തിരുന്ന അനിക്ലേത്തിന്റെ രൂപം ക്ലെമന്റ് ഓർത്തെടുക്കുകയായിരുന്നു. മുഷിഞ്ഞൊരു ലുങ്കിത്തുണിയിൽ പൊതിഞ്ഞു മർകിലിത്താത്തി അൽപോയെ പൊക്കലെ മുറ്റത്തേക്ക് കൊണ്ടുവന്നപ്പോൾ ക്ലെമന്റിന്റെ കെട്ടിയോൾ സൂസമ്മ ആർത്തിയോടെ അവനെ വാരിയെടുത്ത് നെഞ്ചിലേക്കു ചേർത്തു. ക്ലെമന്റിന്റെ മൂത്തമകൾ ലൂസിക്കൊപ്പം അൽപോയും ആ വീട്ടിലെ ഒരംഗത്തെപ്പോലെ വളർന്നുവന്നു. കുടിപ്പള്ളിക്കൂടം പൊക്കലെ പറമ്പിൽ വീണ്ടും പണികഴിപ്പിച്ച ശേഷം വളരെ വൈകിയാണ് ക്ലെമന്റ് പെണ്ണുകെട്ടുന്നത്. അപ്പൻ ക്ലീറ്റസിന്റെ അഭിപ്രായത്തിൽ ഇട്ടുമൂടാനുള്ള സ്വത്തുണ്ടായിട്ടും ബസേലിയുടെ മകന്റെ മൂടും താങ്ങി വള്ളത്തിക്കേറിയും വലപ്പണിക്കു പോയും ജീവിച്ചിരുന്ന വിത്തുമുളയ്ക്കാത്ത പാറപ്പുറമായിരുന്നു ക്ലെമന്റെന്ന പൊക്കലെയിലെ ഏക അവകാശി.

എന്നാൽ തന്റെ കണക്കുകൂട്ടലുകളെല്ലാം പെഴച്ചുകൊണ്ടു വീട്ടുമുറ്റത്തിട്ട പലചരക്കുകട മുച്ചൂടും മുടിഞ്ഞപ്പോൾ അപ്പനെ ഒതുക്കി നിർത്തി പുതിയ പൊക്കലെ പള്ളിക്കൂടമെന്ന ആശയവുമായി ക്ലെമന്റ് മുന്നിട്ടിറങ്ങിയതും വിജയിച്ചതും വാവക്കാട്ടുകാരെ ഒന്നടങ്കം ത്രസിപ്പിച്ചിരുന്നു. പണ്ടു പൊക്കലെ വലിയച്ചാച്ചൻ നടത്തിയിരുന്ന ഫ്രീ സർവീസ് നിർത്തലാക്കി ചെറിയൊരു ഫീസും കൂടിവെച്ചപ്പോ പുന്നപ്രയിലെ സ്റ്റാന്റേർഡുള്ള ഒരേയൊരു പള്ളിക്കൂടമായി പൊക്കലെ വീട് മാറുകയായിരുന്നു. പിന്നീട് അവധിദിവസങ്ങളിൽപ്പോലും ക്ലെമന്റച്ചാച്ചനെ തിരക്കി പിള്ളേരുമായി വാവക്കാട്ടേക്ക് ആളുകളുടെ കുത്തൊഴുക്കായിരുന്നു.

കാലക്രമേണ എഴുത്തിനു വരുന്ന പിള്ളേരുടെ എണ്ണം കൂടിയപ്പോൾ അച്ചാച്ചനൊറ്റയ്ക്കു കൂട്ടിയാകൂടത്തില്ലെന്ന തോന്നലിന്റെ പുറത്ത് പുതിയൊരു ടീച്ചറെക്കൂടി അന്വേഷിച്ചിറങ്ങി. അന്നു വാവക്കാട്ട് പ്രീഡിഗ്രിയും ടൈപ്പും പാസ്സായ അഞ്ചെട്ടു പെണ്ണുങ്ങളുണ്ടായിരുന്നെങ്കിലും ഒരാണ് നടത്തുന്ന സ്ഥാപനത്തിലോട്ട് തങ്ങളുടെ പെമ്മക്കളെ ജോലിക്കുവിടാൻ അവരുടെയെല്ലാം അപ്പനമ്മമാർ അറച്ചു നിന്നു. പഠിപ്പിക്കാൻ ആളെ കിട്ടാതെ കുഴഞ്ഞപ്പോൾ പഠിപ്പുള്ളൊന്നിനെനോക്കി നീയങ്ങു കെട്ടടാ എന്നവസാനം ഉപദേശം കൊടുത്തത് അനിക്ലേത്താണ്. ഉറ്റസുഹൃത്തിന്റെ വാക്കുംകേട്ട്

സൂസമ്മയെ വീട്ടിലേക്ക് കൈപിടിച്ചു കൊണ്ടുവരുമ്പോൾ തെയ്യാമ്മ വാതം വന്നു കിടപ്പിലായിരുന്നു. അന്നുതൊട്ട് ക്ലെമന്റ് നടത്തുന്ന പള്ളിക്കൂടത്തിനൊപ്പം ദീനം പിടിച്ചുകെടക്കുന്ന കെട്ടിയോന്റമ്മ യേയും യാതൊരു പരാതിയുമില്ലാതെ സൂസമ്മ വൃത്തിക്കു നോക്കി. തെയ്യാമ്മ മരിച്ചു മൂന്നാമത്താണ്ടിന്റന്നാണ് ക്ലെമന്റിനൊരു പെൺ കുഞ്ഞ് ജനിക്കുന്നത്. പള്ളിലൈബ്രറിയിൽ നിന്നെടുത്ത് താൻ ചെറു തിലേ വായിച്ച ബ്രാം സ്റ്റോക്കറുടെ നോവലിലെ പ്രധാന കഥാപാത്ര ങ്ങളിലൊന്നായ ലൂസിയെന്ന പേരിട്ടാണ് ക്ലെമന്റവളെ വിളിച്ചത്.

തന്നേക്കാൾ ഏഴു വയസ്സു മൂപ്പുള്ള ലൂസിയുടെ നിഴലുപറ്റി ലോകമറിഞ്ഞു തുടങ്ങിയ അൽപോയുടെയുള്ളിൽ അവൾക്കെന്നും ഒരമ്മയുടെ സ്ഥാനമായിരുന്നു. അമ്മിണി മരിച്ചുകഴിഞ്ഞു മാസ ങ്ങൾക്കുശേഷമാണ് അനിക്ലേത്ത് സ്രാങ്ക് വള്ളത്തിൽ കയറി ത്തുടങ്ങിയത്. ആ സമയങ്ങളിൽ ലൂസി, മർകിലിയുടെ കയ്യിൽനിന്നും അൽപോയെ പൊക്കലെയിലേക്ക് എടുത്തുകൊണ്ടുവരും. ക്ലെമന്റും സൂസമ്മയും എഴുത്തു പഠിപ്പിക്കുന്ന നേരം അടുക്കളയിൽ പണിക്കു നിൽക്കുന്ന ബേബിച്ചേച്ചി തിളപ്പിച്ചുവെച്ച പാലാറ്റി കുപ്പിയിലൊഴിച്ച് അൽപോയെ കരുതലോടെ അവൾ കുടിപ്പിക്കും. പഠിക്കാൻ മിടുക്കി യായിരുന്ന ലൂസിക്കൊപ്പം അൽപോയെയും അച്ചാച്ചൻ സി.വൈ. എം.എ. സ്കൂളിലേക്കു നിർബന്ധിച്ചുവിട്ടെങ്കിലും പ്രായം മൂത്ത പ്പോൾ അനിക്ലേത്തിനൊപ്പം വള്ളത്തിക്കേറാനാണ് അവനിഷ്ട പ്പെട്ടത്. പത്താംക്ലാസ് കഴിഞ്ഞു കൽക്കത്തയിലുള്ള മദർ തെരേസ സന്ന്യാസസഭയിലേക്കു പോകാൻ ലൂസി തീരുമാനിക്കുമ്പോൾ അൽ പോയെ പിരിയുന്നതിൽ മാത്രമായിരുന്നു അവൾ പങ്കപ്പെട്ടത്. കണ്ണീരും കെട്ടിപ്പിടുത്തങ്ങളും സമ്മാനിച്ച വിങ്ങലുകളും ചുമന്ന് വളർത്തുമകനോടും നാടിനോടും വിടപറയുമ്പോൾ, തനിക്കു ശരിക്കും ദൈവവിളി ലഭിച്ചിരുന്നോ എന്നുപോലും ലൂസി സംശ യിച്ചുപോയി.

നീണ്ട പന്ത്രണ്ടു വർഷങ്ങൾക്കിപ്പുറം ഉടുപ്പിടൽ കർമ്മത്തിന്റെ സമയത്ത് ലൂസി എന്ന പേരിനു പകരം പാദുവായിലുള്ള ആന്റണി പുണ്യവാളന്റെ പേരു സ്വീകരിച്ച സിസ്റ്റർ ആന്റോണൽ വാവക്കാ ട്ടേക്കു തിരികെയെത്തുമ്പോൾ, മണ്ണാപറമ്പുകാരുടെ ചായക്കട മാത്ര മായിരുന്നു ആ നാട്ടിൽ അവൾക്കു തിരിച്ചറിയാൻ കഴിഞ്ഞ ഒരേ യൊരു അടയാളം. വീട്ടിലേക്കുള്ള വഴിമറന്ന് പൊഴിയിറമ്പിൽ ചുറ്റി ത്തിരിഞ്ഞ സിസ്റ്ററെ അന്തോണിയാണ് പൊക്കലെ വീട്ടിലേക്കു നടത്തിയത്. ലൂസിച്ചേച്ചി മഠത്തിൽനിന്നു തിരിച്ചുവന്നെന്ന കര ക്കമ്പി കിട്ടിയപ്പോ വലമാട്ടിയിരുന്നിടത്തുനിന്നു പ്രാണൻ തല്ലി പൊക്കലെയിലേക്കോടി വന്ന അൽപോയെ ഒറ്റനോട്ടത്തിൽ തിരി ച്ചറിയാൻ ലൂസിക്ക് കഴിഞ്ഞില്ല. നീളൻ താടിയും ചുരുട്ടി വളഞ്ഞു

കൂനി സദാസമയം ചിരിച്ചുകൊണ്ടുനിന്ന ചെക്കൻ തന്നെക്കാണാൻ വീട്ടുമുറ്റത്തു കൂടിയ നാട്ടുകാരിലൊരാളാണെന്നാണ് ലൂസി കരുതിയത്. കുറച്ചധികം സമയം തൊട്ടുരുമ്മി നിന്നിട്ടും ലൂസ്യേച്ചി തന്നെ കണ്ടഭാവംപോലും കാണിക്കുന്നില്ലെന്ന വിഷമത്തിൽ അൽപോ പതിയെ തിരിച്ചുനടന്നു. ആളുകളെല്ലാം പോയപ്പോ തലയിലെ വെയിലും കാശുരൂപവും എടുത്തുമാറ്റി ക്ലെമന്റിന്റെ അടുത്തേക്ക് അവൾ ചേർന്നിരുന്നു.

“അപ്പാ, അൽപോന്ത്യേ? ഞാൻ വന്നിട്ട് അവൻ കേറിയ കൂടിയില്ലല്ലാ.”

“അതുകൊള്ളാം. ഇത്രേം നേരം പിന്ന നിന്റടുത്ത് നിന്നിരുന്ന ആരാ?”

“അയ്യോ അതവനാര്ന്നാ...”

അത്രയും പറഞ്ഞുകൊണ്ടു ലൂസി നടന്നകലുന്ന അൽപോയുടെ പുറകെയോടിച്ചെന്ന് അവനെ ഉറുപ്പടങ്കം കെടിപ്പിടിച്ചു.

“ചേച്ചിക്കു മനസ്സിലായില്ല പൊന്നേ... നീയങ്ങു താടിയക്ക വന്ന് മുട്ടക്കാട്ടനായി.”

“ഞാനോർത്ത് ലൂസ്യേച്ചിയെന്ന മറന്നെന്ന്.”

“ചെപ്പയടിച്ചു ഞാ പൊട്ടിക്കും കേട്ടാ. മറക്കാനാ?”

തന്നേക്കാൾ വളർന്ന അൽപോയെ ചേർത്തുപിടിച്ചു ലൂസി പൊഴിയിറമ്പിലേക്കു നടന്നു. കാറ്റടിച്ചുതെളിഞ്ഞ മാനത്തു നിലാവെട്ടം പരന്നപ്പോൾ അനിക്ലേത്തു സ്രാങ്കിന്റെ കെട്ടുവള്ളത്തിൽ കേറി അവർ കടലിലേക്കു തുഴഞ്ഞു. ഒരുപതിറ്റാണ്ടിലേറെയായുള്ള അനുഭവങ്ങളും വ്യസനങ്ങളും പരാതികളും ആ യാത്രയിൽ അവർക്കിടയിലേക്കു കുമിഞ്ഞുവന്നുകൊണ്ടിരുന്നു.

കൽക്കത്തയിലെ മഠത്തിലേക്കാദ്യമായി ചെന്നിറങ്ങുമ്പോൾ തന്നെ സ്വീകരിച്ച ഇടുങ്ങിയ ചുവരുകളെയും ദുഷിച്ച മനസ്സുള്ള മേട്രന്റെ ക്രൂരതകളെയും പറ്റി പറഞ്ഞപ്പോൾ ലൂസിയുടെ കണ്ണുകൾ നിറഞ്ഞൊഴുകിയത് അൽപോയെ അസ്വസ്ഥനാക്കി. സാധാരണ മഠത്തിലുള്ള കന്യാസ്ത്രീകളേക്കാൾ ഇരട്ടി കഷ്ടപ്പാടുനിറഞ്ഞ ജീവിതമാണ് മദർ തെരേസ സഭയിലുള്ളവരുടെയെന്ന് അന്നാണ് അൽപോയ്ക്ക് മനസ്സിലായത്. വാവക്കാടിനു പുറത്തു താൻ കണ്ടിട്ടില്ലാത്ത വലിയൊരു ലോകമുണ്ടെന്നും വലയിൽ നിന്നടർത്തി മാറ്റുമ്പോൾ കൊങ്ങ പൊട്ടിപ്പോകുന്ന മീനിന്റെ പേരും പറഞ്ഞ് തമ്മിത്തല്ലുന്നതിനെക്കാൾ വലിയ പ്രശ്നങ്ങൾ അവർക്കുണ്ടെന്നും ലൂസ്യേച്ചി അവനോടു പറഞ്ഞുകൊടുത്തു. തെരുവിലും അനാഥാലയങ്ങളിലും വലിച്ചെറിയുന്നവരുടെ ചൊറിയും ജ്വരവും അറപ്പില്ലാതെ

ശുശ്രൂഷിച്ച് അവരെ പുതിയൊരു ജീവിതത്തിലേക്കു തിരികെ കൊണ്ടുവരുമ്പോൾ മറ്റൊരു ലഹരിക്കും തരാൻ പറ്റാത്ത ഉന്നതിയിലേക്കു നാമെത്തുമെന്ന് സിസ്റ്റർ ആന്റോണൽ അഭിമാനത്തോടെ പറഞ്ഞു.

"ലൂസ്യേച്ചി മദറിനെ കണ്ടട്ടൊണ്ടാ?"

കുടുക്കിട്ടു പിടിച്ച കമ്മട്ടിയെ വള്ളത്തിലേക്കെടുത്തിട്ടുകൊണ്ട് അൽപോ ചോദിച്ചു.

"ഒന്നുരണ്ടു തവണ. ഞങ്ങട ഉടുപ്പിടലിന്റന്നാ ഒന്നടുത്ത് കാണുന്നത്. മഠത്തീപ്പോയി വർഷം കൊറേ കഴിഞ്ഞിട്ടും മദറിനെയൊന്ന് മെനക്ക് കാണാൻ പറ്റിയില്ലല്ലാന്ന വെഷമവൊണ്ടാർന്ന്. ഭാക്യത്തിന് വൈകിയാണേലും കാണാനും ഒന്നു മിണ്ടാനും പറ്റി."

"എന്നാ മദർ പറഞ്ഞേ?"

"ഓ... എന്നാ പറയാനാ. വലുതായിട്ടൊന്നും മിണ്ടിയില്ല. നിന്റെ സേവനങ്ങളൊക്കെ അബ്ബാ പിതാവ് ഹൃദയത്തിൽ രേഖപ്പെടുത്തുന്നുണ്ട്. ഗോഡ് ബ്ലെസ്സ് യൂ മൈ ചൈൽഡെന്നും പറഞ്ഞ്."

"എന്നുവെച്ചാ ന്താ?"

"പിതാവ് നിന്നെ അനുഗ്രഹിക്കട്ടെ... ന്ന്."

അൽപോ പെട്ടെന്നു കയ്യുയർത്തി അവളെ നോക്കി ഒച്ചത്തിൽ ഏറ്റുപറഞ്ഞു.

"പിതാവ് നിന്നെ എന്നും അനുഗ്രഹിക്കട്ടെ."

അന്നത്തെ രാത്രി വെളുപ്പിച്ചു കടപ്പുറത്തുനിന്നും വള്ളമിറങ്ങുമ്പോൾ കഴിഞ്ഞ കുറച്ചു വർഷങ്ങളിൽ തനിക്കു നഷ്ടപ്പെട്ടുപോയെന്നു കരുതിയ പലതും ലൂസിക്ക് തിരികെ ലഭിച്ചിരുന്നു. രണ്ടുമാസത്തെ അവധിക്കുശേഷം അവർ തിരികെ കൽക്കത്തയിലേക്കു പോകാനൊരുങ്ങുമ്പോൾ, വിയാനിപ്പള്ളിയിൽവെച്ച് അൽപോയുടെയും ലീലാമ്മയുടെയും മനസ്സമ്മതവും കഴിഞ്ഞിരുന്നു. തന്നെ തിരിച്ചു ട്രെയിൻ കേറ്റിവിടാൻ സ്റ്റേഷനിൽ വന്നിട്ട് സങ്കടം സഹിക്കവയ്യാതെ മാറിനിന്നു വിതുമ്പിയിരുന്ന അൽപോയുടെ പക്കലേക്കു ചെന്നുകൊണ്ടു ലൂസി പറഞ്ഞു.

"അൽപോച്ചാ, ഞാനിനി തിരിച്ചു വരുമ്പ നിനക്കൊരു കൊച്ചക്കെയായി കാണും. പണ്ടൊക്ക ഞാനാഗ്രഹിക്കുവാർന്ന്, നിനക്കൊണ്ടാകണ കൊച്ചിനെ എനിക്കു തല തൊടണവെന്ന്. അതെന്തായാലും നടക്കത്തില്ല. അതോണ്ട് എനിക്കുവേണ്ടി നീ ഒരു കാര്യം ചെയ്യണം കേട്ടാ. ജനിക്കണത് ആണാണേൽ അവന് ബെഞ്ചമിനെന്ന് പേരിടണം. അടുത്ത വരവിന് നമക്ക് മൂന്നുപേർക്കും കൂടി രാത്രി പൊഴീല് പോണം. മീനും പിടിക്കണം."

നിരങ്ങി നീങ്ങുന്ന ട്രെയ്നിൽനിന്നു പുറത്തേക്കു തലയിട്ടു കണ്ണുകൾ തുടച്ചുകൊണ്ടു തന്നെ കൈവീശി യാത്രയാക്കുന്ന അൽപോയുടെ ചിത്രം സിസ്റ്റർ ആന്റോണലിന്റെ മനസ്സിൽ നിന്നൊരിക്കലും മായാത്ത ആഴത്തിൽ അന്നു മുദ്രകുത്തപ്പെട്ടു. മരണം ഒരു വിളിപ്പാടകലെ തന്നെനോക്കി പല്ലിളിച്ചപ്പോഴും അവസാനത്തേതായി അൽപോയുടെ മുൻപിലേക്കോടിയെത്തിയ മുഖം ഒരുമിച്ചുള്ള ഓർമ്മകളും പേറി തന്നെയൊരു നോക്കു കാണാനായി കാത്തിരിക്കുന്ന ആ സാധു കന്യാസ്ത്രീയുടേതാവണം.

"ലൂസ്യേ അറീച്ചാ?"

അടക്കം കഴിഞ്ഞു വീട്ടിലേക്കു നടക്കുമ്പോൾ അനിക്ലേത്ത് ഗ്രാങ്ക് ക്ലെമന്റിനോട് ജീവനില്ലാതെ ചോദിച്ചു.

"ഇല്ല. നാളെയെഴുതണം. അവളെങ്ങനെ താങ്ങുവോ എന്തോ. മാതാവേ, നീ ഞങ്ങക്കു തന്നെയീ ഗതി വരത്തിയല്ലാ..."

അതുവരെ കടിച്ചുപിടിച്ച വ്യസനം നെഞ്ചുതല്ലിക്കൊണ്ട് ക്ലെമന്റിന്റെയുള്ളിൽനിന്നു വെളിയിലേക്കൊഴുകിയപ്പോൾ, അനിക്ലേത്തും കരഞ്ഞുപോയി. ബെഞ്ചമിന്റെ കയ്യിൽ മുറുക്കെപ്പിടിച്ച് അൽപോയില്ലാത്ത വീട്ടിലേക്കു വന്നുകയറുമ്പോൾ അന്നത്തെ രാത്രി കടലിൽ കേട്ട മൂളക്കങ്ങളും അലർച്ചകളും വീണ്ടും തന്റെ തലയ്ക്കകത്ത് പെരുമ്പറ കൊട്ടുന്നത് അയാളറിഞ്ഞു. മുറിവു വെച്ചു കെട്ടിയ വലതുകാൽ നീട്ടി, കരിമ്പനടിച്ചു തുടങ്ങിയ തലേണ മുറുക്കെ കെട്ടിപ്പിടിച്ച് ഒരു കൊച്ചുകുട്ടിയെപ്പോലെ അയാൾ തെക്കേ മുറിയിൽ ചുരുണ്ടുകൂടി. വാവക്കാട്ടുകാരു മുഴുവൻ പേടിയോടെയും ബഹുമാനത്തോടെയും മാത്രം നോക്കിയിരുന്ന ഉശിരൊള്ള അപ്പാപ്പനെ ആത്മാവില്ലാതെ കാണുന്ന അനുഭവം ബെഞ്ചമിനും അതാദ്യമായിരുന്നു. കൊടുങ്കാറ്റു വന്നാലും കുലുങ്ങുകേലെന്ന് താൻ കരുതിയ രണ്ടു തൂണുകൾ ഒറ്റയടിക്ക് നിലംപൊത്തിയിരിക്കുന്നുവെന്ന സത്യത്തെ വിറയലോടെ ഉൾക്കൊണ്ടപ്പോൾ, ആകാശത്തു പൊങ്ങിയ പൊറവാ, മഴക്കാറായി മാറുന്നതിനുമുൻപ് ഒരു ചോദ്യചിഹ്നം കണക്കെ തന്റെ തലയ്ക്കു മുകളിൽ തെളിഞ്ഞുവരുന്നത് അവൻ കണ്ടു. പൊഴി നിറച്ചു പെയ്ത മഴയിൽ കുളിർന്ന് നാടുറങ്ങിയപ്പോൾ തകർന്നു താഴ്ന്ന വള്ളത്തിനിടയിൽ തന്റെ മകനെ ചുറ്റിവരിഞ്ഞു തിളങ്ങിയ രണ്ടു കണ്ണുകളും അവന്റെ കഴുത്തിൽ ആഴ്ന്നിറങ്ങിയ കൂർത്ത കൊമ്പുകളും സൃഷ്ടിച്ച ഭയത്തിൽ അനിക്ലേത്ത് ഗ്രാങ്ക് വായുവലിച്ചെണീറ്റു.

"അപ്പാപ്പാ വെള്ളം വേണാ?"

ബെഞ്ചമിൻ ഓടിവന്ന് നെഞ്ചുതടവിക്കൊണ്ട് ചോദിച്ചു.

“വേണ്ട മകനേ. അപ്പാപ്പനൊറക്കം വരണില്ല. കുഞ്ഞുപോയി കെടന്നോ.”

“ഞായിവിടെ കെടന്നോളാം.”

“അമ്മച്ചി കെടന്നാ?”

“ഉം. ഇപ്പഴാ കെടന്നെ. കരച്ചിലാർന്ന്.”

അനിക്ലേത്തിന്റെ പായുടെ മറുവശത്ത് തലയിണവെച്ചുകൊണ്ടു ബെഞ്ചമിൻ പതിയെ നിലത്തേക്ക് കിടന്നു.

“വള്ളത്തിനെന്നാ പറ്റിയതാ അപ്പാപ്പാ? കൊഴപ്പവൊന്നുവില്ലാരുന്നല്ലാ. പെട്ടന്നിത്...”

അയാളൊന്നും മിണ്ടിയില്ല. മനസ്സപ്പോഴും ആഴത്തിൽ തെളിഞ്ഞ ആ കണ്ണുകളിലുടക്കി ചുഴറ്റപ്പെടുകയായിരുന്നു. കാതുകളിൽ അൽപോയുടെ ഒച്ചയുടെ തീവ്രത കൂടിവന്നപ്പോൾ വിഷമവും ക്രോധവും ഇരച്ചുപൊന്തി ഊക്കിൽ വലതുകാൽ ഉയർത്തിയടിച്ചു. പിഞ്ചിത്തുടങ്ങിയ തഴപ്പായിലൂടെ മുറിവിൽ നിന്നൊഴുകിയ രക്തം തളം കെട്ടിയപ്പോൾ കണ്ണു തുടച്ച് എണീറ്റിരുന്നുകൊണ്ടു രോഷമടക്കി സ്രാങ്ക് പറഞ്ഞു.

“കള്ളത്തായോളികൾട കൊലം ഞാനറുക്കും. നീ നോയിക്കോ ബെന്നിച്ചാ...”

അപ്പാപ്പനെന്താണ് പറഞ്ഞതെന്നറിയാതെ ഉറക്കത്തിലേക്കു മെല്ലെ വഴുതി വീണപ്പോൾ മർകിലിക്കു താൻ കൈമാറിയ ഗ്ലാത്തിയുടെ പ്രകാശം ആ വീടിനെ വലയം ചെയ്തു പൊഴിയറമ്പിലേക്കു സഞ്ചരിക്കുന്നതവൻ കണ്ടു. കണ്ടൽചതുപ്പിലും അരികില്ലാത്ത പൊട്ടക്കിണറിലും കെട്ടിനിന്ന അഴുക്കുവെള്ളം പിന്നിട്ട ആ പ്രകാശം കടൽക്കരയിലെത്തിയപ്പോൾ പടിഞ്ഞാറുമാറി ആങ്കറിട്ടുറപ്പിച്ചിരുന്ന ലേലം വള്ളത്തിന്റെ മുകളിൽ മൂന്നുതലയുള്ള കുന്തവും പിടിച്ച് തന്നെ അരികിലേക്കു മാടിവിളിക്കുന്ന ഒരിരുണ്ട രൂപം ബെഞ്ചമിനു ദർശനപ്പെട്ടു. ഇരുവശത്തോടും വളഞ്ഞുനിന്നിരുന്ന കൊമ്പുകൾ തടവി ആ സത്വം പുറപ്പെടുവിച്ച നേർത്ത സൈറൺ ശബ്ദത്തിൽ മത്തുപിടിച്ച് അവനന്ന് ദീർഘമായുറങ്ങി.

നഗരുകാണിക്കൽ

ഭൂമിയിളകി. പാറകൾ പിളർന്നു.
പ്രേതാലയങ്ങൾ തുറക്കപ്പെട്ടു.

മുഖത്തു തഴച്ചുവന്ന രോമങ്ങൾ ചീവിയൊതുക്കി അലമാരയുടെ മുമ്പിൽ നിന്ന് ബെഞ്ചമിൻ തിരികെ നടന്ന് വടക്കേ മുറിയിലെത്തി. മേശപ്പുറത്ത് ലീലാമ്മ എടുത്തുവെച്ചിരുന്ന കട്ടൻ തിടുക്കപ്പെട്ട് വലിച്ചിറക്കുമ്പോൾ പുറത്തു പൊടിവാവയുടെ സൈക്കിളിന്റെ ബെല്ലടി ശബ്ദം മുഴങ്ങിത്തുടങ്ങിയിരുന്നു. അറവുകാട് ഐ.റ്റി.ഐയുടെ ചിഹ്നം തെളിഞ്ഞു നിന്നിരുന്ന അരികുപൊളിഞ്ഞ കനത്ത റെക്കോർഡുകൾ ബാഗിലൊതുക്കി അവൻ മുറ്റത്തേക്കിറങ്ങിച്ചെന്നു.

"നീ റെക്കോഡ് വരച്ചാ?"

"ഉം..."

"ഞാ വരച്ചില്ലടാ. എന്നെയിന്നു മിക്കവാറും വെളിയിൽ നിർത്തും."

ചായ്പിൽനിന്നു തന്റെ നിറം മങ്ങിയ ഹെർക്കുലീസ് തള്ളിക്കൊണ്ടു റോഡിലേക്കിറങ്ങിയപ്പോഴാണ് പൊടിവാവയുടെ മുഖത്തേക്ക് അവന്റെ ശ്രദ്ധ പോയത്. കുഞ്ഞിലെ ഒരു വലിയ കാക്കപ്പുള്ളിപോലെ അവളുടെ ചുണ്ടിനു മുകളിൽ പടർന്നുനിന്നിരുന്ന മറുകിന്റെ വലുപ്പം കുറഞ്ഞ് അതിപ്പോളൊരു ചെറിയ പൊട്ടായി മാറിയിരിക്കുന്നു. ഇളംചാരനിറത്തിലെ കറപിടിച്ച പല്ലുകൾ കാട്ടി അവൾ ചിരിക്കുമ്പോൾ ആ മറുകിന്റെ ഭംഗിയിൽ തന്റെ ഉള്ളാന്തുന്നത് ബെഞ്ചമിനറിഞ്ഞു. തോളിൽ കുരുങ്ങിക്കിടന്നിരുന്ന ബാഗിന്റെ വള്ളി വലിച്ചിട്ട് ഒരു കൈകൊണ്ടു സൈക്കിൾ തള്ളുന്ന പൊടിവാവയുടെ ഉയർന്ന മാറിടത്തിലേക്ക് അവന്റെ കണ്ണുകൾ അവളുടെ മറുകിൽനിന്ന് ചലിച്ചിറങ്ങി.

"നീയെന്തുവാടാ നോക്കുന്നേ?"

"ഒന്നുവില്ല."

"നീ ഒറങ്ങീല്ലേ, കണ്ണക്ക വല്ലാണ്ടിരിക്കുന്നല്ലാ?"

ഉറക്കച്ചടവ് കറുത്തുകിടന്ന കൺപോളകൾ തിരുമ്മിക്കൊണ്ട് അവൾക്കു മറുപടി നൽകാതെ നിശ്ശബ്ദനായി നടക്കുമ്പോൾ കുറച്ചു നാളുകളായി തന്നെ ഞെട്ടിയെണീപ്പിക്കുന്ന ഇരുണ്ട മുരൾച്ചകളിലേക്ക് അവനറിയാതെ സഞ്ചരിച്ചു. അപ്പൻ മരിച്ച പിറ്റേക്കൊല്ലം മഴ തുടങ്ങി പൊഴിവെള്ളം പൊന്തിയപ്പോൾ മർകിലിയമ്മാമ്മയും പോയിരുന്നു. തുടരെത്തുടരെയുള്ള മരണങ്ങൾ മനസ്സിനെ വരിഞ്ഞു മുറുക്കിത്തുടങ്ങിയപ്പോൾ ബേസിച്ചാച്ചി തന്റെ ആയകാലത്തു പണി കഴിപ്പിച്ച ആ വലിയവീട്ടിൽ അവർ മൂവരും ഒറ്റയ്ക്കായി.

അൽപോയുടെ ഓർമ്മകളുംപേറി പള്ളിയിലും അടുക്കളയിലുമായി ഒതുങ്ങിത്തീർന്ന ലീലാമ്മയ്ക്കും മകന്റെ മരണത്തോടെ മന്ദീഭവിച്ച മനസ്സും സമ്മാനമായി കിട്ടിയ മുടന്തും വലിച്ച് വാവക്കാട്ടിലൂടെ വേച്ചുവേച്ചു നടന്നിരുന്ന അനിക്ലേത്തിനുമിടയിൽ ഒരു മൂകസാക്ഷിയായി ബെഞ്ചമിൻ തന്റെ യൗവ്വനത്തിലേക്കു കടന്നു. വാവക്കാട്ടെ തടിപ്പാലം മാറി കോൺക്രീറ്റ് വന്നപ്പോൾ പാലത്തിന്റടിയിൽ വെളിക്കിരിക്കാനും ചൂണ്ടയിടാനും വരുന്നവരുടെ എണ്ണവും പതിയെ കുറഞ്ഞുവന്നു. കയറും ഒണക്കമീനും കൊണ്ടുപോകുന്ന വലിയ പാണ്ടിലോറിക്കാരുടെ വരവോടെ മണ്ണാപറമ്പിലെ കച്ചവടവും വർധിച്ചു.

അന്തോണിച്ചൻ കടയുടെ സൈഡിലെ ചായിപ്പിടിച്ചുമാറ്റി അവിടെ മണ്ണാപറമ്പിൽ 'ബേക്കറി ആൻഡ് കൂൾബാർ' എന്ന് വലിയ അക്ഷരത്തിൽ എഴുതിവെച്ചു. കടപ്പുറത്ത് അങ്ങിങ്ങായി മുളച്ചുവന്ന ചെമ്മീൻ ഷെഡ്ഡുകളിലേക്ക് പെണ്ണുങ്ങൾ ഇരച്ചു കയറണ സമയമായിരുന്നു അത്. വെളുപ്പിനെ മൂന്നുമണിക്ക് ഷെഡ്ഡിൽ കൊണ്ടുവരുന്ന ചെമ്മീൻ പാത്രക്കണക്കിനു വീതിച്ച് നുള്ളാൻ വരുന്ന പെണ്ണുങ്ങളുടെ മുമ്പിലേക്കെത്തുന്നു. പൊളിച്ചുമാറുന്ന പാത്രങ്ങളുടെ എണ്ണമനുസരിച്ചാണ് ഓരോ പൊളിക്കാരിക്കും കൂലി കൊടുത്തിരുന്നത്. നല്ല സ്പീഡുള്ള ചെമ്മീൻപൊളിക്കാർ ദിവസേന പത്തും പന്ത്രണ്ടും പാത്രം വെച്ച് പൊളിച്ചുമാറുമ്പോൾ മുഞ്ഞി കൂർപ്പിച്ചുകൊണ്ടു ബാക്കിയുള്ളവർ പിറുപിറുക്കും.

വാടക്കലും പറവൂരും ചെമ്മീൻ ഷെഡ്ഡുകൾ പ്രചാരത്തിൽ വന്ന നേരം പാങ്ങിനു മുതലെടുത്ത് വാവക്കാട്ട് ആദ്യമായി ഷെഡ്ഡിടുന്നതും ചെമ്മീൻ കേറ്റിയയയ്ക്കുന്നതും താടി വർക്കിയും പൊടി വാവയുടെ അച്ഛൻ വേണുക്കുട്ടനും ചേർന്നാണ്. റേഷൻകടയും പലിശകൊടുപ്പും തകൃതിയായി നടന്നുമാറുന്നുണ്ടെങ്കിലും പത്തു കാശ് കൂടുതൽ കിട്ടിയാ നിനക്ക് പുളിക്കുവാടാ എന്നു മെറ്റിൽഡ വെല്യമ്മ കോലൊടിച്ചിട്ടിപ്പോൾ മറുവാക്ക് മിണ്ടാതെ പൊഴിയിറമ്പിൽ നാലുഷെഡ്ഡുകൾ വർക്കിയുടെയും വേണുക്കുട്ടന്റെയും

മേൽനോട്ടത്തിൽ പൊങ്ങിവന്നു. അൽപോയുടെ നാലാമത്തെ ആണ്ടിന്റന്ന് കുർബ്ബാനയും കാപ്പികുടിയും കഴിഞ്ഞു വീട്ടിലേക്കിറങ്ങാൻ നേരത്താണ് വർക്കി ലീലാമ്മയോട് ഷെഡ്ഡിലേക്കു വരാൻ ആവശ്യപ്പെടുന്നത്.

“സ്രാങ്കിതെത്ര നാളായിട്ട് വള്ളത്തേ പോകുവാ പെങ്ങളേ. അങ്ങേർക്കും പ്രായം കൊറേയായില്ലേ.”

“ഞാനെന്തു ചെയ്യണവെന്നാ വർക്കിച്ചേട്ടൻ പറയണേ?”

“നമ്മടെ ഷെഡ്ഡിലോട്ട് വാന്നേ. ബെന്നിച്ചന്റെ പള്ളിക്കൂടത്തിലെ കാര്യവെങ്കിലും മര്യാദയ്ക്ക് നടക്കുവല്ലാ.”

“അച്ചാച്ചി സമ്മതിക്കത്തില്ലായിരിക്കും.”

“സ്രാങ്കിനോട് ഞാൻ പറയാന്നേ.”

“വേണ്ട. ഞാൻതന്നെ പറഞ്ഞോളാം.”

ചെമ്മീൻ പൊളിക്കാൻ പോണമെന്നുള്ള ലീലാമ്മയുടെ ആവശ്യത്തിന് എതിരൊന്നും പറയാതെ അനിക്ലേത്ത് സ്രാങ്ക് നിശ്ശബ്ദമായി സമ്മതം മൂളിയതിന്റെ പിറ്റേന്നു വെളുപ്പിനുതന്നെ വർക്കിയുടെ ഷെഡ്ഡിലേക്ക് അവർ പോയിത്തുടങ്ങി. വിരഹം കടിച്ചമർത്തി വാരത്തിന്റെ മൂലയ്ക്ക് സ്വയം തളയ്ക്കപ്പെട്ട മരുമകൾ പഴയ ജീവിതത്തിലേക്ക് തിരിച്ചുവരുന്നതു കാണാൻ ബെഞ്ചമിനെപ്പോലെ അനിക്ലേത്തും അതിയായി ആഗ്രഹിച്ചിരുന്നു. പണിക്കുവരണ പെണ്ണുങ്ങളുടെ കുശുമ്പുപറച്ചിലും തമാശയുമൊക്കെ കേട്ടുപഴകി മാസമൊന്നു കഴിഞ്ഞപ്പോൾ തന്നിൽനിന്നകന്നുപോയ പഴയ ആ ചിരി ലീലാമ്മയ്ക്കു തിരിച്ചുകിട്ടുകയും ചെയ്തു.

* * *

തുമ്പോളിയിലെ പൂട്ടിയിട്ട ലെതർ ഫാക്ടറിയിൽ സാത്താൻസേവ നടന്നതറിഞ്ഞപ്പോൾ രൂപതയുടെ മുഴുവൻ രക്ഷയ്ക്കുംവേണ്ടി എല്ലാ പള്ളികളിലും ദുഃഖവെള്ളിയാഴ്ച വൈകുന്നേരം യുവധാരയുടെ നേതൃത്വത്തിൽ പാപപരിഹാരറാലിയും കുരിശിന്റെ വഴിയും നിർബന്ധമായും നടത്തണമെന്നുള്ള അത്തിപ്പൊഴിയിൽ പിതാവിന്റെ ഇടയലേഖനം ജോർജച്ചന്റെ കയ്യിലുമെത്തി. ഇടവകയിലെ യൂത്തിനുവേണ്ടി പള്ളിമേടയ്ക്കു വലതുവശം കെട്ടിടവൊരെണ്ണം പണിഞ്ഞിട്ടതിൽ പട്ടികൾ കേറി തൂറിനാറ്റിച്ചു തുടങ്ങിയെങ്കിലും ബോധവൊള്ള ഒന്നുരണ്ടെണ്ണത്തിനെ തപ്പിപ്പിടിച്ച് പരിപാടി മെനയ്ക്ക് നടത്തണമെന്ന് കപ്യാരോടും കൈക്കാരന്മാരോടും വികാരി ചട്ടംകെട്ടി.

“ഞങ്ങളിതെവിടെപ്പോയി ആരെക്കൊണ്ടു വരാനാച്ചോ? ഒള്ളതുങ്ങളെല്ലാം പഠുത്തോം നിർത്തി പണ്ടേക്കുപണ്ടേ വള്ളത്തെ കേറിത്തൊടങ്ങി. മിച്ചവൊള്ളതുങ്ങളെ വിളിച്ചാലും വരത്തില്ല.”

"എന്റെ ആന്റപ്പാ, നിങ്ങളിങ്ങന മൊടക്കുവർത്താനം പറയല്ലേ. ആ പൊനപ്പാസിന്റെ കൊച്ചുമകനില്ലേ.. ആൻഡ്രൂസ്. അവനെ വിളിച്ചോണ്ടു വാ. ഞാൻ സംസാരിക്കാം."

"ആര്. ആച്ചപ്പനാ. ആ പഷ്ട്. അവന് വട്ടാണച്ചോ."

"ചെക്കനെല്ലാ ദെവസോം പള്ളീ വരണുണ്ട്. ഞാൻ പറഞ്ഞാ അവൻ കേട്ടോളും."

അഞ്ചുവർഷംകുടി എടവക സന്ദർശിക്കാൻ മെത്രാൻ വരുമ്പോൾ ക്രൂശുരൂപം തറച്ച വലിയ അംശവടിയും പിടിച്ച് റാലിയായി പോയി സെമിത്തേരിയിലെ ഓരോ കുഴിയിലും കുത്തിനോക്കി നാടിനും തൊറയ്ക്കും ശാപമായിട്ട് ആരുടെയെങ്കിലും ശവം അഴുകാതെ അവിടെ പിശാശായി കിടപ്പുണ്ടോയെന്ന് ഉറപ്പുവരുത്തുന്ന ചടങ്ങുണ്ടായിരുന്നു. വർഷങ്ങളായി പള്ളിയിൽ കേറാതെ അച്ചനെയും കൈക്കാരന്മാരെയും പള്ളുപറഞ്ഞു നടന്നിരുന്ന ആച്ചപ്പന്റെ ചെവിയിൽ സെമിത്തേരിയിലൊരു പെണ്ണിന്റെ പെണം ചീയാതെ കെടപ്പുണ്ടെന്നും അതു കണ്ടുപിടിക്കുന്നവർക്ക് പള്ളിവക ആദരവുണ്ടെന്നും കൂട്ടത്തിലൊള്ളയാരോ തിരിപിടിച്ചു കൊടുത്തതിന്റെ ചൂടുപറ്റിയാണ് വൈദ്യര് ദിവസേന പള്ളിയിലും സെമിത്തേരിയിലും മുടങ്ങാതെ വന്നിരുന്നതെന്ന് മറ്റുള്ളവരെപ്പോലെ ജോർജച്ചനും അന്നേരം കത്തിയിരുന്നില്ല. അച്ചൻ മേടയിൽ ആളെവിട്ടു വിളിപ്പിച്ചു തന്നെയൊരു കാര്യമേൽപ്പിച്ചപ്പോൾ ഒടക്കു പറഞ്ഞൊഴിയാൻ കഴിയാതെ പറ്റണപോലെ തട്ടിക്കൂട്ടാമെന്ന് ആച്ചപ്പനും വാക്കുകൊടുത്തു.

ഐ.റ്റി.ഐയിലെ രണ്ടാം സെമസ്റ്റർ പരീക്ഷ കഴിഞ്ഞ് ലീവ് തുടങ്ങിയപ്പോൾ കർളാം പാടത്ത് വല വിരിക്കാൻ നടന്ന ബെഞ്ചമിനും സ്റ്റീപ്പനും വൈദ്യരുടെ പിടിവാശിക്കും തെറിവിളിക്കും വഴങ്ങി ലാസറ് ഞായറാഴ്ച കുർബ്ബാനയ്ക്കുശേഷം ജോർജച്ചൻ വിളിച്ച യൂത്തിന്റെ മീറ്റിങ്ങിലേക്കും വരേണ്ടിവന്നു. അഭിനയിച്ചു വലിയ ശീലമില്ലാത്ത ഒന്നുരണ്ടു പെൺകുട്ടികളെയും യൂദന്മാരാവാൻ പാകത്തിനൊള്ള കൊറച്ച് അപ്പാപ്പന്മാരെയും കപ്യാര് ആന്റപ്പനും അവിടേക്കു വിളിച്ചുകൊണ്ടുവന്നിരുന്നു.

"ദുഃഖവെള്ളിയാഴ്ച രൂപം മുത്തല് കഴിഞ്ഞിട്ടാണ് റാലി നടത്തണ്ടത്. പാലം തൊട്ട് തൊടങ്ങി പടിഞ്ഞാറ് കടപ്പൊറവും കുരിശടീം കറങ്ങി മഡോണ ചാപ്പലിന്റെ വാതുക്കല് അവസാനിക്കും.

"ഇതിനെടയ്ക്ക് എത്ര സ്ഥലം നമ്മളൊരുക്കണവച്ചോ?"

വൈദ്യർ എഴുന്നേറ്റു നിന്നു ചോദിച്ചു.

"പതിന്നാല് സ്ഥലോം ചെയ്യാനൊള്ള ആളും ഫണ്ടും നമക്കില്ല. അതുകൊണ്ട് കുരിശുമരണോം കബറിടക്കോം ഉൾപ്പട ഒരഞ്ചു സ്ഥലം ചെയ്താ മതി."

“ഈശോ ആരാവുമച്ചോ?”

മുറിയിലിരിക്കുന്ന എല്ലാവരെയും ഒന്നു മൊത്തത്തിൽ കണ്ണോടിച്ച് ഒടുവിൽ അവധി പ്രമാണിച്ചു മുടി നീട്ടിവളർത്തിത്തുടങ്ങിയ സ്റ്റീപ്പന്റെ നേർക്കു തന്നെ ജോർജച്ചന്റെ കയ്യുയർന്നു.

“ഇവനായിക്കോളും, എന്താടാ പറ്റത്തില്ലേ?”

“ചെയ്യാവച്ചോ.”

അച്ചൻ ശബ്ദം കടുപ്പിച്ചു ചോദിച്ചപ്പോൾ സ്റ്റീപ്പൻ ആലോചിക്കുകപോലും ചെയ്യാതെ വിറച്ചുകൊണ്ടു സമ്മതിച്ചു.

“സ്രാങ്കിന്റെ കൊച്ചുമകൻ കുരിശു ചൊമക്കാൻ വിളിക്കണ ജോസപ്പാകട്ടെ. പിന്ന ആരെ മാതാവാക്കും. താൽപ്പര്യവൊള്ളവർ ഒന്നു കൈ പൊക്കിക്കേ.”

കപ്യാർ വിളിച്ചുകൊണ്ടുവന്ന പെണ്ണുങ്ങളെല്ലാം അച്ചനു മുഖം കൊടുക്കാതെ കയ്യുയർത്താൻ മടിച്ച് തലകുമ്പിട്ടിരുന്നു.

“നിങ്ങക്കാർക്കും താൽപ്പര്യവില്ലേ. അതെങ്ങനെ ശെരിയാവും.”

“അച്ചോ അങ്ങനെയാണേ ഞാനൊരാളെ പറയാം. നമക്ക് പൊടിവാവയെ വിളിക്കാവച്ചോ. അവളാണെ മാതാവായിട്ട് കറക്ടായിരിക്കും.”

ബെഞ്ചമിന്റെ അഭിപ്രായം കേട്ട് കപ്യാരും കൈക്കാരന്മാരും പൊട്ടിച്ചിരിച്ചു.

“അതിനിത്ര ചിരിക്കാനെന്തിരിക്കുന്ന്?”

“പിന്ന ചിരിക്കാതെ. കണ്ട ചോകാൻപിള്ളാരെ പിടിച്ചിട്ട് മാതാവാക്കണൊ... ഇത് നല്ല കൂത്ത്.”

“അത് നല്ല കിണ്ണൻ കുണ്ണവർത്താനവാ ആന്റപ്പൻചേട്ടാ. കഴിഞ്ഞ മാസം പുതിയ പള്ളിമണി പണിയിപ്പിക്കാൻ താനും ജേക്കപ്പനങ്കായും കൂടി ഇളിച്ചുപിടിച്ചുകൊണ്ട് അവളുടെ വീട്ടില് കേറിയെറങ്ങിയപ്പോ ഈ ചോകാൻപറച്ചിലൊന്നും കണ്ടില്ലാരുന്നല്ലാ. അവരൊക്ക തരണ പൈസാ പള്ളിക്കുവേണം, ന്നാ അവരെയൊന്നും കണ്ടുംകൂടല്ലേ.”

പൊടിവാവയെച്ചൊല്ലി കപ്യാരുമായി വാതോരാതെ തർക്കിക്കുന്ന ബെഞ്ചമിനെ സ്റ്റീപ്പനും ആച്ചപ്പനും അത്ഭുതത്തോടെ നോക്കിയിരുന്നു. അച്ചാച്ചന്റെ സ്കൂൾമുറ്റത്തും മൂണിക്കുന്നിലും ഒരുമിച്ചു തല്ലിപ്പിടിച്ചു വളർന്ന സമയത്ത് പൊടിവാവയോട് ഒരു പ്രത്യേക യിഷ്ടം ബെഞ്ചമിനു തോന്നിത്തുടങ്ങിയിട്ടുണ്ടെന്ന് സ്റ്റീപ്പൻ പതിയെ മനസ്സിലാക്കിയിരുന്നു. ബെന്നിയറിയാതെ വൈദ്യരോട് ഇതിനെപ്പറ്റി ഒന്നുരണ്ടുവട്ടം അവൻ സൂചിപ്പിച്ചുമിരുന്നു.

"എന്തുവാടോ ആന്റപ്പായിത്. ഞാനൊരു വൈദികനാണ്. തന്റെ യൊക്ക ചെലപ്പു കേക്കാനല്ല ഞാനിങ്ങോട്ട് വിളിച്ചത്. ഇനിയൊറ്റ യൊരെണ്ണം മിണ്ടിപ്പോകരുത്. ബെന്നിയിരിക്ക്."

ജോർജച്ചന്റെ ശബ്ദമുയർന്നപ്പോൾ ആന്റപ്പൻ വായടച്ച് പുറകി ലേക്കു മാറി നിന്നു.

"രണ്ടഭിപ്രായം വന്നകൊണ്ട് വേണുക്കുട്ടന്റെ കൊച്ചിനെ വിളി ക്കാനെനിക്ക് പേടിയൊണ്ട് ആൻഡ്രൂസേ. ഇവിട പാപപരിഹാര ത്തിനുവേണ്ടിയാ ഈ റാലി നടത്താൻ പോണേ. അല്ലാതെ ഇനി യതിന്റെ പേരും പറഞ്ഞ് ഇവിടൊരു കലാപംകൂടി കാണാൻ വയ്യ. അതുകൊണ്ട് ഞാനൊരാളെ പറയും, അയാള് മാതാവായിക്കോണം. കേട്ടല്ലൊ?"

ജോർജച്ചൻ പറഞ്ഞതനുസരിച്ച് പേദർ വെല്യപ്പന് വയസ്സാം കാലത്തുണ്ടായ മോളിക്കുട്ടി മാതാവാകാമെന്ന് സമ്മതിച്ചു.

പിറ്റേയാഴ്ച കാടുപിടിച്ചു കിടന്ന യൂത്തിന്റെ പള്ളിക്കെട്ടിടം വെട്ടി വൃത്തിയാക്കി അവിടെ ആച്ചപ്പന്റെ നേതൃത്വത്തിൽ കുരിശിന്റെ വഴി പ്രാക്ടീസും തുടങ്ങി. പാപപരിഹാരറാലിയിൽ ജോർജച്ചൻ ഈശോയാവാൻ തിരഞ്ഞെടുത്തത് തന്റെ മകനെയാണെന്നു വലിയ കാര്യത്തിൽ ചെമ്മീൻ ഷെഡ്ഡിലുള്ളവരോട് താടിവർക്കി വീമ്പിളക്കിണ കാര്യം ലീലാമ്മ വീട്ടിൽ വന്നു പറഞ്ഞപ്പോൾ അനിക്ലേത്തു സ്രാങ്ക് പുച്ഛിച്ചുതള്ളി.

അൽപോയുടെ അടക്കു കഴിഞ്ഞ ദിവസങ്ങളിൽ നേരം വെളുക്കുമ്പോൾതന്നെ പരിക്കുപറ്റിയ കാലുംവലിച്ച് അന്തോണിച്ചന്റെ കടവാതിൽക്കൽ പോയിരിക്കുന്ന സ്രാങ്ക് പൊനപ്പാസിന്റടുത്ത് നിന്ന് മൂക്കറ്റം അന്തിയും മോന്തി ലെക്കില്ലാതെയാണ് വീട്ടിലേക്കു വന്നു കേറിയിരുന്നത്. മരണം കുത്തി വലിച്ച വ്യഥയുടെ മുറിവുകൾ മറക്കാൻ അച്ചാച്ചി കഷ്ടപ്പെടുന്നതു കുടിച്ചു തീർത്തിട്ടാണെന്ന് വിങ്ങലോടെ ലീലാമ്മ ആ സമയങ്ങളിൽ മനസ്സിനെ പറഞ്ഞു പഠിപ്പിച്ചു. കാൽമുറിവിലെ നീരുവറ്റി താഴ്ന്നു വളർന്നു തുടങ്ങിയ കൊമ്പൻ മീശയെ യോജിപ്പിച്ച് വെളുത്ത നീളൻ താടി മുഖത്തു പ്രത്യക്ഷപ്പെട്ടപ്പോൾ പൊഴി കവിഞ്ഞൊരു മഴ തുടങ്ങിയ രാത്രി ആരോടും പറയാതെ സ്രാങ്ക് വള്ളവുമായി കടലിലേക്കിറങ്ങി.

കാറ് പെയ്തിറങ്ങി നേരം പുലർന്ന സമയം മൂണിക്കുന്നിലെ കുറ്റിക്കാട്ടിലേക്ക് കുമ്മായം കട്ടപിടിച്ച മമ്മട്ടി ഒളിപ്പിച്ചു വെച്ചശേഷം വള്ളം തുഴഞ്ഞ് പതിവിനെതിരായി സന്തോഷത്തോടെ വീട്ടിലേക്കു വരുന്ന അനിക്ലേത്തിനെ അതിശയത്തോടെയാണ് ബെഞ്ചമിനന്നു നോക്കിക്കണ്ടത്. പിന്നീട് കാലിലെ വേദന വകവെക്കാതെ പടിഞ്ഞാറ് മഴക്കാറ് വെക്കുന്നതും നോക്കി പണിക്കുപോകാൻ ആർത്തിയോടെ അയാൾ കാത്തിരിക്കുമായിരുന്നു. പൊറവാ തെളിയുമ്പോൾ പൊഴിയിലേക്ക് അലറിച്ചിരിച്ചുകൊണ്ട് വള്ളമിറക്കി പോകുന്ന അപ്പാപ്പന് അൽപോയുടെ മരണത്തോടെ സമനില തെറ്റിത്തുടങ്ങിയെന്നു പോലും അവൻ കരുതിയിരുന്നു.

ദുഃഖവെള്ളിയാഴ്ച രാത്രി പാപപരിഹാരറാലിക്കുശേഷം വിയർപ്പിൽ പൊതിഞ്ഞ വസ്ത്രങ്ങൾ മാറ്റി പള്ളിമുറ്റത്ത് തളർന്നിരുന്ന ബെഞ്ചമിന്റെയും സ്റ്റീപ്പന്റെയും പക്കലേക്ക് പൊടിവാവ വന്നിരുന്നു.

"നീ ആർടെ കൂട വന്ന്?"

"അച്ഛനൊണ്ടാർന്ന്. നിന്നെയൊക്കെ കണ്ടപ്പ ഞാൻ പറഞ്ഞ് പൊക്കോളാൻ."

കറുത്ത പോളിസ്റ്റർ ചുരിദാറിന്റെ തുമ്പുകൊണ്ട് ബെഞ്ചമിന്റെ മുഖത്തെ വിയർപ്പു തുടച്ചുകൊണ്ട് അവൾ പറഞ്ഞു.

"മഞ്ചമെറങ്ങണതെപ്പഴാ?"

"ഇപ്പയെറങ്ങും. കുരിശിന്റവഴി കഴിഞ്ഞല്ലാ. നീ മഞ്ചം പോണത് കാണാൻ വന്നതാണാ?"

"മരമണി കേക്കാൻ. എല്ലാ വർഷോം വീട്ടിലിരിക്കുമ്പ അതിന്റെ ഒച്ച കേക്കുവല്ലാ. ഇപ്രാശം അതൊന്ന് നേരിട്ട് കാണാൻ വന്നതാ."

"എനിക്കു മഞ്ചമെറങ്ങണത് കാണുമ്പ അപ്പായെ ഓർമ്മ വരുവെടീ. പൂക്കളിലും വെറ്റിലേലും പൊതിഞ്ഞ് ഈശൊ കെടക്കണത് കാണുമ്പ അടക്കത്തിന് അപ്പായെ കൊണ്ടുപോണതുപോലെ തോന്നും."

"നീയതൊന്നും ഇപ്പോ ആലോചിക്കണ്ട. തല പെരുക്കും."

"ആണ്ടാ ബെന്നിച്ചാ. അതൊക്കെ വിട്. നീ ഇവിടെ നിക്കിപ്പോ. വേറെങ്ങോട്ടും മനസ്സ് പോകണ്ട."

നിറഞ്ഞുവന്ന കണ്ണുകൾ ആരും കാണാതെ തുടച്ച് ബെഞ്ചമിന്റെ തോളിൽ കയ്യിട്ടുകൊണ്ട് സ്റ്റീപ്പൻ ചേർന്നുനിന്നു. തണുത്തു വിളറിയ തന്റെ വിരലുകളിൽ പൊടിവാവ മെല്ലെ തഴുകിത്തുടങ്ങിയപ്പോൾ കൊട്ടിയടച്ചിട്ടിരുന്ന പള്ളിവാതിലിനു പിറകിൽനിന്നു മരമണി ശബ്ദം ബെഞ്ചമിന്റെ കാതുകളിലേക്കെത്തിയിരുന്നു. പൂക്കളും ആനാംവെള്ളവും വീണു കുതിർന്ന മണ്ണിൽ ചുവന്ന പരവതാനി വിരിച്ച് വെളുത്തു കൊഴുത്ത കുന്തിരിക്കപ്പുകയുടെ മധ്യത്തിലൂടെ മഞ്ചം നഗരുകാണിക്കലിനായി പുറത്തേക്ക് എഴുന്നെള്ളിവന്നു. മരമണി ശബ്ദം നാലുദിക്കും മുഴങ്ങിയപ്പോൾ കമാനത്തിനു മുകളിൽ ഘടിപ്പിച്ചിരുന്ന കോളാമ്പിയിൽനിന്നു ഗായകസംഘം ആലപിച്ച പുത്തമ്പാന കേട്ടുതുടങ്ങി.

മുറിവുകൾ തെളിഞ്ഞു വെറ്റിലയിലും പൂക്കളിലും മൂടി ശാന്തമായി ഉറങ്ങുന്ന ക്രിസ്തുവിന്റെ തിരുസ്വരൂപം നഗരുകാണിക്കൽ കഴിഞ്ഞ് പള്ളിയിലേക്കു തിരികെ പ്രവേശിക്കുമ്പോൾ, കാതടപ്പിക്കുന്ന മരമണി ശബ്ദം നേർത്തൊരു മൂളലായി രൂപാന്തരം പ്രാപിക്കുന്നത് ബെഞ്ചമിനറിഞ്ഞു. ആ ശബ്ദത്തിന്റെ ഉറവിടം തിരക്കി പള്ളിമതിലുകൾക്കിടയിൽ അവന്റെ മനസ്സുഴറിത്തിരിഞ്ഞപ്പോൾ, പൊറംകടലിൽ പെയ്ത മഴയെ വകഞ്ഞുമാറ്റി ചുവപ്പു പടർന്നൊരു നീളൻ ഭാണ്ഡവുമേന്തി അനിക്ലേത്ത് സ്രാങ്കിന്റെ കൊച്ചുവള്ളം അവിടെ നഗരുകാണിക്കൽ ആരംഭിച്ചിരുന്നു.

വയറ്റാട്ടിക്കിണർ

ജലം ചുവപ്പിൽ കൊഴുക്കുമ്പോൾ
പക പ്രകമ്പനം കൊള്ളുന്നു.

വാവക്കാട് പൊഴിയുടെ സമീപത്ത് വേലി വളച്ച് കൊരട്ടിയിൽ നിന്നുവന്ന കോൺസിയൂസും കുടുംബവും താമസം തുടങ്ങിയ സമയത്തുതന്നെയാണ് കാർത്ത്യായനി വയറ്റാട്ടിയും കെട്ടിയോൻ സദാശിവനും നാട്ടിലേക്കെത്തുന്നത്. വർഷാവർഷം ആറുനിറയുമ്പോൾ വെള്ളക്കെട്ട് വീണു പൊളിഞ്ഞു തുടങ്ങിയ തകഴിയിലെ ചെറ്റ നിന്ന ചതുപ്പ് വിറ്റ കാശുംകൊണ്ട് വള്ളമിറങ്ങിയ വയറ്റാട്ടിക്ക് പൊക്കലെ കുടുംബവീടിന്റെ പുറകിലായി വലിയച്ചാച്ചനും വിക്ടോറിയുമാണ് അഭയം കൊടുത്തത്. എടത്വായിലും ചങ്ങനാശ്ശേരിയിലുമായി തലമുറകളായി ആശാരിപ്പണി ചെയ്തു പേരെടുത്ത കുടുംബത്തിൽപ്പെട്ട സദാശിവൻ പറമ്പു വളച്ചു കിട്ടിയപ്പോൾത്തന്നെ പൊഴിക്കിപ്പുറത്തുള്ള വേലാച്ചൻ പണിക്കരുടെ മാലിപ്പെരയിലേക്ക് അലച്ചുതല്ലിയോടി.

കടലീപ്പോകാൻ പുതിയ കെട്ടുവള്ളം പണിയിപ്പിക്കുമ്പോ വള്ളക്കാർ മാലിപ്പെരയിൽ ഉപേക്ഷിക്കുന്ന പഴകിയ വള്ളത്തിന്റെ ദ്രവിച്ചു തുടങ്ങിയ അമരവും കുറച്ചധികം പട്ടിയേല് കഷണങ്ങളും പെറുക്കിക്കൊണ്ടുവന്ന് വയറ്റാട്ടിക്ക് ഉറങ്ങാനായി ചെറിയൊരു ചതുരക്കട്ടയുടെ ആകാരത്തിൽ ചായിപ്പൊരെണ്ണം അയാൾ ഞൊടിയിടയിൽ അവിടെ തട്ടിക്കൂട്ടി. പിന്നീടങ്ങോട്ട് വാവക്കാടും ചള്ളിയിലും പെണ്ണുങ്ങൾക്ക് പേറെടുക്കാൻ സമയമടുക്കുമ്പോ രാവും പകലും നോക്കാതെ വയറ്റാട്ടിയേം കെട്ടിയോനേം വിളിച്ചുകൊണ്ടുപോകാൻ ആളുകള് ചൂട്ടും കത്തിച്ചു വന്നുതുടങ്ങി.

തുളുമ്പുന്ന മാറിടം വരിഞ്ഞു പൊത്തിയ നിറയെ പൂക്കളുള്ള മങ്ങിയ ജാക്കറ്റും ധരിച്ച് മുടി ഉച്ചിയിലുയർത്തിക്കെട്ടി മുറുക്കിച്ചുവപ്പിച്ചു മന്ത്രിയുടെ പവറോടെ നടന്നുപോണ കാർത്ത്യായനിയെ നോക്കി വാവക്കാട്ടിലെ ആണും പെണ്ണും ഒരേപോലെ വെള്ളമിറക്കി.

പ്രസവമില്ലാത്ത സമയങ്ങളിൽ സദാശിവൻ മാലിപ്പെരയിൽ സഹായിക്കാൻ പോകുമ്പോ അടുത്തൊള്ള വിക്ടോറിയും പെണ്ണമ്മയുമായിരുന്നു കാർത്ത്യായനിക്കെന്നും കൂട്ട്. പുലർച്ചെ പൊഴി നീന്തി വേലാച്ചൻ പണിക്കരുടെ വീട്ടിലേക്കു തിരിയുമ്പോൾ മുറ്റം തൂക്കാനിറങ്ങുന്ന പെണ്ണമ്മയോട് സദാശിവൻ ഒച്ചത്തിൽ വിളിച്ചുപറയും:

"നാത്തുനേ, കാത്ത്യാനി അവിടൊറ്റക്കാണേ. ഒന്നോക്ക്യേക്കണേ."

നട്ടുച്ചയ്ക്ക് വള്ളത്തേന്ന് വരുന്ന ബെസേലിക്കുള്ള ഊണും കൂട്ടാനും ഒരുക്കിവെച്ചശേഷം കാർത്ത്യായനിയേയും കൂട്ടി പെണ്ണമ്മ പൊക്കലെയിലേക്കു പോകും. അവിടെ വിക്ടോറിക്കൊപ്പം വെടിവട്ടം പറഞ്ഞും പേൻ കിള്ളിയും നേരമിരുട്ടുമ്പോഴേക്കും വയറ്റാട്ടിയെ തിരക്കി കെട്ടിയോനെത്തിയിട്ടുണ്ടാവും.

"പോവുവല്ലേ?"

"ആ അണ്ണാ. ദേ വരണ്."

അറക്കപ്പൊടിയും വിയർപ്പും ഉണങ്ങിപ്പിടിച്ച അയാളുടെ നെഞ്ചിൽ ചാഞ്ഞ് വീട്ടിലേക്കു പോകുന്ന കാർത്ത്യായനിക്കൊപ്പം തെല്ലൊരസൂയയോടെ പെണ്ണമ്മയും നടന്നു. കൊരട്ടിയിലെ അമ്മച്ചി മരിച്ചപ്പോൾ കോനാച്ചി വന്നു വിളിച്ചയുടനെ കെട്ടുംകെട്ടി ഒന്നും നോക്കാതെ പുറപ്പെട്ട പെണ്ണമ്മയ്ക്ക് നാളിതുവരെ തോന്നാതിരുന്നൊരു കല്യാണപ്പൂതി കാർത്ത്യായനിയുടെയും സദാശിവന്റെയും സ്നേഹപ്രകടനങ്ങൾ കണ്ടപ്പോൾതൊട്ട് ഉള്ളിൽ മുള പൊട്ടിത്തുടങ്ങിയിരുന്നു.

"അക്കയെന്താ കെട്ടാത്തേ?"

ഒരുദിവസം തല നോക്കുന്നതിനിടയിൽ കാർത്ത്യായനി ചോദിച്ചു.

"എന്റെ കെട്ടുപ്രായവൊക്കെ എന്നേ കഴിഞ്ഞ് പെണ്ണേ."

"കെട്ടണതിനെന്നാത്തിനാ പ്രായം. ഒരു കൂട്ടിനല്ലേ എല്ലാരും കെട്ടണേ."

"എനിക്ക് കൂട്ട് അച്ചായനും പിള്ളേരുമൊണ്ടല്ലാ. പിന്നെന്തിനാ ഒരു പുതിയ കൂട്ട്?"

"ഇപ്പയിങ്ങനൊക്കെ പറയും. മാപ്ലേടെ കാലോം കഴിഞ്ഞ് വസേലിയും ചെക്കമ്മാരും പെണ്ണുംകെട്ടി വരുമ്പോ അറിയാം അതിന്റെ ഊത്തല്."

"ഓ, അതൊക്ക ഞാനങ്ങു സഹിച്ചോളാം. എന്തായാലും കെട്ടിയിട്ട് കൊച്ചുങ്ങളുമൊണ്ടാകാതെ ചടച്ചു വീട്ടി നിക്കണതിനേക്കാൾ ഭേദം ഇതുതന്നെയാ."

അകവും പൊറവും നോക്കാതെ കാർത്ത്യായനി തന്നെ ചൊറിഞ്ഞെന്നു കരുതി ഉള്ളിലെ കുശുമ്പും ദേഷ്യവും പെണ്ണമ്മയിൽ നിന്നറിയാതെ പുറത്തുവന്നപ്പോൾ, കല്യാണം നടന്ന് കൊല്ലം പത്തു കഴിഞ്ഞിട്ടും കൊച്ചുങ്ങളില്ലാതിരുന്ന വയറ്റാട്ടി വിങ്ങിപ്പൊട്ടിക്കൊണ്ടു വീട്ടിലേക്കോടി. പറഞ്ഞതു തെറ്റായിപ്പോയെന്നു തിരിഞ്ഞിട്ടും മാപ്പു ചോദിക്കാനോ സൗഹൃദം വീണ്ടും സ്ഥാപിക്കാനോ പെണ്ണമ്മയും ആ വഴിക്കു പിന്നീടു പോയില്ല. വർഷങ്ങൾക്കിപ്പുറം മർകിലി കെട്ടിവന്ന് ആദ്യത്തെ പ്രസവത്തിന്റെ വേദന തുടങ്ങിയപ്പോഴാണ് പെണ്ണമ്മ കാർത്ത്യായനിയോട് വീണ്ടും മിണ്ടിത്തുടങ്ങുന്നത്. പെണ്ണുങ്ങള് തനിച്ചുള്ളൊരു മഴക്കാലത്ത് പുറത്തൊരൂക്കൻ ഇടിവെട്ടിയതിന്റെ ഞെട്ടലിൽനിന്നാണ് നിറവയറും താങ്ങി മർകിലി പുളഞ്ഞുതുടങ്ങിയത്. പെണ്ണിന് പ്രസവമടുത്ത വെപ്രാളത്തിൽ എന്തു ചെയ്യണമെന്നറിയാതെ വയറ്റാട്ടിയുടെ വീട്ടിലേക്ക് നാത്തൂൻ നില വിളിച്ചു പാഞ്ഞുചെന്നു.

“കാത്ത്യായനിയേ ഒന്നോടിവായോ... അവൾ വേദനകൊണ്ടു പൊളയുവാണേ... എന്റെ കയ്യും കാലും വെറക്കണേ.”

“നാത്തൂൻ കരയാതെ നിക്ക്. ഞാൻ ദേ വന്ന്.” എന്നുപറഞ്ഞുകൊണ്ടു പഴയ പെണക്കമെല്ലാം മറന്ന് മർകിലിയുടെ അടുത്തേക്കോടി വന്ന കാർത്ത്യായനിയെ കൊച്ചിന്റെയും തള്ളയുടെയും ഇരുപത്തെട്ടു ദിവസത്തെ കുളിയും കഴിഞ്ഞാണ് പെണ്ണമ്മ പിന്നെ വീട്ടിലേക്കു തിരിച്ചുവിട്ടത്. തുടർന്നുള്ള വർഷങ്ങളിൽ മർകിലി പെറ്റിട്ട ഏഴെണ്ണവും കാർത്ത്യായനി വയറ്റാട്ടിയുടെ ചൂടുപറ്റി ശ്വസിച്ചു തുടങ്ങിയതിനോടൊപ്പം പെണ്ണമ്മയുടെയും വയറ്റാട്ടിയുടെയും ഇണ പിരിഞ്ഞ കൂട്ടും പൂർവ്വാധികം ശക്തിയോടെ പുനഃസ്ഥാപിക്കപ്പെട്ടിരുന്നു.

പള്ളിപ്പണി തുടങ്ങിയ വർഷം പൊക്കലെ പറമ്പിലൊരു കിണർ കുത്തിത്തരണമെന്നു ക്ലീറ്റസും വലിയച്ചാച്ചനുമാണ് സദാശിവനോടാവശ്യപ്പെടുന്നത്. കൈത്തൊഴിലല്ലാഞ്ഞിട്ടും സ്വന്തം നാടായ തകഴിയിൽ ഒന്നുരണ്ടുതവണ ഇത്തരം പണിചെയ്തുള്ള പരിചയത്തിന്റെ ഉറപ്പിൽ ഒരു പണിക്കാരനെക്കൂടി ഒപ്പിച്ചുതന്നാൽ പറഞ്ഞ സമയത്തുതന്നെ കിണറ്റിൽ തൊട്ടിയിട്ടു തരാമെന്ന് സദാശിവൻ വാക്കു പറഞ്ഞു. രണ്ടാഴ്ചയ്ക്കിപ്പുറം മൂന്നാറിൽ പൊറംപണിക്കുവന്ന ഉരുക്കിന്റെ അഴകുള്ളൊരു തമിഴത്തിപ്പെണ്ണിനെ കണ്ടുപിടിച്ച് ക്ലീറ്റസ് മണ്ണു ചുമക്കാനായി സദാശിവനെ ഏൽപ്പിച്ചു. കിണറിന്റെ പണി കഴിയുന്നതുവരെ വയറ്റാട്ടിയുടെ കൂരയിലായിരുന്നു അവളുടെയും താമസം. കിണറ് കുത്തി ചുവരുകെട്ടി വെള്ളം വന്നയന്ന് തമിഴത്തിയെയും സദാശിവനെയും വാവക്കാട് നിന്ന് കാണാതായി. സദാ

ശിവനണ്ണന് പാണ്ടിയെ മടുക്കുമ്പോ തന്റെയടുത്തേക്ക് തിരിച്ചു വരുമെന്നുള്ള പ്രതീക്ഷ ഏറെക്കുറെ അവസാനിച്ച ദിവസം പുലർച്ചെ കിണറ്റിൻകരയിൽ വന്ന പെണ്ണുങ്ങള് വയറ്റാട്ടിയുടെ വെള്ളം കുടിച്ചു ചീർത്ത ശവം കണ്ടു നെഞ്ചുപൊട്ടിക്കരഞ്ഞു. കാർത്ത്യായനിയുടെ പെടുമരണമേൽപ്പിച്ച ആഘാതം കാലക്രമേണ മങ്ങിത്തുടങ്ങിയെങ്കിലും അറിഞ്ഞോ അറിയാതെയോ ചടച്ചു നിക്കണ മച്ചിയെന്നു വിളിച്ച് അവളെയന്നു കരയിപ്പിച്ചതോർത്ത് മരിക്കുന്നതുവരെയും പെണ്ണമ്മ നാത്തൂന്റെ ചങ്കിടറിയിരുന്നു.

വയറ്റാട്ടി മരിച്ചു കിടന്ന കിണറിന് വയറാട്ടിക്കിണറെന്ന പേരു വീണപ്പോൾ പേടിച്ചിട്ടാരും വെള്ളമെടുക്കാൻ പോകാതായതോടെ

കമ്മ്യൂണിസ്റ്റു പച്ചയും തൃത്താവും കാടുകേറി കിണറിന്റെ വായ ഭാഗം മൂടപ്പെട്ടു. പിന്നീട് കിണർ കോരുന്നതും വീണ്ടുമതിനുള്ളിൽ നിന്ന് വെള്ളമെടുത്തു തുടങ്ങുന്നതും ക്ലെമന്റ് കുടിപ്പള്ളുക്കുടം ഏറ്റെടുത്ത സമയത്താണ്.

രണ്ടുമൂന്നു ദിവസത്തെ വള്ളത്തീപ്പോക്കും കളഞ്ഞ് അനിക്ലേത്തും ജയ്ക്കപ്പനും പൊനപ്പാസും കൂടി നാലരക്കുപ്പി റാക്കിനും സൂസമ്മ ഒലർത്തിയ പന്നിക്കും തച്ചിനു നിന്നാണ് കിണർ തേവിയതും പുതിയ ചുറ്റുമതിൽ കെട്ടിയതും. എന്നാൽ കുറച്ചു വർഷങ്ങൾക്കുള്ളിൽത്തന്നെ പറമ്പിൽ ബോർവെല്ല് കുത്തിയതോടെ വയറ്റാട്ടിക്കിണറിലെ വെള്ളം വീടിനു പുറകിലുള്ള അല്ലറചില്ലറ കൃഷി നനയ്ക്കുവേണ്ടി മാത്രമായിരുന്നു ക്ലെമന്റ് ഉപയോഗിച്ചിരുന്നത്. അൽപോയുടെ അടക്കം കഴിഞ്ഞ് അനിക്ലേത്ത് സ്രാങ്ക് കടലിൽ പോയിത്തുടങ്ങി ഒന്നരമാസം കഴിഞ്ഞപ്പോൾ കിണറ്റിൻകരയിലെത്തിയ സൂസമ്മ വെള്ളത്തിന്റെ മേൽപ്രതലത്തിൽ എണ്ണപ്പാട കൊഴുത്തുകെട്ടി നിൽക്കുന്നത് ശ്രദ്ധിച്ചു. ക്ലെമന്റിനോട് വിവരം പറഞ്ഞപ്പോൾ കിണറ് വെള്ളത്തിൽ പായൽ പെരുകുന്നതിന്റെ കൊഴുപ്പാണതെന്നു നിസ്സാരമായി പറഞ്ഞുതള്ളി. എന്നാൽ ദിവസം കഴിയുന്തോറും കിണറ്റിലെ കൊഴുപ്പ് കൂടിക്കൂടി വന്നു.

"നമുക്കൊന്നച്ചനെ വിളിച്ച് വെഞ്ചരിക്കാം."

"എന്തിന്?"

"വീട്ടിലൊള്ള വെള്ളത്തിലങ്ങന മെനകേട് വരണത് എന്താണ്ടക്ക ദോഷവാ അച്ചാച്ചി. അപ്പറത്തെ അവസ്ഥ കണ്ടല്ലാ. എനിക്ക് പേടി വരണ്."

സൂസമ്മയുടെ നിർബന്ധം സഹിക്കവയ്യാതെ ക്ലെമന്റ് ജോർജച്ചനെയും അൾത്താരപ്പിള്ളാരേംകൂട്ടി കിണറ്റിൻകരയിലെത്തി വെള്ളവും പുരയിടവും ഒന്നൊഴിയാതെ വെഞ്ചരിപ്പിച്ചെങ്കിലും കൊഴുപ്പിന്റെ കനം കുറഞ്ഞില്ല. അച്ചൻ തളിച്ച ആനാംവെള്ളം മഴപോലെ വീണിട്ടും കിണറിലെ എണ്ണമയം മാറാത്ത കണ്ടപ്പോൾ വലുതായെന്തോ സംഭവിക്കാൻ പോണെന്നുള്ള ആധി ക്ലെമന്റിന്റെയുള്ളിലും കുരുത്തുപൊങ്ങി.

ഉറക്കത്തെ മുടക്കിക്കൊണ്ട് ചെവിയിൽ പതിക്കുന്ന മൂളലുകളുടെയും അലർച്ചകളുടെയും കട്ടി കൂടിവരുമ്പോൾ അമ്മച്ചിയെ എണീപ്പിക്കാതെ ബെഞ്ചമിൻ മൂണിക്കുന്നിലേക്ക് നടക്കും. ക്ലെമന്റ്ച്ചാച്ചന്റെയടുത്ത് എഴുത്തു പഠിക്കുന്ന സമയത്തൊക്കെ സ്റ്റീപ്പനും പൊടിവാവയ്ക്കുമൊപ്പം ഉഴുതുമേഞ്ഞിരുന്ന കുമ്മായക്കെട്ടുകൾക്ക് അഴുക്കുനിറം വന്നു തുടങ്ങിയത് നിസ്സംഗതയോടെ നോക്കും. അപ്പാപ്പൻ കാണാതെ നിക്കറിന്റെ പോക്കറ്റിൽനിന്ന് കട്ടെടുത്ത ബീഡി കത്തിച്ച്

വയറ്റാട്ടിക്കിണറിന്റെ കൈവരിയിലേക്ക് കയറിയിരിക്കും. പൊഴിക്കിരുവശവും ആകാശം മുട്ടെ നിവർന്നുനിക്കുന്ന അക്കേഷ്യാ കൂട്ടങ്ങളിൽനിന്ന് പുറത്തേക്കു വരുന്ന കലഹന്റെയും ചീവീടിന്റെയും മത്തുപിടിപ്പിക്കുന്ന മുരൾച്ചകളും പടിഞ്ഞാറ് കുത്തിയൊടിയുന്ന കടലിന്റെ ഭീകരശബ്ദവും വകവെക്കാതെ കിണറ്റിലെ വെള്ളത്തിലേക്ക് ഗാഢമായി നോക്കിക്കൊണ്ട് ബെഞ്ചമിൻ ഓരോ പുകയും അകത്തേക്കെടുത്തു.

"ആ കിണറിന്റെ പറ്റേയോന്നും ഇനി പോകല്ല് കേട്ടാ. എന്താണ്ടക്ക പ്രശ്നവൊണ്ടവിട. സൂസമ്മാമ്മ പറഞ്ഞതാ. അച്ചൻ വന്ന് വെഞ്ചരിക്കേക്ക ചെയ്ത്. പണ്ട് വയറ്റാട്ടി ചത്തുകെടന്ന സ്ഥലവാ..."

പകലെപ്പഴോ ലീലാമ്മ പറഞ്ഞ വാക്കുകൾ മനസ്സിൽ മുഴങ്ങിയപ്പോൾ, കൈവരിയിൽ കെട്ടിയിട്ടിരുന്ന തൊട്ടിയെടുത്ത് കിണറ്റിൽനിന്ന് വെള്ളം കോരി ബെഞ്ചമിൻ പതിയെ അതിനകത്തേക്ക് കയ്യിട്ടു. കലക്കവെള്ളത്തിൽ പായലിന്റെ വേരുകൾ പടരുമ്പോൾ ജലം കൊഴുത്ത മാതിരി കിണറ്റിലെ വെള്ളത്തിനും കട്ടികൂടിയിട്ടുണ്ടെന്ന് അവൻ സ്വയം പറഞ്ഞു. തൊട്ടി തിരികെവെച്ച് ബീഡി കുത്തിക്കെടുത്തി വീട്ടിലേക്ക് നടക്കുന്ന നേരം കിണറ്റുവെള്ളത്തിലിട്ട കൈ മൂക്കിലേക്കടുപ്പിച്ച ബെഞ്ചമിന് പെട്ടെന്നു മനംപുരട്ടി വന്നു. പിറ്റേന്നു രാവിലെ തന്നെ ആച്ചപ്പനെയും സ്റ്റീപ്പനെയും കൂട്ടി വയറ്റാട്ടിക്കിണറിന്റെ കരയിൽ വന്ന് ഒരരത്തൊട്ടി വെള്ളം കോരിവെച്ചശേഷം അതിൽ കയ്യിട്ട് മൂക്കിലു വെക്കാൻ അവൻ അവരോടാവശ്യപ്പെട്ടു.

"മൈരിതെന്തു തീട്ടത്തിന്റെ മണവാടാ. ഞാനിപ്പ ശർദിക്കും."

സ്റ്റീപ്പൻ മുക്കുപൊത്തിക്കൊണ്ട് പുറകിലേക്കോടിയപ്പോൾ വൈദ്യര് വീണ്ടും വീണ്ടും വെള്ളം മുഖത്തേക്കടുപ്പിച്ചുകൊണ്ടു ബെഞ്ചമിനെ നോക്കിപ്പറഞ്ഞു.

"കൊഴുപ്പുരുകിയ മണവാടാ. ദേ കയ്യി നോക്കിക്കേ. എണ്ണ ഒട്ടിപ്പിടിക്കണത് കണ്ടാ?"

"എന്നാ കൊഴുപ്പ്?"

"അതിപ്പ എന്തുവേണേലും ആവാം. ഇതിന്റെ സൈഡിലാ അപ്പറത്താ എന്തിനേലുമൊക്കെ കുഴിച്ചിടുമ്പ അതഴുകണ കൊഴുപ്പാ ഈ വെള്ളത്തിലടിയണത്."

"അതിനിവിടാര് എന്തിനെ കുഴിച്ചിടാനാടാ?"

"അതെനിക്കറിയാമ്മേല. ഇതെന്തായാലും ഇവരൊക്ക പേടിക്കണപോലെ വയറ്റാട്ടീട പ്രേതോം പറിയുവൊന്നുവല്ല."

"കൊഴുപ്പടിയണത് ആരും പറഞ്ഞ് ഞാൻ കേട്ടിട്ടു കൂടിയില്ല കേട്ടാ..."

"എന്റെ പൊന്നു ബെന്നീ, നീ കേക്കാത്തേം കാണാത്തേമായ എന്തൊക്കെ കാര്യവീ ലോകത്തൊണ്ട്. നീ നമ്മട സെമിത്തേരിയുടെ പൊറകില് യൂണീക്കിലെ പിള്ളേര് കളിക്കണ പറമ്പില് പോയിട്ടൊണ്ടോ. അവിടൊരു പൊട്ടക്കിണററൊണ്ട്. കളിയെല്ലാം കഴിഞ്ഞ് പിള്ളേരെല്ലാം ചെളി കഴുകിക്കളയണത് ആ വെള്ളം കൊണ്ടാ. അവിട കഴുകുമ്പ സോപ്പ് വേണ്ട. കാരണവെന്താ... ആ വെള്ളത്തിലൊള്ള എണ്ണമയംകൊണ്ട് അഴുക്കൊക്ക പടേന്നലിഞ്ഞു പോകും. ആ കിണറ്റിപ്പോയി നോക്കിയാലും ദേ, ഇതേപോലുള്ള കൊഴുപ്പ് കാണാം. നമ്മട സെമിത്തേരിയിൽ അടക്കണ ശവമെല്ലാം അഴുകുമ്പ അതിന്റെയൊക്ക കൊഴുപ്പ് ഭൂമിക്കടീലൂടെ ഇതുപോലൊള്ള കിണറ്റിലും കൊളത്തിലുമൊക്ക വന്നടിയും. അതാണീ പൊകട് മണത്തിനും കട്ടിക്കും കാരണം. മനസ്സിലായാ?"

വൈദ്യര് ക്ലാസ്സെടുത്ത കാര്യങ്ങളോർത്തുകൊണ്ട് വീട്ടിലേക്കു വന്നുകയറുമ്പോൾ, മുറ്റത്തിരുന്നു വല മാട്ടുന്ന അനിക്ലേത്ത് സ്രാങ്കിന്റെ നരച്ചു താന്നിരുന്ന മീശ കൊമ്പു പിരിച്ച് ഉയർന്നുനിൽക്കുന്നത് പെട്ടെന്നുതന്നെ ബെഞ്ചമിന്റെ ശ്രദ്ധയിൽപ്പെട്ടു. അപ്പൻ മരിച്ചുപോയപ്പ തൊട്ട് നീളൻ താടി വളർത്തി രാവും പകലും കള്ളും കുടിച്ച് കരഞ്ഞുകൊണ്ടു നടന്നിരുന്ന അപ്പാപ്പന്റെ മുഖത്ത് ആ പഴയ പ്രസന്നത തിരികെ വന്നിരിക്കുന്നു. വായ നിറയെ സുഗന്ധപ്പൊകല ചവച്ചിറക്കി വൈകിട്ട് വള്ളത്തെ പോകുമ്പോ എരയെറിയാനുള്ള മത്തിക്കൊടലും ചീഞ്ഞ ചെമ്മീൻ തലയും അനിക്ലേത്ത് വലിയൊരു അലുമിനിയം കൊടത്തിൽ കശക്കിക്കെട്ടിവെച്ചു. നേരമിരുട്ടി പുറത്ത് ചാറ്റലടിച്ചു തുടങ്ങിയപ്പോൾ കൊടമെടുത്ത് പങ്കായത്തിൽ തൂക്കി തോളത്തുവെച്ച് അപ്പാപ്പൻ പൊഴിയറമ്പിലേക്കു നടന്നകലുന്നത് വാതിക്കലിരുന്ന് നോക്കുമ്പോൾ, ബെഞ്ചമിന്റെ മനസ്സിൽ എന്തെന്നില്ലാത്തൊരു ഭീതി ചുഴറ്റിയടിച്ചു. അരപ്രൈസിൽ തല ചായ്ച്ചുവെച്ച് പതിയെ കണ്ണുകളടച്ചപ്പോൾ അപ്പന്റെ നിറഞ്ഞു ചിരിക്കുന്ന മുഖം അവനെ തഴുകിക്കടന്നുപോയി. മരണത്തിന്റെ നനുത്ത ഓർമ്മകളെപ്പേറി മണ്ണിലും മനസ്സിലും പേമാരി പെയ്യപ്പോൾ അൽപോയുടെ ഓർമ്മകളിൽനിന്നു പതിയെ തെന്നിത്തെറിച്ച് പൊടിവാവയുടെ മടിത്തട്ടിലേക്ക് ബെഞ്ചമിനെത്തിച്ചേർന്നിരുന്നു. തൂവെള്ള നിറത്തിൽ വിടർന്നൊരു നീളൻ ഫ്രോക്കണിഞ്ഞ അവളുടെ വിളറിയ കൈവിരലുകൾ ബെഞ്ചമിന്റെ മുഖത്തെ തന്റെ നെഞ്ചോടടുപ്പിച്ച് ചുണ്ടുകളിൽ ദീർഘമായി ചുംബിച്ചു. സ്വപ്നം തീർത്ത ലാസ്യത്തിൽ മയങ്ങി അവളിലേക്കലിഞ്ഞു ചേരുമ്പോൾ, ഭൂമിയെ പ്രകമ്പനം കൊള്ളിച്ചുകൊണ്ട് ആ സൈറൺ ശബ്ദം വീണ്ടുമവന്റെ കാതുകളിലേക്ക് കടന്നുവന്നു.

ചുറ്റും ഇരുട്ട് വ്യാപിച്ച് ഭയം മണത്തു തുടങ്ങിയപ്പോൾ, അലറി വിളിക്കുന്ന കടലിനു മുൻപിൽ അവൻ ഒറ്റപ്പെട്ടു. ഉയർന്നുപൊങ്ങുന്ന തിരമാലകളെപ്പിളർന്ന് ജലത്തിന്റെ വിദൂരതയിലേക്ക് കണ്ണുകൾ സഞ്ചരിച്ചപ്പോൾ, ഇരുട്ടിൽ മറഞ്ഞ് തന്നെ നോക്കി ഉച്ചത്തിൽ ചിരിക്കുന്നൊരു സ്ത്രീരൂപം അടുത്തടുത്തു വരുന്നത് ബെഞ്ചമിനറിഞ്ഞു. ഇരുട്ടിൽ തിളങ്ങിയ കൂർത്ത കൊമ്പുകളുടെ വെളിച്ചം പടർന്നപ്പോൾ കിണറ്റിൻകരയിൽ താൻ കണ്ട കൊഴുപ്പ് ഒരുമിച്ചുകൂടി ചുരുണ്ട വള്ളി കണക്കെ എന്തോ അവന്റെ കാലുകളിൽ ചുറ്റി വരിഞ്ഞുകഴിഞ്ഞിരുന്നു. പുകമൂടിയ കണ്ണുകൾ അമർത്തി തിരുമ്മി പ്രാണൻ പിടഞ്ഞോടുമ്പോൾ ദൂരെ വയറ്റാട്ടിക്കിണറിനു സമീപം തുരുമ്പു പിടിച്ച മമ്മട്ടി ഉയർത്തിവെട്ടുന്ന ഒരാൾരൂപം അവന്റെ കണ്ണിൽപ്പെട്ടു. ഈജിപ്ഷ്യൻ മമ്മിയെന്നു തോന്നിക്കുന്ന രക്തത്തിൽ കുതിർന്നൊരു ഭീമൻ ഭാണ്ഡക്കെട്ട് ആഴത്തിൽ കുത്തിയ കുഴിയിലേക്കു വലിച്ചെറിഞ്ഞ് ആർത്തട്ടഹസിക്കുന്ന അയാൾക്ക് ഒറ്റനോട്ടത്തിൽ തന്റെ അപ്പാപ്പനോടു തോന്നിച്ച സാമ്യം ബെഞ്ചമിനെ അതിശയിപ്പിച്ചു. പുറത്തു തലതല്ലി പെയ്ത മഴ പൂർണ്ണമായും ശമിച്ചപ്പോൾ ഇരുട്ടിൽ കണ്ട കാഴ്ചകളിൽ നിന്നവൻ പിടഞ്ഞെണീറ്റിരുന്നു.

ഡിമീറ്റർ

I was bterayed. Look what your God has done to me.

വാവക്കാട്ട് പൊഴിയുടെ വലത്തെയരികിൽ ചെള്ളയടിഞ്ഞു കൂടിയ ചെറ നെകത്തി ലോനച്ചൻ കെട്ടിപ്പൊക്കിയ ചായക്കട പുഷ്ടിപ്പെട്ടു തുടങ്ങിയപ്പോൾ ഒരു കൈ സഹായത്തിനു ബോണീഫേസിനെയും അയാൾ കൂടെക്കൂട്ടി. കടയിൽ വരുന്നവർക്കെല്ലാം പല നിറത്തിലും അളവിലും പാല് കൂട്ടിയും കുറച്ചും മിഷ്യൻ മാതിരി ചെക്കൻ ചായയടിച്ചു പതപ്പിക്കുന്നതു കണ്ടപ്പോൾ, ലോനച്ചൻ അവനെ സ്ഥിരം പണിക്കാരനായി നിയമിച്ചു. കടത്തിണ്ണയിൽ വന്നിരുന്ന് ലോകകാര്യം പറയുന്നവരും അകത്തോട്ട് കേറാതെ കുന്തളിപ്പ് കാണിച്ച് കവലയിൽ നിന്നുകൊണ്ടുതന്നെ ചായയ്ക്ക് ഓർഡറിടുന്നവരും വിളിക്കാനുള്ള സൗകര്യം മുതലെടുത്ത് ബോണീഫേസെന്ന പേര് ചുരുക്കി പൊനപ്പാസെന്ന വിളിയാരംഭിച്ചു. നന്നേ ചെറുപ്പത്തിൽ ലോനച്ചന്റടുത്ത് വന്നുപെട്ടതുകൊണ്ട് കച്ചവടത്തിലെ അടവും തിരിവും വൃത്തിക്ക് പഠിക്കാൻ പറ്റിയെങ്കിലും ചായയടിയേക്കാൾ പൊനപ്പാസിനു കമ്പം കാറ്റാടിക്കാട്ടിലിട്ട് ആരും കാണാതെ വാറ്റുന്നതിനോടായിരുന്നു. ഊറ്റിക്കഴിഞ്ഞ് ആറ്റി ചില്ലുകുപ്പിയിലാക്കിയ റാക്ക് വാങ്ങിക്കുടിച്ച് ചായക്കടയിൽ വരുന്നവരുപോലും കൊക്കിയും തൂറ്റിയും നിലത്തിഴഞ്ഞു തുടങ്ങിയപ്പോൾ, ലോനച്ചൻ പൊനപ്പാസിനെ തൊഴുകയ്യോടെ കടയിൽനിന്നു പറഞ്ഞുവിട്ടു.

മണ്ണാപറമ്പീന്ന് കിറിക്കിട്ട് തട്ടും വാങ്ങി ആട്ടിവിട്ട ചൊകചൊവപ്പ് മാറാത്ത ചെക്കന് മരപ്പട്ടിയെ കെണിവെച്ചു പിടിച്ച് ഉണക്കി വാറ്റാനുള്ള പൊടിക്കൈ അറിയാമെന്ന് ആരൊക്കെയോ തിരിവെച്ചു കൊടുത്തപ്പോൾ പൊഴിക്കപ്പുറത്ത് ചാരായഷാപ്പ് നടത്തുന്ന മർസാൾ ചിറ്റപ്പൻ പെലകാലെ തന്നെ പൊനപ്പാസിന്റെ വീട്ടുമുറ്റത്തെത്തി ഇളിച്ചുനിന്നു. മർസാളിന്റെ മേൽനോട്ടത്തിൽ ഇഷ്ടപ്പെട്ട പണി ആസ്വദിച്ചുചെയ്യാൻ കിട്ടിയ അവസരം പൊനപ്പാസിനെ ലഹരി പിടിപ്പിച്ചപ്പോൾ പെട്ടിയിലെ കാശും പെരുകിത്തുടങ്ങിയിരുന്നു. ഉറ്റവരാരുമില്ലാതെ മർസാൾ പെടുമരണപ്പെട്ടപ്പോൾ ഷാപ്പിന്റവകാശം

വളരെ പെട്ടെന്നുതന്നെ പൊനപ്പാസിനു മാത്രമായി ഒതുങ്ങുകയും ചെയ്തു.

പൊനപ്പാസിന്റെ മകൻ ഗൗറിക്കും കെട്ടിയോള് തങ്കയ്ക്കും കടിഞ്ഞൂൽ പുത്രൻ ആച്ചപ്പൻ ജനിച്ചപ്പോൾ അപ്പാപ്പൻ വാവക്കാട്ടിലെയും ചള്ളിയിലെയും തണ്ണിവണ്ടികളുടെ ദൈവമായി മാറിക്കഴിഞ്ഞിരുന്നു. ചെറുപ്പത്തിൽ കൂട്ടുകാർക്കൊപ്പം ദുഃഖവെള്ളിയാഴ്ച രാത്രികളിൽ ദേവാസ്ത വിളിക്കാൻ പോയപ്പോഴുള്ള കഥകളും കാലാകാലങ്ങളായി കാർന്നോമ്മാരിൽനിന്നും കേട്ടുപഴകിയ കറുമ്പച്ചൻ കൂട്ടങ്ങളുടെ ഉപദ്രവങ്ങളും കൊച്ചുമകന് ചോറു വാരിക്കൊടുക്കുമ്പോഴും കടലുകാണിക്കാൻ കൊണ്ടുപോകുമ്പോഴുമൊക്കെ പൊടിപ്പും തൊങ്ങലും അളവിലധികം വെച്ചുപിടിപ്പിച്ചു പൊനപ്പാസ് പറഞ്ഞുകൊടുത്തു.

അപ്പാപ്പന്റെ അമാനുഷിക കഥകൾക്കൊപ്പം തന്റെ സ്വതസിദ്ധമായ സാങ്കൽപ്പികതയും കൂടിച്ചേർന്നുണ്ടായ പുതിയൊരു ലോകത്തായിരുന്നു കൂടുതൽ സമയവും ആച്ചപ്പൻ പിന്നീട്. പെങ്ങള് മോളമ്മയ്ക്ക് ബുദ്ധിയുറച്ചപ്പോ തന്റെ ഉച്ചപ്രാന്തുകൾക്കൊക്കെ കൊടിപിടിക്കാൻ പാകത്തിന് അവളെയും വൈദ്യർ ഒരുക്കിയെടുത്തു. ക്ലെമന്റച്ചാച്ചന്റവിടുത്തെ എഴുത്ത് കഴിയുമ്പോ മൂണിക്കുന്നിലിട്ട് ആങ്ങളയും പെങ്ങളും കാച്ചിയെടുത്ത് കുപ്പിയിലാക്കുന്ന ചെമ്പരത്തിത്താളി പിള്ളേരെക്കൊണ്ട് ഭീഷണിപ്പെടുത്തി വാങ്ങിപ്പിക്കുന്ന ജോലി സ്റ്റീപ്പനും ബെഞ്ചമിനുമായിരുന്നു ചെയ്തിരുന്നത്.

കുപ്പിയൊന്നിന് ഇരുപത്തഞ്ചു പൈസ നിരക്കിൽ പിരിച്ച് കണക്കപ്പിള്ള ചമഞ്ഞുകൊണ്ട് പൊടിവാവയും അവർക്കൊപ്പം കൂടി. പഠിത്തം കഴിഞ്ഞ് പൊക്കലെ പറമ്പിൽ കളിക്കാൻ വരുന്ന കുട്ടികൾക്കു നടുവിലിരുന്ന് അപ്പാപ്പൻ പറഞ്ഞുകൊടുത്ത കറുമ്പച്ചൻ കഥകൾ കൊഴുപ്പിച്ചു വിവരിക്കുന്ന ആച്ചപ്പനെ പുസ്തകങ്ങളുടെ ലോകത്തേക്ക് കൂട്ടിക്കൊണ്ടുപോകുന്നത് ക്ലെമന്റാണ്. ഒരുദിവസം പള്ളിക്കൂടത്തിൽനിന്നു ധൃതിവെച്ചിറങ്ങി പറമ്പിലേക്കോടുമ്പോൾ ആച്ചപ്പനെ പിടിച്ചുനിർത്തി തനിക്കേറ്റവും പ്രിയപ്പെട്ട ബ്രാംസ്റ്റോക്കർ കൃതി ക്ലെമന്റച്ചാച്ചൻ സ്നേഹത്തോടെ കൈമാറി. പിറ്റേന്നു തൊട്ട് നേരമിരുട്ടുമ്പോൾ ഷാപ്പിനു പുറകിലുള്ള ഇടതൂർന്ന അക്കേഷ്യക്കൂട്ടത്തിനു താഴെ പൊനപ്പാസിന്റെ ചാരുകസേരയും എടുത്തിട്ട് മണ്ണെണ്ണവിളക്കും കൊളുത്തി കാർപാത്യൻ നിരകൾ വിറകൊള്ളിച്ച ഇരുട്ടിന്റെ രാജകുമാരനു പിറകെയായി വൈദ്യരുടെ സഞ്ചാരം.

ഡ്രാക്കുള മൂന്നും നാലും തവണ വായിച്ചുകഴിഞ്ഞിട്ടും കൊതിമാറാതെ വീണ്ടും കയ്യിലെടുത്തപ്പോഴാണ് ഡിമീറ്റർ എന്ന ചരക്കുകപ്പലിനെക്കുറിച്ച് ആച്ചപ്പൻ ചിന്തിക്കാൻ തുടങ്ങിയത്. മണ്ണിനടിയിൽ മരവിച്ചുറങ്ങുന്ന ഡ്രാക്കുള പ്രഭുവിന്റെ ശരീരവുമായി ലണ്ടൻ

തീരത്തേക്ക് പുറപ്പെട്ട ഡിമീറ്ററിനെ നയിച്ച നാവികന്റെ ഡയറിക്കുറിപ്പിന്റെ രൂപത്തിലാണ് എഴുത്തുകാരൻ ആ അധ്യായം രൂപപ്പെടുത്തിയിരിക്കുന്നത്. അടങ്ങാത്ത രക്തദാഹവും പേറി കടലിനു നടുവിൽ ഉരുണ്ടുകൂടിയ മൂടൽമഞ്ഞിന്റെ അകമ്പടിയോടെ ഡ്രാക്കുള നടത്തുന്ന മനുഷ്യവേട്ടയെക്കുറിച്ച് ഓരോ തവണ വായിക്കുമ്പോഴും അവൻ കിടിലംകൊണ്ടിരുന്നു. തനിക്കു ചുറ്റുമുള്ള മനുഷ്യജീവനോരോന്നായി നീരുവലിഞ്ഞു ചണ്ടിയാക്കപ്പെട്ട് കടലിൽ അപ്രത്യക്ഷമാകുമ്പോഴും ലക്ഷ്യത്തിൽ നിന്നു പിന്തിരിയാതെ ഉറച്ച മനസ്സോടെ മുൻപോട്ടു പോയ കപ്പിത്താനെ അവൻ ആദരവോടെ ഓർക്കും. മരണത്തിലേക്കാണു തന്റെ യാത്രയെന്നറിഞ്ഞിട്ടും ഉള്ളു പിടയാതെ ചുക്കാൻ തിരിക്കുമ്പോൾ എന്തായിരുന്നിരിക്കും അയാളുടെ മനസ്സിലെന്നാലോചിച്ചു പലപ്പോഴും അവൻ കുഴങ്ങിയിട്ടുണ്ട്.

അൽപോയുടെ മരണത്തിനുശേഷം ബെഞ്ചമിന്റെ കയ്യുംപിടിച്ച് കടപ്പുറത്തേക്കു ചെല്ലുമ്പോൾ പാതി തകർന്ന് അനാഥമായി കരയ്ക്കടിഞ്ഞ കെട്ടുവള്ളത്തിലേക്ക് അവന്റെ കണ്ണുകൾ പാഞ്ഞു. അമരത്തിൽ കട്ടിപിടിച്ചു കിടക്കുന്ന കരിമണൽ ചുരണ്ടിക്കളഞ്ഞ് അതിനടുത്തേക്ക് ചാഞ്ഞിരിക്കുമ്പോൾ നൂറ്റാണ്ടുകൾക്കു മുൻപ് ലണ്ടൻ നഗരത്തിലടിഞ്ഞ ചരക്കുകപ്പലിന്റെ ചിത്രം മനസ്സിലേക്കറിയാതെ തെളിഞ്ഞുവരും. മണ്ണിൽ പരതിയപ്പോൾ കയ്യിൽ തടഞ്ഞ നീളൻ കക്കയുടെ അറ്റം കൂർപ്പിച്ച് വള്ളത്തിന്റെ ദ്രവിച്ച പടിക്കെട്ടിൽ അവൻ 'ഡിമീറ്റർ' എന്നു കടുപ്പിച്ചെഴുതി. ആളുകളുടെ കണ്ണിൽപ്പെടുന്നതിനു മുമ്പേ രക്തദാഹിയായ ഒരു കൂറ്റൻ ചെന്നായ ഈ വള്ളത്തിൽനിന്ന് വെറിപിടിച്ചിറങ്ങി വാവക്കാട്ടു പൊഴിക്കരികിലെ കണ്ടൽക്കാട്ടിലേക്കോടി മറഞ്ഞിട്ടുണ്ടാവാമെന്നും വൈദ്യര് വെറുതെ സങ്കൽപ്പിക്കുമായിരുന്നു.

"അപ്പാപ്പാ, കറുമ്പച്ചനെന്തിനാ ആൾക്കാരെ തിന്നണത്?"

കുഞ്ഞിലെ കൊഞ്ചിക്കൊണ്ട് ആച്ചപ്പൻ ചോദിക്കുമ്പോൾ തങ്കപാത്രത്തിൽ നിന്നുരുട്ടി കൈമാറുന്ന ചോറുരുള അവന്റെ വായിലേക്ക് വെച്ചുകൊണ്ടു പൊനപ്പാസ് പറയും.

"കറുമ്പച്ചൻ തിന്നുവെന്ന് ഇവിടൊള്ള പോഴമ്മാര് പറഞ്ഞു പരത്തണതല്ലേ. അതാരേം തിന്നത്തില്ല. ചീഞ്ഞ മീനിന്റെ കൊതിപിടിച്ച് വരുമ്പോ വട്ടം നിക്കുന്നതിനെയൊക്കെ പേടിപ്പിച്ചോടിക്കാൻ നോക്കണതാ."

"അത് മനുഷ്യമ്മാരപ്പോലാണാ ഇരിക്കണത്?"

"അരവര മനുഷ്യന്റെ ഒടലും താഴോട്ട് കിളിമീനിന്റെ കണക്കത്തക്ക സുന്ദരൻ വാലും."

"അപ്പാപ്പൻ കണ്ടിട്ടൊണ്ടാ?"

"കാണാൻ കൊറേ പോയി നോക്കീട്ടൊണ്ട്. പക്ഷേ പറ്റിയട്ടില്ല. പിന്ന നിന്റ വല്യപ്പാ കണ്ടിട്ടൊണ്ട്. അന്നു ഞാനൊക്ക കുഞ്ഞിക്കൊച്ചാ. അപ്പായും ബേസിച്ചാച്ചീം പേദറിന്റെ ചേട്ടൻ ഗൃഗറീം കൂടി ഒരു ദിവസം പൊറംകടലില് ചൂണ്ടയിടാൻ പോയി. അന്നൊന്നും കടലിൽ കണ്ണുംപറ്റേന്നാരും ദൂരോട്ട് പോകുകേല. പക്ഷേ പോകരുതെന്ന് പറഞ്ഞാ ബേസിച്ചാച്ചി പോകും. അതാര്ന്ന് പ്രകൃതം. അവര് മൂന്നുപേരും കൂടി ചൂണ്ടേവിട്ട് ഒന്നുമയങ്ങി എണീറ്റപ്പ വള്ളത്തിന്റ തുഞ്ചത്ത് കലമാന്റ പോലത്ത രണ്ട് മുട്ടൻ കൊമ്പുകണ്ട്. ബേസിച്ചാച്ചി അതിൽ പിടിച്ച് പൊക്കിയപ്പ വലിയൊരു കാറിച്ച കാറിക്കൊണ്ട് വള്ളത്തിനു മേളിലൂടെ അതു പൊങ്ങിച്ചാടി. പെണ്ണിന്റൊടലും മരതക ഗ്ലാത്തീം തെളങ്ങണ കൊമ്പുവൊള്ള ആ ജീവിയാര്ന്ന് കറുമ്പച്ചമ്മാരുടെ റാണി. ആരേം ഉപദ്രവിക്കാതെ അതുവേഗത്തിൽ മുങ്ങിപ്പോയി. മാത്രവല്ല അതിന കണ്ട ദിവസം അവർക്ക് കൊറെ മീനും കിട്ടി. പക്ഷേ കരേൽ വന്ന് കറുമ്പച്ചനെ കണ്ടന്ന് പറഞ്ഞിട്ടാരും അവരെയന്ന് വിശ്വസിച്ചില്ല."

"പിന്നാരും കണ്ടിട്ടില്ലേ?"

"ബേസിച്ചാച്ചീം നമ്മട അനിക്ലേത്തപ്പാപ്പനും കൂടി തോട്ടീ കുളിക്കാൻ പോയപ്പ ഒരിക്കക്കൂടി കണ്ടെന്ന് പറയണൊണ്ട്. പക്ഷേ അനിക്ലേത്തത് സമ്മതിച്ചു തരുകേല. കടലില് കറുമ്പച്ചനില്ലെന്നാ അവൻ പറയണേ. ചെലപ്പോ അവൻ പറയണതും സത്യവായിരിക്കും. ആർക്കറിയാം."

മൂണിക്കുന്നിലെ പുല്ലുമ്പുറത്ത് ബെഞ്ചമിനെ കാത്ത് കമന്നു കിടക്കുമ്പോൾ ചെറുതിലെ പൊനപ്പാസ് പറഞ്ഞുപഴകിയ കറുമ്പച്ചൻ വിവരണങ്ങളൊക്കെ മീൻകൊത്തി ചൂണ്ട വലിയണതുപോലെ വൈദ്യരുടെ ഉള്ളിൽക്കിടന്നു വലിഞ്ഞു. പ്രായത്തിൽ തന്നേക്കാൾ എളപ്പമാണെങ്കിലും ബെഞ്ചമിനും സ്റ്റീപ്പനും കഴിഞ്ഞേ ആച്ചപ്പന് വാവക്കാട്ടൊരു ലോകമുണ്ടായിരുന്നുള്ളൂ. അച്ചാച്ചന്റടുത്തെ പഠിത്തം കഴിഞ്ഞ് അവർ രണ്ടുപേരും സി.വൈ.എം.എ. സ്കൂളിൽ വന്നു ചേരുമ്പോൾ, വൈദ്യർ അഞ്ചിൽനിന്ന് ആറിലേക്കെത്തിയിരുന്നു. അപ്പാപ്പമ്മാർ തമ്മിലുള്ള കൂട്ടിന്റെ പുറത്ത് ആച്ചപ്പന്റെ ഒറപ്പിലായിരുന്നു അൽപോ ബെഞ്ചമിനെ സ്കൂളിലേക്കയച്ചിരുന്നത്. എല്ലാ ദിവസവും വൈദ്യരുടെ കയ്യും പിടിച്ച് പൊഴിയും നീന്തി പള്ളിമുറ്റത്തെത്തുമ്പോൾ, ബെഞ്ചമിനെ കാത്ത് റേഷൻകടയുടെ വാതുക്കൽ നിന്നിരുന്ന സ്റ്റീപ്പനും അവർക്കൊപ്പം കൂടും.

ഒരിക്കൽ സ്റ്റീപ്പൻ അവധിയെടുത്ത് വീട്ടിലിരുന്ന ദിവസം സ്കൂളിലേക്കുള്ള യാത്രയ്ക്കിടയ്ക്ക് മർകിലി അമ്മാമ്മ പെട്ടിതുറന്നു കാണിക്കുന്ന നിറംമങ്ങിയ കടൽനാക്കിനെപ്പറ്റി ബെഞ്ചമിൻ ആച്ചപ്പനോട് ചോദിച്ചു. കവരടിച്ചും മഴ പെയ്തും കഴിയുമ്പോൾ പണ്ടു

കാലത്ത് കടപ്പുറത്തടിഞ്ഞിരുന്ന കറുമ്പച്ചന്റെ തെളങ്ങണ ഗ്ലാത്തി പെറുക്കാൻ വല്യപ്പാ പോണത് പൊനപ്പാസ് പറഞ്ഞുകൊടുത്തത് അവനോർമ്മയുണ്ടായിരുന്നു. ഗ്ലാത്തി പെറുക്കി വെട്ടം തട്ടാതെ മുറുക്കാൻപെട്ടിയിലും അടപ്പുപാതകത്തിന്റെ അടിയിലുമൊക്കെ അന്നുള്ളവർ ഒളിപ്പിച്ചു വെക്കും. രാത്രിയാകുമ്പോ കെട്ടിയോമ്മാര് വള്ളവെറക്കാൻ പോകുന്ന സമയം പെണ്ണുങ്ങൾ അടച്ചുവെച്ച പെട്ടി തുറന്ന് ജപമാല പുസ്തകത്തിനൊപ്പം ചേർത്തുവെച്ച് കൊന്ത ചൊല്ലാൻ തുടങ്ങും. വാവക്കാട്ട് പൊഴിയിലും ചള്ളിയിലുമൊക്കെ തങ്ങളുടെ ഭർത്താക്കമ്മാരെറിയണ വല നെറയെ മീൻ കേറലായിരുന്നു പ്രധാനമായും ഈ ഗ്ലാത്തി വന്ദനത്തിന്റെ ഉദ്ദേശ്യം.

ആദ്യകാലങ്ങളിൽ സുലഭമായി കിട്ടിയിരുന്ന ചെതുമ്പലിന്റെ എണ്ണം ശുഷ്കിച്ചു തുടങ്ങിയപ്പോൾ, തീരത്ത് പണിയും മീനും കുറഞ്ഞുവന്നു. കാലക്രമേണ അഞ്ചെട്ട് വർഷം കൂടുമ്പോ ഒന്നോ രണ്ടോ ഗ്ലാത്തി അടിഞ്ഞാലായി എന്ന സ്ഥിതിയിലേക്ക് കാര്യങ്ങൾ വന്നെത്തി. കവരടിച്ചു കഴിയുമ്പോഴും ചാകര വരുമ്പോഴുമൊക്കെ തിട്ടയ്ക്കരികെ ഗ്ലാത്തിയടിഞ്ഞിട്ടുണ്ടോ എന്നു തിരക്കി പെണ്ണുങ്ങളെല്ലാം രാവും പകലും കടപ്പുറത്തോട്ടോടിത്തുടങ്ങി. ചേടിവെച്ച വള്ളത്തിനടിയിലും മണ്ണിൽ പൊതഞ്ഞും കണ്ണിൽപ്പെടാതെ കിടക്കുന്ന ഗ്ലാത്തി പെറുക്കിയെടുക്കുന്നവരുടെ വാരത്തിലെ ചട്ടിയില് മീനെക്കൊണ്ടു നിറഞ്ഞു. തലമുറകൾ സഞ്ചരിച്ച് നേരവും കാലവും ബെഞ്ചമിന്റെയും ആച്ചപ്പന്റെയും തലയ്ക്ക പാകത്തെത്തിയപ്പോൾ വാവക്കാട്ട് ഗ്ലാത്തി സൂക്ഷിച്ചിരുന്ന കുടുംബങ്ങളുടെ എണ്ണം വിരലിലെണ്ണാവുന്നതായി ചുരുങ്ങിയിരുന്നു.

“നിന്റെ കണ്ണെന്താടാ ഇങ്ങനെ കുഴിഞ്ഞിരിക്കണേ?”

ബെഞ്ചമിൻ അടുത്തു വന്നിരുന്നപ്പോൾ പുല്ലുമ്പുറത്തു നിന്ന് എഴുന്നേറ്റിരുന്നുകൊണ്ട് ആച്ചപ്പൻ ചോദിച്ചു.

“എനിക്കറിയാമ്മേല. എനിക്കൊറങ്ങാൻ പറ്റണില്ലടാ. കണ്ണടച്ചാ ഒരുമാതിരി പെശക് മൂളലാ.”

“എന്ത് മൂളല്?”

“തല പൊട്ടണതുപോലടാ. അപ്പന്റെ കരച്ചിലും കടലൊടിയണ ശബ്ദോം എല്ലാങ്കൂടി കാതീക്കെടന്ന് കൊഴയുവാ...”

“നീയിതാരോടേലും പറഞ്ഞാ? സ്രാങ്കിനോടാ അമ്മച്ചിയോടാ വെല്ലോം?”

“ഇല്ല. ഇന്നല അറവുകാടോട്ട് പോയപ്പ പൊടിവാവേം തെരക്കിയാർന്ന് ഒറങ്ങാറില്ലേന്ന്. ഞാനവളോടൊന്നും പറഞ്ഞില്ല. എനിക്കെന്തോ പേടിയായിപ്പോണടാ.”

“എന്തിന്. ഒന്നു പോടേറുക്കാ. ഇതൊക്കെ മാറിക്കോളും. എല്ലാർക്കും ഇങ്ങനൊക്കെ എടക്ക് വരണതാ.”

"മർകിലി അമ്മാമ്മ സൂക്ഷിച്ചുവെച്ചിരുന്ന ഗ്ലാത്തിയെക്കുറിച്ച് ഞാൻ പറഞ്ഞട്ടില്ലേ. ഒറങ്ങിത്തൊടങ്ങുമ്പോ ആ പെട്ടീടകത്തൂന്ന് വരണ വെട്ടത്തിന്റെ പൊറകെയാ എന്റ മനസ്സ്. കടലും കുന്നും സെമിത്തേരിയുമൊക്കെ കറങ്ങി ഇരുട്ടില് തിരിച്ചെത്തുമ്പോ എന്നെ കാത്ത് കൂർത്ത കൊമ്പൊള്ള ഒരു പെണ്ണ് നിപ്പുണ്ടാവും. അത് വാ തൊറക്കുമ്പോ വരണ ശബ്ദം കേട്ടാടാ ഞാ ഞെട്ടിയെണീക്കണത്. ഒരുമാതിരി നെഞ്ചു വെറച്ചുപോണ സയറന്റെ ശബ്ദം."

ബെഞ്ചമിൻ വ്യഥകൾ പറഞ്ഞവസാനിപ്പിക്കുമ്പോൾ ആച്ചപ്പന്റെ വിറങ്ങലിച്ച മനസ്സ് ജോർജച്ചൻ പണ്ട് അപ്പാപ്പനെത്തിരക്കി വീട്ടിൽ വന്നപ്പോഴുള്ള ദിവസത്തേക്ക് തിരിച്ചുപോയിരുന്നു. അറ്റം കൂർത്ത കൊമ്പുകൾ നക്കിത്തുടച്ച് എറച്ചിപ്പൊറ്റയും ചുമന്നുകൊണ്ട് കട പ്പുറത്തോട്ട് കയറി വരണ കറുമ്പച്ചമ്മാരുടെ റാണിയെക്കുറിച്ചു പൊന്ന പ്പാസന്നു പറഞ്ഞപ്പോൾ, ഭീതിയോടെ മോളമ്മയുടെ കൈയും പിടിച്ച് കേട്ടിരുന്നത് അവനോർത്തെടുത്തു. അനിക്ലേത്തിന്റെ വള്ളം തകർന്ന് അൽപോ ആഴത്തിലേക്കടർന്നുപോയതും ആ ദിവസത്തിന്റെ അന്ത്യ ത്തിലായിരുന്നു. പൊഴിക്കടവിലേക്ക് ബാഗും തൂക്കി ബെഞ്ചമിനെ സ്കൂളിലാക്കാൻ വരുമ്പോൾ അൽപോയുടെ ചെമ്പിച്ച മുടി വെയി ലടിച്ചു തിളങ്ങുന്നത് ആച്ചപ്പൻ നോക്കിനിന്നിട്ടുണ്ട്. വർഷങ്ങളായി കടൽക്കാറ്റ് കൊണ്ടിട്ടും പരുക്കനാവാത്ത വെളുത്ത നെറ്റിത്തടവും കോവലുവള്ളി ചുരുങ്ങിക്കിടക്കണപോലുള്ള കട്ടിത്താടിയും ഉയർ ന്നുറച്ച മാറിടവും അയാളുടെ ഭംഗി കൂട്ടിയിരുന്നു. ഓരോ തവണ ബാഗ് കൈമാറുമ്പോഴും 'ആച്ചിമോനേ, കൊച്ചിനെ നോക്കിക്കോ ണേടാ...' എന്നു സ്നേഹത്തോടെ പറയുന്ന അൽപോയുടെ മുഖം എന്നും അവന്റെയുള്ളിലൊരു വിങ്ങലായവശേഷിച്ചു.

ഫ്രാങ്കിന്റെ വള്ളം തകർന്നതറിഞ്ഞു സ്റ്റീപ്പനും അപ്പാപ്പനുമൊപ്പം കടപ്പുറത്തേക്കോടിച്ചെല്ലുമ്പോൾ നാട്ടുകാരെല്ലാവരുംകൂടി അനി ക്ലേത്തിനെ ആശുപത്രിയിലേക്കെടുത്തിരുന്നു. കവിഞ്ഞു പെയ്ത മഴ വകവെക്കാതെ പേദറും ജെയ്ക്കപ്പനും പൊലീസിനൊപ്പം അൽ പ്പോയെ തിരക്കി കടലിലേക്കിറങ്ങിയപ്പോൾ, ആച്ചപ്പന്റെ മടിയിൽ ചാഞ്ഞുകിടന്ന് ബെഞ്ചമിൻ അലറിവിളിച്ചു. മഴ ശമിച്ച് നേരമിരുട്ടി കര തണുത്തപ്പോഴും അപ്പന്റെ വരവും കാത്ത് വൈദ്യർക്കൊപ്പം ബെഞ്ചമിൻ തിട്ടയിൽത്തന്നെ കിടന്നു. മൂന്നിന്റന്ന് കൊച്ചുപൊഴി യുടെ അരികത്ത് അൽപോയുടെ മീങ്കൊത്തി വീർത്ത ശരീരമടി ഞ്ഞപ്പോൾ ലീലാമ്മയെ കാണിക്കാതെ നെഞ്ചിൽ അള്ളിപ്പിടിച്ചു കൊണ്ടു വീട്ടിലേക്കു നടന്നകലുന്ന അവന്റെ രൂപം അന്നു കടപ്പുറം മൊത്തം കണ്ണീരടക്കിയാണ് നോക്കിനിന്നത്. ഒട്ടും പ്രതീക്ഷിക്കാതെ ഉറ്റവരിലൊരുവന്റെ മരണം തന്ന പങ്കപ്പാടുകളും അവശേഷിപ്പുകളും വർഷമിത്ര കഴിഞ്ഞിട്ടും ഇന്നുമവനെ വേട്ടയാടുന്നുവെന്നറിഞ്ഞ പ്പോൾ, ആച്ചപ്പന്റെ മനസ്സുമുലഞ്ഞു. പക്ഷേ അപ്പനെക്കുറിച്ചുള്ള

ഓർമ്മകൾക്കിടയിൽ കൂർത്തു മുഴച്ച കൊമ്പുകൾ ചുവപ്പിച്ച് കടലിൽ നിന്നാ സത്വം എന്തിനവനിലേക്ക് വീണ്ടും വീണ്ടും കടന്നു വരുന്നു? വൈദ്യർക്ക് ഉത്തരമില്ലായിരുന്നു.

അനിക്ലേത്തു സ്രാങ്ക് അപകടത്തിനുശേഷം വള്ളത്തെ പോയി ത്തുടങ്ങിയതറിഞ്ഞ് ഒരിക്കൽ പേദറും ജെയ്ക്കപ്പനും അയാളെ കാണാൻ വീട്ടിലേക്കു ചെന്നു. അമ്മിണിയെ കെട്ടി അനിക്ലേത്ത് വട്ടയാൽ പള്ളിയിൽനിന്ന് തിരികെ വരുന്ന വഴിയാണ് ഉറ്റസുഹൃത്ത് പേദറ് കെഴക്കേ പള്ളിക്കാരി കുട്ടാമ്മയെ ഇറക്കിക്കൊണ്ടുവന്നെ ന്നറിയുന്നത്. ലേലം വള്ളത്തിലും സെന്റ് സെബാസ്റ്റ്യൻ ബോട്ടിലും ചെറുതിലെ പണിക്കു കേറിയപ്പ തൊട്ട് തുടങ്ങിയതാണ് പേദറുമാ യുള്ള കൂട്ട്. കടലില് വലയടിച്ചു മീനെ വളയുമ്പോൾ വള്ളത്തിന്റെ തുഞ്ചത്തുനിന്ന് പേദറ് വെള്ളത്തിലോട്ടു ചാടി മുങ്ങാംകുഴിയിട്ടു പുറത്തോട്ടു പോണ മീനിനെ തട്ടി അകത്തോട്ടിടും. കടൽപ്പന്നി കണക്ക് വെള്ളത്തിലൂടെ കുന്തിച്ചു പോണ അയാളുടെ മെയ്വഴ ക്കവും നീന്തലിന്റെ വേഗതയും വള്ളത്തിലുള്ളവർക്കൊക്കെ അതി ശയമായിരുന്നു. സുറിയാനിയായിരുന്ന കുട്ടാമ്മയുടെ വീട്ടുകാരെ വെറുപ്പിച്ച് പൊറുതിതുടങ്ങി അന്തസ്സായി ജീവിച്ചുകാണിച്ചെങ്കിലും വയസ്സാംകാലത്താണ് പേദറിന്റെ കൂരയിലൊരു കുഞ്ഞിന്റെ കര ച്ചിൽ കേൾക്കുന്നത്.

“നമ്മളവസാനമായിട്ടിങ്ങനെ ഇരുന്നത് എന്നാണെന്ന് നിന ക്കോർമ്മയൊണ്ടോ?”

പൊനപ്പാസ് കൊടുത്തുവിട്ട കള്ളുംകുപ്പി ജയിക്കപ്പന്റെ കയ്യിൽ നിന്നു വാങ്ങി അനിക്ലേത്തിനു നേരെ നീട്ടിക്കൊണ്ടു പേദർ ചോദിച്ചു. വീടിന്റരികിലെ ചായിപ്പിനു കീഴെ പാളിവിറക് കൂനകൂട്ടി കത്തിച്ച കുപ്പയ്ക്ക് ചുറ്റുമിരുന്നുകൊണ്ട് സുഹൃത്തുക്കൾ മൂവരും പഴമണം വമിച്ചു തുടങ്ങിയ ഓർമ്മകൾ മെല്ലെ അയവിറക്കി.

“മോളിക്കുട്ടിയുടെ കുർബ്ബാനക്കൊള്ളപ്പാടിന്റന്നല്ലേ?”

“അതന്നെ. അന്ന് ക്ലെമന്റുവൊണ്ടാർന്ന്. പടിഞ്ഞാറ് പിള്ളേർ വള്ളത്തിന് കിട്ടിയ ഉടുമ്പിനെ വെട്ടിയതിലൊരു പങ്കും വാങ്ങി നമ്മളെല്ലാരുംകൂടി പൊക്കലെ പറമ്പില് കൂടി. വാറ്റ് തീർന്നപ്പ ഷാപ്പീന്ന് നാലുകൊടം അന്തീം ഒരുരുളി നെറേ ആമയിറച്ചിയും എടുത്തോണ്ട് പൊനപ്പാസും വന്ന്.”

“എനിക്കോർമ്മയൊണ്ട്. തലയ്ക്കു പിടിച്ചപ്പ ഇവനെ പതിവു പോല ആ കള്ളക്കഴുവേറി കറുമ്പച്ചന്റ കാര്യം പറഞ്ഞ് മൂപ്പിച്ച്. പിന്നയിവൻ തോട്ടീ ചാടിയതും നമ്മളെല്ലാം കൂട ചാടിയതുമൊക്കെ നല്ലോർമ്മേണ്ട്.”

ജെയിക്കപ്പൻ ചിരിച്ചുകൊണ്ടു പറഞ്ഞു.

"അന്ന് അൽപോയും ഒണ്ടാരുന്നല്ലേ നമ്മട കൂട."

ആരും ഒന്നും മിണ്ടിയില്ല. പാതി കുടിച്ചിറക്കിയ കള്ളുംകുപ്പി നിലത്തുവെച്ച് പൊഴിയിലേക്കു നോക്കിക്കൊണ്ട് അനിക്ലേത്ത് തുടർന്നു.

"പണ്ടക്ക ഇവട കറങ്ങി നടക്കുമ്പ നമ്മടേക്ക അപ്പമ്മാർ പറഞ്ഞ തിനൊക്ക പുല്ലുവെലയാർന്ന് കൊടുത്തിരുന്നത്. ചെറുപ്പത്തിന്റെ കുത്തിക്കഴപ്പീ ഒന്നും തലേലും കേറത്തില്ലല്ലാ. അച്ചാച്ചനും ഗൗറി ച്ചായിമൊക്ക എപ്പോഴും പറയുവാർന്ന്, ഈ പൊഴീടേം കടലിന്റേം ആഴമളക്കാൻ ശ്രമിക്കുന്നവൻ ഭൂലോക പോഴനാന്ന്. കാരണം അന്ത മുള്ളതിന്റെയേ ആഴമളക്കാൻ പറ്റത്തൊള്ളൂ. ഇവിടൊന്നിനും ഒടു ക്കവില്ലടാ... എല്ലാം തൊടക്കവാണ്. പെഴച്ചു പോണ തൊടക്കം."

"നീ എന്നതക്കയൊടാ ഈ പറയണേ? കൊച്ച് പോയതിന്റെ വെഷമം ഞങ്ങക്കെല്ലാർക്കുവൊണ്ട്."

"പോയതല്ലല്ലാ. ഞാ കൊണ്ടുപോയി കുരുതി കൊടുത്തതല്ലേ. അന്ന് അമ്മച്ചീം പെണ്ണും ആവുന്ന പറഞ്ഞതാ കാറ് വെക്കണൊണ്ട് പോകല്ലേന്ന്. കേട്ടില്ല. കേക്കാൻ പറ്റിയില്ല. മൈര്."

അനിക്ലേത്ത് കരഞ്ഞുകൊണ്ട് തലയിൽ കൈവെച്ച് നിലത്തിരി ക്കാൻ തുനിഞ്ഞപ്പോൾ പേദർ അയാളെ താങ്ങിയെടുത്തു.

"പോട്ടെടാ അനിക്ലേ. തമ്പുരാനെന്താണു കാണണേന്ന് നമു ക്കറിയത്തില്ലല്ലാ. എല്ലാം നേരെയാകും."

"ഉം. നേരെയാകും. അതിനുമുമ്പാ തായോളികളോരോന്നിന്റേം കൊരവള്ളി ഞാൻ കണ്ടിക്കും. എന്നിട്ടാ കൊമ്പൊള്ള പൂറിയെ പങ്കായത്തെ കെട്ടി ഈ പൊഴീക്കൊണ്ടുവന്ന് താത്തും. എല്ലാരും നോയിക്കോടാ.. നോയിക്കോ."

കള്ളുമൂത്തപ്പ പൊകഞ്ഞു വന്ന പിറുപിറുക്കലുകളെ പിന്നിട്ട് ബോധം പോയിത്തുടങ്ങിയപ്പോൾ ഇരുട്ടിലെവിടെയോ നേരിയൊരു മൂളക്കം കേട്ടിരുന്നത് അനിക്ലേത്തറിഞ്ഞു. പേദറിന്റെയും ജെയിക്ക പ്പന്റെയും തോളിൽ ചാഞ്ഞ് അകത്തേക്കു നടക്കുമ്പോൾ അന്നു വള്ളത്തിന്റെ പലകകൾക്കിടയിൽപ്പെട്ട് പിടഞ്ഞ തന്റെ വലതു കാലിലെ മുറിവിൽനിന്നൊഴുകിയ രക്തം ഉറുഞ്ചി കുടിക്കുന്ന വിടർന്ന കണ്ണുകളെ അയാൾ വീണ്ടും കണ്ടു. വേദനകൊണ്ടു പുളഞ്ഞ അയാളുടെ അലർച്ചകൾ വകവെക്കാതെ ജലത്തിനടിയിൽ അവ ആർത്തിപൂണ്ട് തിളങ്ങിക്കൊണ്ടിരുന്നു.

കൊറിയ

വിലാപങ്ങൾ കരിമണലിൽ മുള പൊട്ടുന്നു.

രണ്ടാംലോകയുദ്ധം പൊട്ടിപ്പുറപ്പെട്ട സമയം. നാട്ടിലൊള്ള ചെറുപ്പക്കാരിൽ പലരും നിർബന്ധസൈനികസേവനത്തിന് പോകേണ്ടിവന്നപ്പോൾ ജൂഡ് പുണ്യാളന്റെ കുരിശടിക്കു പറ്റെ ഒണക്കമീനും പപ്പടവും കച്ചവടം ചെയ്തിരുന്ന മത്തായിയുടെ മകൻ റൈമോന്തും അതിലുൾപ്പെട്ടു. ഏഴടിയടുത്ത് പൊക്കവും ഒത്ത തടിമിടുക്കുമുള്ള ഹവിൽദാർ റൈമോന്തിന്റെ സംഘം ബ്രിട്ടീഷ് പട്ടാളത്തിനൊപ്പം കൊറിയൻ പ്രവിശ്യയിലേക്കായിരുന്നു പോയത്.

യുദ്ധം കഴിഞ്ഞ് നാട്ടിൽ കാര്യമായ പരിക്കൊന്നുമില്ലാതെ തിരിച്ചെത്തിയ ചെക്കനെ വന്ന പിറ്റേ ആഴ്ചതന്നെ മത്തായി പിടിച്ചു കെട്ടിക്കുകയും ചെയ്തു. യുദ്ധത്തിന്റെ സമയത്തെ വീരകഥകളൊക്കെ ആരോട് എങ്ങനെ പറഞ്ഞു തുടങ്ങണമെന്ന് ഒരെത്തും പിടിയുമില്ലാതെ വെമ്പൽകൊണ്ടുനിന്ന അയാളുടെ ആദ്യത്തെ എരയായത് ഭാര്യ പൊള്ളേള്ളത്തെക്കാരി സിസിലിയായിരുന്നു. കെട്ടു കഴിഞ്ഞ രാത്രി കേട്ടുതുടങ്ങിയ വെടിയൊച്ചയും ബോംബേറും പോകപ്പോക മടുത്തുതുടങ്ങിയപ്പോൾ സിസിലിയുടെ മുഖവും കൂർത്തു.

പുത്തമ്മോടി കഴിഞ്ഞ് നാട്ടിലേക്കിറങ്ങി തുടങ്ങിയപ്പോഴും നാലാൾ കൂടുന്ന കണ്ടാൽ റൈമോന്ത് തന്റെ കൊറിയാക്കഥ എടുത്തിടും. പറയണതിൽ പകുതി പൊങ്ങാണെങ്കിലും കണ്ടുപരിചയമില്ലാത്തൊരു ലോകത്തെ അയാൾ ഒഴുക്കോടെ വിവരിക്കുന്നത് കേട്ടിരിക്കാൻ വാവക്കാട്ടുകാർക്കൊക്കെ ഒരു പ്രത്യേക താല്പര്യമായിരുന്നു. ലോനച്ചന്റെ കടയിലും പള്ളിമുറ്റത്തുമൊക്കെനിന്ന് വാതോരാതെ വർത്താനം പറയണ റൈമോന്തിനെ അയാൾ കേക്കാതെ കൊറിയയെന്ന എരട്ടപ്പേരു വിളിക്കാനും തുടങ്ങി. പെരുന്നാളിനും മാമ്മോദീസാക്കും എന്തിനു മരിപ്പുവീട്ടിൽ ചെന്നാലും

കഥ കേക്കാൻ പിള്ളേർ കൊറിയയ്ക്കു ചുറ്റും കൂടിയിരുന്നു. പയ്യെ പ്പയ്യെ നാട്ടുകാരെല്ലാം റൈമോന്തെന്ന പേര് മറന്നുപോയെങ്കിലും തനിക്കു കൊറിയ എന്നൊരു വട്ടപ്പേരുണ്ടെന്നു മരിക്കണതുവരെ അയാൾ മാത്രം അറിഞ്ഞില്ല. കട്ടിളപ്പൊക്കത്തിൽ വളഞ്ഞ് ഉരുക്കു പോലെ നിന്ന അയാള് കേക്കെ വിളിക്കാൻ നാട്ടിലൊരുത്തനും പാങ്ങില്ലെന്നതായിരുന്നു മറ്റൊരു സത്യം.

കൊറിയയുടേതായി സിസിലി പെറ്റിട്ട നാലെണ്ണത്തിൽ ഏറ്റവും ഒടുവിലുള്ളതായിരുന്നു അന്നമ്മ. ആണുങ്ങളിൽ രണ്ടെണ്ണം വള്ളത്തെ കേറിയപ്പ നടുക്കത്തെ ചെക്കൻ അപ്പന്റെ നിർബന്ധത്തിനു വഴങ്ങി പട്ടാളത്തി ചേർന്നു. പഠിക്കാൻ മിടുക്കിയായിരുന്ന അന്ന മ്മയെ വലിയച്ചാച്ചന്റടുത്തും കരയോഗം സ്കൂളിലും വിട്ടൊന്ന് നിവർന്നുനിക്കാൻ പാകത്തിനാക്കിയശേഷം പെണ്ണിനെ കെട്ടിച്ച യയ്ക്കാനുള്ള പണികളും കൊറിയ തുടങ്ങിവെച്ചു. പറവൂരും പത്താംപീയൂസിലുമുള്ള ഒന്നുരണ്ടു പയ്യമ്മാര് വന്ന് കണ്ടുപോയെ ങ്കിലും കൊറിയയ്ക്ക് അവരെയൊന്നും സൊൽപ്പംപോലും ബോധി ച്ചില്ല. പെണ്ണുകാഴ്ച തുടരുന്നത് അന്നമ്മയെയും മടുപ്പിച്ചു തുട ങ്ങിയ സമയത്താണ് തൊട്ടപ്പൻ കൂടിയായ ബെസേലി ഒരിക്കൽ വർക്കിയുടെ കാര്യവും പറഞ്ഞ് വീട്ടിലേക്കു ചെന്നത്.

“ആര്, പള്ളിമുറ്റത്ത് റേഷൻകട നടത്തണവനാ?”

“അതന്നെ. നമ്മട വറീതിന്റ ചെക്കനാ.”

കൊറിയയുടെ ചോദ്യത്തിന് വായിലിരുന്ന മുറുക്കാൻ തുപ്പി ക്കളഞ്ഞുകൊണ്ടു ബെസേലി മറുപടി പറഞ്ഞു.

“ഏത്, നമ്മട കൂങ്കാച്ചി വറീതിന്റെ കാര്യവാണാ കുമ്പാരി പറ യണത്. നിന്റെ തലക്കോളവാണാടാ?”

“വീട്ടുകാര് പെഴച്ച് നടന്നതിന് പാവം ചെക്കനെന്ത് ചെയ്ത്. അവനെയിപ്പ വളത്തി വലുതാക്കിയതേ നല്ലൊരു തള്ളയാ. വള്ള ത്തിനു വള്ളോം വലയ്ക്ക് വലേമൊക്കയായിട്ട് അതുങ്ങള് നല്ല രീതിക്കുതന്നെ ജീവിക്കണുവുണ്ട്. ദാ, ഇപ്പ പുതിയ കടേമായി.”

“എനിക്കൊന്നാലോചിക്കണം.”

“നല്ല പയ്യനാടോ. മോഴയാണേൽ ഞാൻ നമ്മട കൊച്ചിനു കൊണ്ടുവരുവാ. പിന്ന അവന്റപ്പൻ മരിക്കണവര എനിക്ക് വീട്ടാൻ പറ്റാതിരുന്നൊരു കടവൊണ്ട്. പണ്ട് ചവിട്ടിയേനൊരു മാപ്പ് പറയാൻ പറ്റീല്ല. അതിനു പകരവായിട്ട് ആ ചെക്കനെങ്കിലും എന്തേലും നല്ലത് ചെയ്തില്ലെങ്കി പിന്ന ചാവുന്ന വര ഒരു സുകോം കിട്ടത്തില്ല. താൻ സിസിലി നാത്തൂനോടും കൊച്ചിനോടുംകൂടി ചോയിച്ചിട്ട് കട്ടാ ക്കൊരു തീരുമാനം പറ.”

ബെസേലിയുടെ വാക്കിന്റുറപ്പിന്റെ പുറത്ത് അന്നമ്മയെ താടി വർക്കിക്കുതന്നെ കെട്ടിച്ചു കൊടുക്കാൻ കൊറിയ തീരുമാനിച്ചു. കെട്ടിവന്ന മരുമോളക്കൊണ്ട് മുറ്റത്ത് വീഴണ ഇലപോലും പെറുപ്പി ക്കാതിരുന്ന മെറ്റിൽഡയ്ക്കൊപ്പം നിക്കണത് അന്നമ്മയ്ക്കും പെരു ത്തിഷ്ടമായിരുന്നു. കെട്ടിനുശേഷം റേഷൻകടയും ഒണക്ക അയില യുടെ കേറ്റുമതിയുമൊക്കയായി വർക്കിയങ്ങു വാവക്കാട്ട് മുഴുക്കെ വളർന്നെങ്കിലും അന്നമ്മ വീട്ടിൽ മച്ചിയായി നിക്കണത് കൊറിയ യ്ക്കും കുടുംബത്തിനും സഹിച്ചിരുന്നില്ല. അതിന്റെ പേരിൽ നേർച്ചേം കാഴ്ചേം വെച്ച് പള്ളികളായ പള്ളികളൊക്കെ കേറിയിറങ്ങി യെങ്കിലും മകളുടെ ഒക്കത്തൊരു കൊച്ചിനെ കാണാൻ പറ്റാത്ത വിഷമത്തോടെ എൺപതാം വയസ്സിൽ റൈമോന്ത് അന്ത്യവായു വലിച്ചു. കൊറിയേടെ മരിച്ചാണ്ടിന്റന്നാണ് ജോർജച്ചനെക്കണ്ട് ഒരു കൊച്ചിനെ രൂപതാ ഓർഫനേജിൽനിന്ന് ദത്തെടുക്കണ കാര്യം മെറ്റിൽഡ അവതരിപ്പിക്കുന്നത്. സ്റ്റീപ്പനെ മകനായി ഏറ്റെടുത്ത് വളർത്തിത്തുടങ്ങിയ സമയം അന്നമ്മയുടെ ആങ്ങളമാർക്ക് പേര ക്കുട്ടികൾ ജനിച്ചിരുന്നു. അന്നമ്മയുടെയും അമ്മാമ്മയുടെയും ചിറ കിൻകീഴിൽനിന്ന് പുറത്തിറങ്ങിയപ്പോൾ, കവലയിലും പള്ളിമുറ്റത്തു മൊക്കെ നിക്കണ വാചകവടിക്കാരൊക്കെ സ്റ്റീപ്പനെ കേപ്പിക്കാതെ പറയും.

“നമ്മട കൊറിയാപ്പാപ്പന്റെ പേരക്കിടാവാ.”

“ആര്, ആ യുദ്ധത്തിനു പോയ മൊതലാ?”

“ആ അതന്നെ. അന്നമ്മേം വർക്കീം എടുത്ത് വളത്തണതാ. നമ്മട ജോർജച്ചനാന്നേ ഏർപ്പാടാക്കിയത്.”

“ഹാ, ചെക്കന്റേക്കൊരു യോഗം. വർക്കി കൊറേ ഒണ്ടാക്കണൊ ണ്ടല്ലാ.”

കുഴികുത്തി മൂടിയാലും അധികം വരണ സ്വത്തുണ്ടായിട്ടും അപ്പനെപ്പോലെ പവറും പത്രാസും കാണിച്ചു നടക്കാൻ ഇഷ്ടപ്പെ ടാതിരുന്ന സ്റ്റീപ്പന് ബെഞ്ചമിനൊപ്പം വട്ടംതിരിഞ്ഞു നടക്കാനും മൂണിക്കുന്നും വാവക്കാട്ട് പൊഴിയും കടപ്പുറവുമൊക്കെ അടങ്ങുന്ന അവരുടെ കൊച്ചുലോകത്തിനുള്ളിൽ ഒതുങ്ങിക്കൂടാനുമായിരുന്നു കൂടുതലിഷ്ടം. അപ്പന്റെ പീലാസുമകളുടെ കൊച്ച് വീട്ടിലേക്കു വരു ന്നതും ബെഞ്ചമിനൊപ്പം തുള്ളിക്കളിച്ചു നടക്കുന്നതും കാണു മ്പോൾ അനിക്ലേത്ത് ഫ്രാങ്കിന്റെ മനസ്സും നിറഞ്ഞിരുന്നു. വള്ളത്തെ പോയിട്ടു വരുമ്പോഴൊക്കെ കൊണ്ടുവരണ മീനിന്റെ വലിയൊരു പങ്ക് സ്റ്റീപ്പൻ വീട്ടിലുണ്ടെങ്കിൽ ചട്ടിയിലോട്ടിടുന്നതിനു മുമ്പേ അമ്മച്ചിക്കൊള്ളതാന്നും പറഞ്ഞാദ്യംതന്നെ അയാൾ കൊടുത്തു വിടും. ഫ്രാങ്ക് തരണ മീൻ വെട്ടിക്കഴുകി അടുപ്പേ വെക്കുമ്പോഴെല്ലാം

കൊറിയയും ബസേലിയും ഉച്ചക്കത്തെ ഊണും കഴിഞ്ഞ് തോളത്ത് കയ്യുമിട്ട് വലമാട്ടാൻ പോണ കാഴ്ച അന്നമ്മയ്ക്കോർമ്മവരും.

സ്റ്റീപ്പൻ സി.വൈ.എം.എ യു.പി. സ്കൂളിൽ മൂന്നാംക്ലാസ്സിൽ പഠിക്കുമ്പോഴാണ് റെയിൽവേപാളത്തിൽ ആദ്യമായൊരാൾ തല വെക്കുന്നത്. വാവക്കാട്ട് പൊഴിക്ക് കുറുകെ പാലത്തിനും പള്ളിക്കും സമാന്തരമായി ട്രാക്ക് പണി തീർന്ന് തമിഴ്നാട്ടിലോട്ടും കർണ്ണാടകത്തിലോട്ടും ചരക്കും കയറ്റിപ്പോണ വലിയ കൽക്കരി ഗുഡ്സുകളും മറ്റു തീവണ്ടികളും അന്നേരം നാട്ടിലൊള്ളവർക്കൊക്കെ ഒരു കൗതുകമായിരുന്നു. ട്രാക്കിന് സ്ഥലം കൊടുത്ത വീട്ടുകാർക്ക് പലർക്കും അന്നത്തെ സ്ഥിതിയനുസരിച്ച് കൈക്കൊതുങ്ങാത്ത പൂത്തകാശ് കിട്ടിയെങ്കിലും സ്കൂളിന് പുറകിൽ ഓലമറച്ചു പൊക്കി വർഷങ്ങളായി താമസിച്ചിരുന്ന കോമളയ്ക്കും അമ്മ സുരഭിക്കും മാത്രം അതല്പംപോലും ഒതകിയില്ല.

പാളം പണി തുടങ്ങിയ സമയം കോമളയുടെ പറമ്പിൽനിന്ന് ആറര സെന്റ് ഭൂമി നെടുനീളത്തിൽ അളന്നുമാറ്റിയെങ്കിലും പണി തീർന്ന ട്രെയിൻ ഓടിത്തുടങ്ങിയപ്പോഴാണ് സാലപ്പൻ മെമ്പറ് സർക്കാര് കാശ് വീട്ടിലെത്തിക്കുന്നത്. കാലം കൊറേ കഴിഞ്ഞെങ്കിലും കിട്ടിയത് കിട്ടിയല്ല എന്ന സന്തോഷത്തിൽ അമ്മയും മകളും ഉടുത്തൊരുങ്ങി ചന്തയിലേക്കിറങ്ങാൻ തുടങ്ങിയപ്പോഴാണ് നെഞ്ചു പൊട്ടണൊരു ചൊമ ചൊമച്ച് സുരഭി ചോര തുപ്പി വീഴുന്നത്. പിന്നീട് അമ്മയുടെ ക്ഷയം പഴുത്ത് കട്ടിലിൽ ചുരുങ്ങിക്കൂടിയപ്പോൾ ആശുപത്രികൾ തോറും കേറിയിറങ്ങി കയ്യിൽ തടഞ്ഞ കാശും ഏറക്കുറെ തീർന്നു.

കെട്ടുപ്രായം കഴിഞ്ഞിട്ടും തന്നേം നോക്കി അടച്ചുറപ്പില്ലാത്ത ചെറ്റയ്ക്കുള്ളിൽ ഒതുങ്ങിക്കൂടിയ മകളെ ഇനിയും പെടാപ്പാട് പെടുത്തുന്നത് നെറികേടാണെന്നു തോന്നിത്തുടങ്ങിയ സുരഭി വെളുപ്പിനെയുള്ള വണ്ടി സ്കൂളിന്റെ പറ്റെയെത്തിയപ്പോൾ അതിനു വട്ടം ചാടി ഭാരം തീർത്തു. അന്നുവരെ പലതരത്തിലുള്ള മരണങ്ങളും കണ്ടിരുന്നെങ്കിലും ട്രെയിനിടിച്ചു ചിന്നിച്ചിതറിയ മനുഷ്യശരീരം തൂത്തുകൂട്ടി പായയിൽ പൊതിഞ്ഞുകൊണ്ടുപോകുന്നത് നോക്കി നിന്നപ്പോൾ വാവക്കാട്ടിലെ മുഴുത്തവർപോലും കൊക്കിയും കറങ്ങിയും നിലത്തുവീണിരുന്നു.

വയ്യാത്ത തള്ളയെ മര്യാദയ്ക്ക് നോക്കാൻ പറ്റാത്ത മകളുടെ പിടിപ്പുകേടുകൊണ്ടാണ് സുരഭി ട്രെയിനിടിച്ചു ചത്തതെന്ന് കുടുംബക്കാരുപോലും കുറ്റം പറഞ്ഞുതുടങ്ങിയപ്പോൾ അമ്മ മരിച്ചു മൂന്നാം മാസം സ്കൂളിനു പുറകിൽ അതേ വണ്ടിയിടിച്ചു കോമളയുടെ ശരീരവും ഉരുണ്ടുകൂടി. സ്റ്റീപ്പനും ബെഞ്ചമിനും കൈക്കു കയ്യും പിടിച്ച് സ്കൂളിലേക്ക് വരുന്ന വഴിയിൽ മിക്കദിവസവും കോമളച്ചേച്ചിയെ

കണ്ടിരുന്നു. വീട്ടിലേക്കുള്ള സാധനം വാങ്ങാൻ സഞ്ചിയും തൂക്കി ലോനച്ചന്റെ കടയിലേക്കു നടക്കുമ്പോൾ പെട്ടിയും പിടിച്ചു സ്കൂൾ വരാന്തയിലേക്കു കയറുന്ന കുഞ്ഞുസ്റ്റീപ്പന്റെ ചെമ്പൻമുടി തഴുകി കോമളയുടെ കൈകൾ സഞ്ചരിക്കും. നിറചിരിയോടെ തങ്ങളുടെ ജീവിതത്തിന്റെ ഭാഗമായിരുന്ന കോമളച്ചേച്ചി മരിച്ചെന്നറിഞ്ഞപ്പോൾ വിഷമം തോന്നിയെങ്കിലും അതോർത്തോർത്തു വ്യസനിക്കാനുള്ള പ്രായമവർക്കന്നില്ലായിരുന്നു.

അമ്മയ്ക്കൊപ്പം കോമളയുടെ ശരീരവും അടക്കിയതിന്റെ പിറ്റേന്ന് രാവിലെ സ്കൂളു തുറക്കാൻ വന്ന കഞ്ഞിവെക്കുന്ന മേരിച്ചേച്ചി വരാന്തയിൽ ഒരൊച്ച കേട്ട് പുറത്തിറങ്ങി വന്നു. രാവിലെ മഴ പെയ്ത് മൂടി നിന്നിരുന്നതിനാൽ റെയിൽപ്പാളത്തിനോട് ചേർന്നു നിന്നിരുന്ന കഞ്ഞിപ്പുരയുടെ ചായ്പ്പിൽ നന്നായി ഇരുട്ടു പരന്നിരുന്നു. കണ്ടതു വിശ്വസിക്കാനാവാതെ മുഖത്തെ വിയർപ്പ് തുടച്ച് കണ്ണുതിരുമ്മി സ്കൂൾ വരാന്തയിലേക്കു ചാഞ്ഞിരുന്ന അറബിക്കൊമ്പിലേക്കു ഒരുവട്ടംകൂടി മേരിച്ചേച്ചി നോക്കി. മുട്ടറ്റം വരെയുള്ള മുടിയഴിച്ചിട്ട് ഉച്ചത്തിൽ ചിരിച്ചുകൊണ്ട് തന്നെ നോക്കിയിരിക്കുന്ന വിളറിവെളുത്തൊരു പെൺകുട്ടിയെ മറയില്ലാതെ അവർ കണ്ടു. അറബിമരത്തിന്റെ ചോട്ടിൽനിന്ന് പ്രാണൻ തല്ലിയോടിയ മേരിച്ചേച്ചി ചായക്കടയുടെ മുമ്പിൽ ശ്വാസം കിട്ടാതെ വന്നുവീഴുമ്പോൾ സ്റ്റീപ്പനും ബെഞ്ചമിനും ആച്ചപ്പന്റെ കയ്യും പിടിച്ച് സ്കൂളിലേക്ക് പോകുകയായിരുന്നു.

"എന്താണ്ടോ, എന്തുപറ്റി?"

ചായക്കടയിൽ നിന്ന് അന്തോണി പുറത്തേക്കു വന്ന് അവരെ പിടിച്ചെണീപ്പിച്ചുകൊണ്ടു ചോദിച്ചു.

"ബാധ നിക്കണ്... സ്കൂളിന്റകത്ത് ബാധ നിക്കണ്."

"ആരിട ബാധ?"

"കോമളേട. ചുന്താണീലെ കോമളേട."

കോമളച്ചേച്ചിയുടെ പ്രേതത്തെ അറബിമരത്തിൽ കണ്ടെന്ന വാർത്ത ഞൊടിയിടയിൽ നാടുമൊത്തം പരന്നെങ്കിലും മേരിച്ചേച്ചിയല്ലാതെ മറ്റാരും അതു ശെരിവെക്കുന്ന തരത്തിൽ തെളിവുകളുമായി മുന്നോട്ടു വന്നില്ല. എന്നിരുന്നാലും കോമളയെയും അമ്മ സുരഭിയെയും അടക്കിയ പറമ്പിലേക്കും ട്രാക്കിന്റെ പറ്റയും സന്ധ്യ കഴിഞ്ഞാൽ പിന്നെയാരും പോകാതായി. സ്കൂളിലെ പ്രേതക്കഥ കുട്ടികൾക്കിടയിൽ പൊടിപ്പും തൊങ്ങലും വെച്ച് അളവിലധികം പെരുത്തപ്പോൾ സ്റ്റീപ്പനൊഴികെ മറ്റാരും അറബിമരച്ചോട്ടിലും ചെല്ലാതെയായി. തോലടർന്നുണങ്ങിത്തുടങ്ങിയ ആ പടുവൃക്ഷത്തിന്റെ അറ്റത്തേക്കു നോക്കിനിക്കുമ്പോൾ എന്നും രാവിലെ തന്റെ

എണ്ണമങ്ങിയ നെറുകയിൽ തഴുകി പുഞ്ചിരിച്ചു നടന്നകലുന്ന നേർത്ത കൈകൾ ഒരിക്കൽക്കൂടി ചേർത്തുപിടിക്കാൻ അവൻ വല്ലാണ്ട് കൊതിച്ചിരുന്നു. അല്പംകൂടി മുതിർന്നപ്പോൾ ഉറക്കം വരാത്ത ചില രാത്രികളിൽ ട്രെയിനിടിച്ചു ചതഞ്ഞു മരിച്ച കോമളയുടെ ഓർമ്മകൾ പലവട്ടം അവന്റെ കണ്ണും നിറച്ചിരുന്നു.

കോമളയ്ക്കും അമ്മ സുരഭിക്കും ശേഷം സ്കൂളിനു പുറകിൽ വാവക്കാട്ടുള്ളതും അല്ലാത്തതുമായി ഒത്തിരിപ്പേർ വന്നു തലവെച്ചു മരിച്ചെങ്കിലും പറങ്ങാണ്ടി പെറുക്കിവിറ്റു നടന്നിരുന്ന പരുവിന്റെ മരണമാണ് പെട്ടെന്നോർമ്മയിൽ നിക്കുന്നത്. കറുത്ത് നീണ്ട മിനുത്ത താണ്ടിക്കു താഴെ ചൌ കെട്ടി ചെറിയൊരു ക്രിക്കറ്റ് പന്തിന്റെയത്രേം ഉരുണ്ടുനിന്നകൊണ്ടാണ് പടുതാപ്പണിക്കു പോണ ലേവിയുടെ മോനെ എല്ലാവരും പരുവെന്ന് വിളിച്ചിരുന്നത്.

കശുമാങ്ങ കായിട്ടു തുടങ്ങുമ്പോൾ തല മൂടിക്കൊണ്ട് ചെറിയൊരു ബക്കറ്റും വെച്ച് അണ്ടി പെറുക്കാൻ വീടുകൾ തോറും പരു വെളുപ്പാൻകാലത്തേ വരും. നാടിലുള്ളവർക്കൊക്കെ പ്രിയപ്പെട്ടവനായതുകൊണ്ടുതന്നെ പരു ചോദിക്കുമ്പോൾ മാത്രം എത്ര അണ്ടിയെടുത്തു കൊടുക്കാനും വാവക്കാട്ടാർക്കും മടിയില്ലായിരുന്നു. തലയിൽ ചുമന്നു വരുന്ന ബക്കറ്റ് നിറയുമ്പോഴേക്കും ഉച്ചക്കത്തെ ഊണും നാലുമണിക്കത്തെ കാപ്പികുടിയുമൊക്കെ ഏതെങ്കിലും വീട്ടിൽ നിന്നു കഴിഞ്ഞിട്ടുണ്ടാവും. പെറുക്കിക്കൂട്ടിയ അണ്ടി മൊത്തം തുപ്പലു തൊട്ടെണ്ണി അന്തോണിച്ചന്റെ കടയിലേൽപ്പിച്ച് കിട്ടിയ പൈസയിൽ പകുതിക്ക് കള്ളും കുടിച്ച് ലക്കില്ലാതെ കാലിയായ ബക്കറ്റും തലയിൽ കമത്തി പരു വീട്ടിലേക്കു പോകും. കശുമാങ്ങാക്കാലം തീരുന്നതുവരെ പരുവിന്റെ ഈ സന്ദർശനം തുടർന്നുകൊണ്ടേയിരിക്കും.

ഒരു പെരുന്നാൾ തലേന്ന് രാത്രി പേദറിന്റെ വീട്ടിൽനിന്ന് അണ്ടിയും പെറുക്കി കുട്ടാമ്മയുടെ കയ്യിൽനിന്ന് അത്താഴവും വാങ്ങിക്കഴിച്ച് ചിരിച്ചുകളിച്ചുപോയ പരു പിറ്റേന്നു രാവിലെ സ്കൂളിന്റെ പുറകിൽ തലയറ്റു കിടന്നതറിഞ്ഞപ്പോൾ നാട് ഒന്നടങ്കം മരവിച്ചു. താൻ വിളമ്പിക്കൊടുത്ത ചോറും വയറുനിറയെ തിന്ന് ബക്കറ്റും തലയിൽ മൂടി സന്തോഷത്തോടെ പോയ പരു മരിച്ചെന്നു വിശ്വസിക്കാൻ കഴിയാതെ കുട്ടാമ്മ പേടി തട്ടി മിഴിച്ചുനിന്നു. പരുവിന്റെ പെണമെടുപ്പ് കഴിഞ്ഞ ദിവസങ്ങളിലൊക്കെ രാത്രിയാകുമ്പോൾ പൊഴിക്കരികിലൂടെ ബക്കറ്റുകൊണ്ടു തലയും മൂടി മുണ്ടും മടക്കിക്കുത്തി ഒരു രൂപം ഒഴുകിപ്പോകുന്നത് കണ്ടെന്ന് പള്ളിമുറ്റത്തു നിന്നാരോ തട്ടിവിട്ടപ്പോൾ നാട്ടുകാരുടെ ഭയം ഇരട്ടിയായി.

അന്തോണി പുണ്യവാളന്റെ ചൊവ്വാഴ്ച നൊവേന വിയാനി പള്ളിയിൽ ആദ്യമായി ചൊല്ലിത്തുടങ്ങിയ ദിവസമാണ് കിഴക്കു നിന്നൊരു ഗർഭിണിപ്പെണ്ണ് നിറവയറും ചുമന്നു പാളത്തിൽവന്നു തല വെക്കുന്നത്. പെണ്ണ് ട്രാക്കിനു സമീപം പമ്മി നിക്കുന്നത് കണ്ടപ്പോൾതന്നെ പന്തികേടെന്തോ മനസ്സിലാക്കിയ മാഗിച്ചേച്ചി വെളിമണ്ണിൽ അലക്കിപ്പിഴിഞ്ഞു വിരിച്ചുകൊണ്ടിരുന്ന തുണിയും പാത്രോം നിലത്തുവെച്ചിട്ട് അടുത്തേക്കോടിച്ചെന്നു ചോദിച്ചു.

"മകളെവിടൊള്ളതാ?"

"കെഴക്ക്."

"എന്തിനാ ഇവിടവന്ന് നിക്കണെത്? അതുമീ ഉച്ചപ്രാന്തൻ വെയിലത്ത്."

"എനിക്കെന്താ നിന്നൂടേ. അമ്മാമ്മ അമ്മാമ്മേടെ കാര്യം നോക്കി പോ."

മൂപ്പിച്ചു വരണത് പിടിക്കാതെ വന്നപ്പോൾ മാഗി തലതാഴ്ത്തി തിരിഞ്ഞുനടന്ന സമയം പാഞ്ഞുവന്ന വണ്ടിക്ക് മാസം തെകയാറായ വയറു വട്ടംവെച്ചു പെണ്ണു കയറിക്കിടന്നു. തോലും ദെശയും വെവ്വേറെ വിട്ട് ചുരുങ്ങിക്കിടന്ന ശരീരത്തിനൊപ്പം കരിനീല നിറത്തിലെ പൊക്കിൾക്കൊടി കഴുത്തിൽ ചുറ്റി കേടുപാടൊന്നുമില്ലാതെ ഒരു കുഞ്ഞുമാംസപിണ്ഡവും പൊലീസ് അന്നു പൊതിഞ്ഞെടുത്തു കൊണ്ടുപോയി. പെണ്ണു മരിച്ച് മൂന്നുമാസം കഴിഞ്ഞ് ആരാധനയ്ക്കു പോയി മടങ്ങിയ അമ്മച്ചിമാരുടെ നേരെ സ്കൂളിനു പുറകിലുള്ള പൊന്തക്കാട്ടിൽനിന്ന് 'ദാഹിക്കുന്ന് വെള്ളം തായോ' എന്നലറിക്കരഞ്ഞുകൊണ്ടു കാലില്ലാത്തൊരു രൂപം ഓടിച്ചെന്നു.

വെള്ളിയാഴ്ച രാത്രികളിൽ പൊഴിയിറമ്പിൽ നിന്നൊരു കൊച്ചിന്റെ കരച്ചിലും കേട്ടുതുടങ്ങിയപ്പോഴാണ് ഗർഭിണിയുടെ പ്രേതത്തെ ഭയന്ന് ജോർജച്ചനെ തിരക്കി ആളുകൾ പള്ളിമേടയിലേക്കിടിച്ചു കയറിയത്. പ്രാർത്ഥനയ്ക്കും ഭൂതോച്ചാടനത്തിനും ശേഷം പിന്നീട് ശല്യമൊന്നുമില്ലായിരുന്നെങ്കിലും വെള്ളിയാഴ്ച ദിവസങ്ങളിലെ ക്രിസ്തുരാജന്റെ ആരാധന കഴിഞ്ഞ് റെയിൽവേ പാളത്തിലൂടെയുള്ള നടപ്പ് മൊത്തത്തിലെല്ലാവരും ഒഴിവാക്കി.

"ട്രെയിനിടിച്ചു മരിക്കണവരെല്ലാം തിരിച്ചു വരണതുപോല കടലീ പോയവരേം കാണാൻ പറ്റിയിരുന്നങ്കി..."

അൽപോയുടെ കുഴിക്കു മുകളിലെ മണ്ണു വകഞ്ഞു വൃത്തിയാക്കിക്കൊണ്ട് ബെഞ്ചമിൻ സ്റ്റീപ്പനെ നോക്കി പറഞ്ഞു.

"അപ്പാ മരിച്ച ദിവസം നിനക്കോർമ്മയൊണ്ടാ?"

"ഉം..." സ്റ്റീപ്പൻ തലതാഴ്ത്തി മൂളി.

"ആളുകള് മരിപ്പറീക്കാൻ പെടണ പാട് എന്തുവാണല്ലേ... വള്ളം മുങ്ങിയന്ന് ഞാനും അമ്മച്ചീം ഒന്നുമറിയാത നിങ്ങട റേഷൻകടേല് പോയട്ട് വരണ വഴി പള്ളിമുറ്റത്തൊള്ളവരും പാലത്തിന്റവിട കൂടി നിന്നവരൊക്കെ ഞങ്ങളെത്തന്നെ ഒരുമാതിരി വല്ലാണ്ട് നോക്കി നിക്കുവാ. ഞങ്ങളതൊന്നും കാര്യമാക്കാതെ വീട്ടിലോട്ട് കേറിയപ്പ അയൽപ്പക്കത്തൊള്ളവരക്ക വീടിനു പുറത്തുവന്ന് ഞങ്ങളെ കാണിക്കാതെ കണ്ണക്ക തൊടക്കുന്ന്. എല്ലാരും ഇപ്പ കരയുവെന്നൊള്ള അവസ്ഥ. എന്നാ ആരുവൊന്നും പറയണുവില്ല. നേരം ഇരുട്ടിയപ്പ പതിവില്ലാതെ അച്ചാച്ചനും വെല്യമ്മച്ചീം വീട്ടിലോട്ട് കേറിവന്ന്. അച്ചാച്ചന്റെ കൈ വെറയും ധൃതിയും കണ്ടപ്പ എനിക്കൊറപ്പായി ആർക്കോ എന്തോ പറ്റിയെന്ന്. ഞാൻ കാര്യം തെരക്കിയപ്പ അച്ചാച്ചൻ ഒന്നും മിണ്ടാതെ എന്നെ കെട്ടിപ്പിടിച്ച് ഒച്ചത്തിൽ കരഞ്ഞ്. കൂട അമ്മച്ചീം."

നിറഞ്ഞ കണ്ണുകൾ മെല്ലെ തുടച്ചുകൊണ്ടു സെമിത്തേരിയിൽ നിന്നു സ്റ്റീപ്പനൊപ്പം മൂണിക്കുന്നിലേക്കു നടക്കുമ്പോൾ ബെഞ്ചമിൻ ആരോടെന്നില്ലാതെ പറഞ്ഞു.

"വേണ്ടപ്പെട്ടവർക്കൊക്കെ എന്തേലും പറ്റിയാ അതു നമുക്ക് ചുറ്റുവൊള്ളവരുടെ മൊഹത്തറിയാൻ പറ്റുവടാ. അവരെ സൂക്ഷിച്ചു നോക്കിയാ മതി. അവരൊക്ക ചിരിച്ചോണ്ടുള്ളീ വാവിട്ട് കരയണത് കാണാൻ പറ്റും. എല്ലാരും അറിഞ്ഞാലും നമ്മളറിയുകേല. അല്ല അറിയക്കത്തില്ല. അതങ്ങനെയാണ്. മരണം ഒരു മൈരനാടാ.. പെഴച്ച മൈരൻ."

ജീവിതത്തിന്റെ ഏറ്റക്കുറച്ചിലുകൾ മനസ്സു വരിഞ്ഞുണക്കി അഗാധമായി തളർത്തുമ്പോഴും അഭിപ്രായങ്ങളൊന്നും പറയാതെ ബെഞ്ചമിനൊപ്പം ചേർന്നു നിൽക്കാൻ മാത്രമായിരുന്നു സ്റ്റീപ്പന്റെ വിധി. താൻ ജനിക്കാൻ കാത്തുനിക്കാതെ ഉള്ളുലഞ്ഞു മരിച്ച കൊറിയയെക്കുറിച്ച് അമ്മച്ചി പറയുമ്പോഴും പണ്ടെങ്ങോ ട്രെയിനിടിച്ചു മരിച്ച കോമളയുടെ ഓർമ്മകൾ മനസ്സിൽ പൊന്തുമ്പോഴും ആഗ്രഹങ്ങൾ ഒരുപാട് ബാക്കിനിർത്തി ഇരുളാഴത്തിൽ മുങ്ങിപ്പോയ അൽപോച്ചന്റെ നീലിച്ച കണ്ണുകൾ ഇടതടവില്ലാതെ വേട്ടയാടുമ്പോഴും സ്റ്റീപ്പൻ കരഞ്ഞിരുന്നു. പക്ഷേ ആരുമത് കണ്ടില്ല. ബാധ്യതകളും ദുരന്തങ്ങളുമില്ലാത്ത അവന്റെ ജീവിതത്തിൽ ദുഃഖവുമില്ലെന്ന് ഉറ്റ സുഹൃത്തുക്കൾപോലും കരുതിപ്പോന്നു.

ബെഞ്ചമിനെ വീട്ടിലാക്കി തിരിച്ചുനടക്കുമ്പോൾ, പടിഞ്ഞാറുനിന്നു വീശിയ കാറ്റിൽ ഉച്ചി മത്തടിപ്പിക്കുന്നൊരു മണം സ്റ്റീപ്പന്റെ മൂക്കിലേക്കരിച്ചിറങ്ങി. പൊഴിയിറമ്പിലും കുന്നിനരികിലും ഇരുട്ട് പടരുന്നത് വകവെക്കാതെ മണം വന്ന പൊന്തക്കാട്ടിലേക്ക് അവൻ

നടന്നടുത്തു. വയറ്റാട്ടിക്കിണറിന് പുറകിൽ തഴച്ചുനിന്നിരുന്ന കണ്ടൽ തണ്ടുകൾ വകഞ്ഞുമാറ്റി നിലത്തിരുന്നപ്പോൾ അവിടെ മുട്ടറ്റം പൊക്കത്തിൽ പൂത്തുനിന്ന ലില്ലിച്ചെടികൾ കണ്ട അവൻ ആശ്ചര്യപ്പെട്ടു. തൂവെള്ളലില്ലിപ്പൂക്കൾ പരത്തിയ സുഗന്ധത്തിൽ മുഴുകി കയ്യിൽത്തടഞ്ഞൊരു ചെങ്കൽച്ചീളുകൊണ്ടു സ്റ്റീപ്പൻ അതിനടിയിലേക്ക് ആഴത്തിൽ കുഴിച്ചു. കരിമണലും കുമ്മായപ്പാളികളും പിന്നിട്ട് ദ്രവിച്ചു തുടങ്ങിയ ഒരു കീറത്തുണിയിലേക്കു വിരലുകളുടക്കിയപ്പോൾ മണ്ണുവകഞ്ഞു മാറ്റി ആ തുണി മേലേക്കുയർത്തിപ്പിടിച്ചു. വാവക്കാട്ടു പൊഴിയെയും പള്ളിഗോപുരത്തെയും മുഴക്കി പെട്ടെന്നാഞ്ഞു വെട്ടിയൊരു കൊള്ളിയാൻ വെളിച്ചത്തിൽ കണ്ണിൽനിന്നും മൂക്കിൽനിന്നും പുഴുവിറങ്ങി കൂർത്ത പല്ലുകൾ വെളിയിൽത്തള്ളി മിഴിച്ചു കിടക്കുന്നൊരു മനുഷ്യശരീരം അവനഭിമുഖമായി തെളിഞ്ഞു നിന്നു.

അല്പസമയത്തേക്ക് നിശ്ചലമായ ശ്വാസം തിരികെപ്പിടിച്ച് ഉച്ചത്തിൽ നിലവിളിച്ചുകൊണ്ടു വീട്ടിലേക്കോടുമ്പോൾ, തന്റെ പ്രവർത്തികൾക്കെല്ലാം സാക്ഷിയായി പൊഴിയിറമ്പിൽ പതുങ്ങി നിന്നിരുന്ന ചുവന്ന കണ്ണുകളും കൊമ്പൻ മീശയും സ്റ്റീപ്പന്റെ ശ്രദ്ധയിൽപ്പെട്ടിരുന്നില്ല. മഴയും ഭയവും പിന്നിട്ട് അവൻ തിരിഞ്ഞുനോക്കാതെ പൊഴി നീന്തി പാഞ്ഞപ്പോൾ പുറകിൽ തുരുമ്പു പടർന്നൊരു മമ്മട്ടി നിലത്താഴ്ന്നു പതിക്കുന്ന ശബ്ദം ഉച്ചത്തിൽ കേൾക്കാമായിരുന്നു.

കരിമുണ്ടി വേട്ട

പോർവിളികൊണ്ട നരകത്തെ ഭയപ്പെടുത്തി
അയാൾ നിവർന്നു ചിരിച്ചു.

മഴക്കാലത്ത് പൊഴി ചീർത്ത് വീടുകൾതോറും വെള്ളം കേറുമ്പോൾ പുല്ലുമ്പുറത്തും കല്ലിന്റെ മുകളിലുമൊക്കെ വെയിലുകൊള്ളാൻ ചിറകും വിടർത്തി ഞെളിഞ്ഞുനിക്കുന്ന മുണ്ടിയെ പിടിക്കാൻ ഒരു കൂട്ടമിറങ്ങും. തല മാത്രം പൊക്കിപ്പിടിച്ച് മുങ്ങാംകുഴിയിട്ടു മീനെ വിഴുങ്ങി പൊഴിയിലൂടെ പായുന്ന മുണ്ടിയെ പിടിച്ചു തോലുരിഞ്ഞു കറിവെക്കുമ്പോൾ, ഒരാൾക്കൊള്ളതുപോലും കിട്ടത്തില്ലെങ്കിലും കൈക്കു കിട്ടാനുള്ള കഷ്ടപ്പാടും അപാരരുചിയും കാരണം മുണ്ടിയിറച്ചിക്കു വാവക്കാട് ഒടുക്കത്തെ ഡിമാന്റായിരുന്നു.

മഴ മുന്നറിയിപ്പുള്ള ദിവസങ്ങളിൽ വള്ളത്തെ കേറാത്തവരിൽ ഭൂരിഭാഗവും വാടപ്പൊഴിയിലും അറപ്പക്ക തീരത്തും വീശാൻ പോകുമ്പോൾ അപൂർവ്വം ചിലർ മാത്രം മുണ്ടിക്കെണിയൊരുക്കി പൊഴിക്കടവിൽ നോക്കിയിരിക്കും. പൊങ്ങുതടിയിൽ ഒടക്കുവല ചുറ്റി മത്തിക്കൊടലും ചെറിയ ഒണക്ക കൊഴുവയുടെ തലയും വിതറി വെള്ളത്തിനു നടുവിൽ കെണിവെക്കുമ്പോൾ, മണം പിടിച്ചോടി കേറുന്ന മുണ്ടിയെ പാഞ്ഞുപിടിച്ച് കൊരവള്ളി അറുത്തെടുക്കണം. കെണിയിൽ കുടുങ്ങുന്ന മുണ്ടിയെ പുറത്തെടുക്കാൻ അല്പം താമസിച്ചാൽ വലയും കീറി അതതിന്റെ പാട്ടിനുപോകും. സമയം നല്ലതാണേൽ കഴുത്തറുക്കാൻ വരുന്നവന്റെ കണ്ണും കൊത്തിപ്പൊട്ടിച്ചേക്കും. അതുകൊണ്ടൊക്കെ ഒരെണ്ണത്തിനെയെങ്കിലും കെണിവെച്ചു പിടിച്ചു കൊണ്ടുവരുന്നവനും നാട്ടിൽ രാജാവിന്റെ വെലയായിരുന്നു.

ബെസേലി വള്ളത്തേക്കേറിത്തുടങ്ങിയ സമയത്ത് പനച്ചുവട്ടിൽ താമസിച്ചിരുന്ന ശ്രീലജൻ കൊല്ലനാണ് വാവക്കാട്ട് മുണ്ടിക്കെണിയുണ്ടാക്കി വിറ്റിരുന്ന ഏകവ്യക്തി. രണ്ടുദിവസം നിർത്താതെ മഴ

പെയ്യുന്നതു കാണുമ്പോത്തന്നെ കെണി കൂട്ടാനുള്ള ഒരുക്കങ്ങൾ ശ്രീലജൻ തുടങ്ങിയിട്ടുണ്ടാവും. കനമില്ലാത്ത ചെറിയ കമ്പുംകഷ്ണം തെരഞ്ഞുപിടിച്ചെടുത്ത് ചീവി മിനുക്കി വളച്ച് ക്ലാമ്പടിച്ചുണക്കാൻ വെക്കും. നീരുവറ്റിയ പൊങ്ങുതടിയിൽ മിനുസമുള്ള വല ചുറ്റി കെണിയൊന്നിന് നാലണ നെരക്കിലായിരുന്നു ശ്രീലജൻ കച്ചവടം നടത്തിയിരുന്നത്. കൊല്ലനെ വെല്ലുവിളിച്ച് സ്വന്തമായി കെണിയൊണ്ടാക്കി വെള്ളത്തിലിട്ടവരും അക്കാലത്തുണ്ടായിരുന്നു. അങ്ങനെയുള്ളവരുടെ വലയും എരയും മുണ്ടി മുങ്ങി ഓളമടിച്ചു തുടങ്ങുമ്പോൾത്തന്നെ താന്നും പോയിരുന്നു. അറവുകാടമ്പലത്തിൽ കൊടികേറി, ആനയും ഭാരവാഹികളും പറയെടുക്കാൻ വീട്ടുമുറ്റെത്തിയ വെപ്രാളത്തിൽ അകത്തേക്കോടിയപ്പോഴാണ് കൊല്ലന്റെ മകൾ പാറുക്കുട്ടി പ്രസവവേദന വന്നു കൂമ്പിവീണത്. ആനപ്പുറത്തെഴുന്നള്ളി വന്ന ദേവിയെ സാക്ഷിയാക്കി അവൾ പ്രസവിച്ച ആങ്കുട്ടിയെ വേണുക്കുട്ടനെന്നു പേരിട്ടു വിളിച്ചു. കെട്ടിക്കൊണ്ടുവന്ന പെണ്ണിനു വയറ്റിലൊണ്ടെന്നു പോലുമറിയാതെ തെങ്ങുംമുകളിൽനിന്നു വീണുമരിച്ച ചെത്തുകാരൻ അറുകയ്യനായിരുന്നു വേണുവിന്റെ അച്ഛൻ.

വാവക്കാട്ടും വട്ടയാലും വീടുകൾതോറും കേറിയിറങ്ങി മമ്മട്ടി, വെട്ടരുവാ തുടങ്ങി മൂർച്ചപോയ പണിയായുധങ്ങളെ രാകി മിനുക്കിയും പൊഴി നിറയെ മുണ്ടിക്കെണി നിരത്തിയും വിധവയായ മകളേയും ചെക്കനെയും ശ്രീലജൻ അല്ലലറിയിക്കാതെ നോക്കി. അപ്പൂപ്പൻ വാതം വന്നു കിടപ്പിലായതിൽ പിന്നെ ആലയുടെയും മുണ്ടിക്കെണിയുടെയും പരിപാടി ഇരട്ടിലാഭത്തോടെ വേണുക്കുട്ടൻ ഏറ്റെടുത്തുനടത്തി. കത്തി രാകുന്ന യന്ത്രവും തൂക്കി ഒഴിവുദിവസങ്ങളിൽ പഴമാങ്ങാ പള്ളിക്കു സമീപത്തുള്ള വീടുകളിൽ കറങ്ങി നടക്കുമ്പോഴാണ് പറവൂർ ചന്തയിൽ തഴപ്പാ നെയ്തുവിൽക്കുന്ന കനകമ്മയുടെ ഏകമകൾ ചന്ദ്ര ഇറുകിയ ജാക്കറ്റും വലിച്ചിട്ട് കച്ചവടത്തിനിരിക്കുന്നത് വേണുവിന്റെ ശ്രദ്ധയിൽപ്പെട്ടത്. ആയം കാണാൻ പറ്റുന്ന നേർത്ത ജാക്കറ്റിന്റെ മിനുമിനുപ്പു താണ്ടി ചന്ദ്രയുടെ കൊഴുത്തുരുണ്ട കരിങ്കണ്ണികൾ കൗമാരക്കുതിപ്പിൽ വിറങ്ങലിച്ചു നിന്ന പൊളകനെ കുടുക്കിട്ടുണർത്തിയപ്പോൾ കെട്ടുന്നെങ്കി ഇവളത്തന്നെയെന്ന് വേണുക്കുട്ടനും ഉറപ്പിച്ചു.

പിറ്റേന്നു രാവിലെ അമ്മ പാറുക്കുട്ടിയെയും കൂട്ടി പെണ്ണു ചോദിക്കാൻ ചെന്ന അയാളുടെ കയ്യിൽ നൂറ്റിക്കു പത്ത് മനസ്സുനിറഞ്ഞ സമ്മതത്തോടെ പുതുമണം വിട്ടിട്ടില്ലാത്ത ഒരുഗ്രൻ തഴപ്പായും കനകമ്മ കൊടുത്തയച്ചു. ചന്ദ്രയെ കെട്ടി പനച്ചുവട്ടിലേക്ക് കൊണ്ടുവന്ന രാത്രി കൊതിമൂത്ത് അയാൾ ജാക്കറ്റിന്റെ കെട്ടഴിച്ച് കരിങ്കണ്ണിയെ തപ്പിയ വെപ്രാളത്തിൽ ഒരഞ്ഞുവീണു കെട്ടഴിഞ്ഞ തഴപ്പാ

നെടുകണ്ടം പിളർന്നും പോയിരുന്നു. തന്റേടിയായ കനകമ്മയുടെ വായാടിത്തരവും പവറും തൊള്ളി കൊറയാതെ മകൾക്കും അതേപടി കിട്ടിയിരുന്നെങ്കിലും കെട്ടിയോന്റമ്മ കഴിഞ്ഞേ വേണുക്കുട്ടന്റെ വാക്കിനുപോലും ആ വീട്ടിൽ ചന്ദ്ര വില കൊടുത്തിരുന്നുള്ളൂ. അമ്മായിമ്മയോടുള്ള ഇഷ്ടക്കൂടിന്റെ ചൂരുപറ്റി ആദ്യത്തെ കൊച്ചിനു ശ്രീപാർവ്വതിയെന്നുതന്നെ അവർ പേരിട്ടു വിളിച്ചു. ഒക്കത്തിരുത്തി ചുമക്കാൻ മുഴുപ്പെത്തിയപ്പോൾ പിച്ചാത്തിക്കും വെട്ടരുവാക്കും മൂർച്ച വെപ്പിക്കാൻ യന്ത്രവും തൂക്കി പോണ വേണുക്കുട്ടന്റെ തോളത്ത് അള്ളിപ്പിടിച്ചു കിടന്ന പാർവതിയെ പൊടിവാവ എന്നോമനിച്ചു വിളിച്ചത് മർകിലിയമ്മാമ്മയാണ്. പൊഴിക്കരികെ വേണുക്കുട്ടന്റെ ഒച്ച പൊങ്ങുന്നതു കേൾക്കുമ്പോൾത്തന്നെ തൊണ്ടുതല്ലൽ മതിയാക്കി ലീലാമ്മ കൊച്ചിനെ എടുക്കാനോടും.

“അപ്പാട കയ്യും പിടിച്ചമ്പടു പൊടി രാവിലെ എറങ്ങിയാ...”

ദേഹത്തു പറ്റിപ്പിടിച്ചിരുന്ന ചീഞ്ഞ ചകിരിച്ചോർ തട്ടിക്കളഞ്ഞ് മടിക്കുത്തിലേക്ക് മർകിലി കുഞ്ഞിനെ ചേർത്തിരുത്തും.

“അമ്മാമ്മേട പൊടിവാവേ... ഈശോ രക്ഷിക്ക. പറഞ്ഞേ... ഈശോ രക്ഷിക്ക.”

കുഞ്ഞിനെ കൊഞ്ചിച്ചും തൊണ്ടുതല്ലിയും നേരമുച്ച മൂക്കുമ്പോൾ വേണുക്കുട്ടൻ മൂർച്ചവെപ്പും മതിയാക്കി മർകിലിയുടെ അടുത്തേക്കു വരും. ലീലാമ്മ നേരത്തെതന്നെ കലക്കിവെച്ച കാന്താരീം ഇഞ്ചീ മിടിച്ചു ചേർത്ത മോരുംവെള്ളം ഒറ്റവലിക്കു കുടിച്ചശേഷം കുഞ്ഞിനെ തോളിൽ തൂക്കി അയാൾ വീട്ടിലേക്കു തിരികെപ്പോകും. അൽപോ വീട്ടിലുള്ള ദിവസങ്ങളിലാണ് മൂർച്ചകൂട്ടാൻ വരുന്നതെങ്കിൽ പൊന പ്പാസിന്റടുത്തു പോയി ഒന്നു മിനുങ്ങി ഊണും കഴിച്ചിട്ടേ വേണു ക്കുട്ടനെയും പൊടിയെയും അയാൾ തിരിച്ചു വീട്ടിലേക്കു പോകാൻ അനുവദിച്ചിരുന്നുള്ളൂ. ഷാപ്പിൽനിന്ന് വയറുനിറയെ കള്ളും ഇടി ക്കപ്പേം കഴിച്ചശേഷം ഊണുകഴിക്കാൻ വന്നിരിക്കുന്ന രണ്ടാളുടെയും മുഖത്തെ മടുപ്പ് കാണുമ്പോ തന്നെ കാര്യം മനസ്സിലാക്കി അനി ക്ലേത്ത് കണ്ണുമിഴിക്കും. സ്രാങ്ക് വഴക്കിടുമെന്നുള്ള പേടി കാരണം വിശപ്പില്ലെങ്കിലും വിളമ്പിവെച്ചത് മുഴുവിപ്പിക്കാതെ വേണുക്കുട്ടൻ എണീറ്റിരുന്നില്ല.

“ചന്ദ്രയെന്തു പറയണടാ?”

മീഞ്ചാറിൽ കൊഴച്ച ഉരുള വായിലേക്കു വെച്ചുകൊണ്ട് അനി ക്ലേത്ത് സ്രാങ്ക് ചോദിക്കും.

“സുഗവച്ചാച്ചി. ഇപ്പ ഒണക്കമീനിന്റെ പണിക്കു പോണൊണ്ട്.”

“എവട? നമ്മടിവിടാ?”

“അല്ല. നർബോനയിൽ.”

“ഓ, വർക്കീട കൂടയാ.”

“ഉം...”

“കെണിവെപ്പ് ഇപ്പ എങ്ങനാ? തടയണൊണ്ടാ വെല്ലോം?”

“എവിടുന്ന്. അയിന് പൊഴിയില് മുണ്ടിയില്ലല്ലാ അച്ചാച്ചീ. മഴ പെയ്യുമ്പ ഒരു പത്തിരുപത് കെണി പോയാ പോയി. പിന്ന ഈ വെട്ടരുവേം മമ്മട്ടിയുവൊക്ക ഒള്ളകൊണ്ടു തിന്നുപോണ്.”

“എന്നാപ്പിന്നെ വർക്കീട കൂട തന്നെ പോ നീ. അവൻ ഒണക്ക മീൻ കൊണ്ടുപോവാൻ ആളെ തെരക്കണൊണ്ടല്ലാ. നിനക്കാവുമ്പ വണ്ടിയോടിക്കാനും അറിയാവല്ലാ.”

"കൊറേ നാളായിട്ട് വിളിക്കണൊണ്ട്. ഇനിയങ്ങനെ വെല്ലോം നോക്കണം."

അനിക്ലേത്തിന്റെ വാക്കും കേട്ട് താടിവർക്കിയുടെ കൂടെക്കൂടിയ വേണുക്കുട്ടന് പിന്നെ തിരിഞ്ഞു നോക്കേണ്ടി വന്നിട്ടില്ല. മലബാറിലോട്ടും തമിഴ്നാട്ടിലോട്ടും ഒണക്കമീൻ കേറ്റിപ്പോണ ലോറികളിലെ കിളിയായി തുടങ്ങിയ കൊല്ലൻ വേണു അരിക്കച്ചവടത്തിലും ചെമ്മീൻ കിള്ളലിലും വർക്കിയുടെ പങ്കുകച്ചവടക്കാരനായി തീർന്നതും പനച്ചുവട്ടിൽ രണ്ടുനില വീടുവെച്ചതും നർബോന കുരിശടിയിൽ വെളുത്തച്ചന്റെ പെരുന്നാൾ ഒറ്റയ്ക്കു നടത്തിയതുമൊക്കെ വാവക്കാട്ടുകാരെയെല്ലാം അന്ധാളിപ്പിച്ചു. പവറും പത്രാസും നിറഞ്ഞപ്പോൾ മൂർച്ച വെപ്പിക്കാനുള്ള യന്ത്രവും തൂക്കിയുള്ള നടത്തവും അനിക്ലേത്തിന്റെ പറമ്പിലോട്ടുള്ള വരവും കുടിയുമൊക്കെ ഏതൊരു പുത്തൻ പണക്കാരനെപ്പോലെ അയാളും മറന്നെങ്കിലും മകൾ പൊടിവാവ മാത്രം പൊക്കലെ മുറ്റത്തും മൂണിക്കുന്നിലും ബെഞ്ചമിനെയും സ്റ്റീപ്പനെയും ചുറ്റിപ്പറ്റി എന്നത്തെയുംപോലെ കാണപ്പെട്ടു.

ആദ്യത്തെ മൂണിപ്പെരുന്നാൾ കഴിഞ്ഞ ദിവസം പിള്ളേരു കൊണ്ടുവന്ന നേർച്ചക്കാശ് മൂവർക്കും തുല്യമായി വീതംവെച്ചപ്പോൾ പൊടിവാവയ്ക്കും ഒരു പങ്കു കൊടുക്കണമെന്നു ബെഞ്ചമിൻ നിർബന്ധിച്ചു. ചെറിയൊരു തർക്കത്തിനൊടുവിൽ മനസ്സില്ലാമനസ്സോടെ വൈദ്യര് നീട്ടിയ പൊതി തുറന്നുപോലും നോക്കാതെ പൊടിവാവ ബെഞ്ചമിനു കൈമാറി. തുടർന്നുള്ള വർഷങ്ങളിലും അതാവർത്തിച്ചപ്പോഴാണ് പരസ്പരം തുറന്നു പറയാത്തൊരു കൊളുത്തിപ്പിടുത്തം അവർക്കിടയിലുണ്ടെന്നു സ്റ്റീപ്പൻ കണ്ടുപിടിക്കുന്നതും ആച്ചപ്പനെ അറിയിക്കുന്നതും.

പത്താംക്ലാസ് കഴിഞ്ഞു പോളിയിൽ ഡിപ്ലോമ സീറ്റ് മാനേജുമെന്റ് കോട്ടയിൽ വാങ്ങിത്തരാമെന്നു വേണുക്കുട്ടൻ കെഞ്ചിപ്പറഞ്ഞിട്ടും പഠിക്കുന്നെങ്കിൽ അറവുകാട് ബെന്നിക്കൊപ്പം പഠിച്ചോളാമെന്നു പൊടിവാവ കട്ടിളപോലെ നിന്നതോടെ സ്റ്റീപ്പൻ പറഞ്ഞതിൽ പൊരുളുണ്ടെന്നു വൈദ്യർക്കും വെളിവുണ്ടായി? അപ്പന്റെ മരണത്തോടെ കൂടുതൽ ദുർഘടമായ ജീവിതം ഓരോ രാത്രി വെളുപ്പിക്കുമ്പോഴും പൊടിവാവയെ കാണാമെന്നുള്ള നേരിയ പ്രതീക്ഷ മാത്രമായിരുന്നു ബെഞ്ചമിനെ താങ്ങിനിർത്തിയിരുന്നത്. ഉറക്കം ഒരു സ്വപ്നംപോലെ വിദൂരതയിൽ തന്നെ നോക്കി പല്ലിളിക്കുമ്പോഴും വലുപ്പം കുറഞ്ഞുവന്ന അവളുടെ ചുണ്ടിനു മുകളിലെ മറുകും വിടർന്ന കണ്ണുകളും ബെഞ്ചമിനെ മുറുകെപ്പിടിച്ചു.

“നമുക്കൊന്ന് നടന്നിട്ടു വരാം?”

അരപ്രെയ്സിൽ കണ്ണടച്ചു കിടന്നിരുന്ന ബെഞ്ചമിൻ ശബ്ദം കേട്ട് തലയുയർത്തി നോക്കി.

“എവിടെ പോകാനാ? സന്ധ്യയായല്ലാ. നിന്നെ വീട്ടി വിളിക്കത്തില്ലേ?”

“വീട്ടി ആരുവില്ല. രാത്രിയാവും വരുമ്പോ.”

പുതുപ്പറമ്പും മെലോഡിയസ് മൈതാനവും പിന്നിട്ട് പൊടിവാവയ്ക്കൊപ്പം അവൻ മെല്ലെ നടന്നു. ചെളി കലർന്നുറച്ച പുല്ലുംമ്പുറം തീർന്ന് കൊഴമണ്ണിൽ കാലു പുതഞ്ഞപ്പോൾ കുങ്കുമം ചിന്നിത്തെറിച്ച ആകാശത്തേക്ക് ബെഞ്ചമിൻ അറിയാതെ നോക്കി. കരയിൽ ഇരുട്ടു പടർന്നെങ്കിലും പ്രസന്നമായ വാനത്തെ സാക്ഷിയാക്കി കടലൊടിയുന്ന ശബ്ദം മുഴങ്ങിക്കേട്ടു.

“തിരിച്ചു പോവാം?”

“അപ്പ കടപ്പൊറത്ത് പോകണ്ടേ?”

പൊടിവാവ ആശ്ചര്യപ്പെട്ടു.

“വേണ്ട. ഞാമ്പോയിട്ട് കൊറേ നാളായി. പോകാനേ തോന്നണില്ല.”

“നിനക്കെന്താ പ്രശ്നം, എന്നോടെന്തേലും പറയാനൊണ്ടോ?”

ബെഞ്ചമിൻ ഉത്തരം പറയാതെ നിശ്ചലനായി നിന്നു.

“ബെന്നീ അൽപ്പോപ്പായെ ഓർത്തിട്ടാണോ? അതാ വേറെന്തേലുവൊണ്ടോ? നീയൊന്നു വാ തൊറക്കാവോ.”

“ഇവിടിരിക്കാമെങ്കി. പടിഞ്ഞോട്ടു പോവണ്ട.”

ചൂടു വിട്ടു തുടങ്ങിയ വെളിമണ്ണിൽ കാലുകൾ നീട്ടി പൊടിവാവ ഇരുന്നപ്പോൾ, അവളുടെ തോളിൽ പയ്യെ തലവെച്ചുകൊണ്ടു ബെഞ്ചമിൻ കണ്ണുകളടച്ചു കിടന്നു. വള്ളമടുപ്പിച്ച് പണിക്കാരെല്ലാം കറിക്കു കിട്ടിയ മീനുമായി വീടുകളിലേക്ക് തിരിച്ചുപോയിത്തുടങ്ങിയിരുന്നു. കണ്ടൽക്കാട്ടിൽ പൊത്തുവെച്ച കൊളക്കോഴികൾ തീറ്റ തേടിയിറങ്ങിയ ഒച്ച അകലങ്ങളിലെവിടെയോ കലപിലുത്തുകൊണ്ടിരുന്നപ്പോൾ തെക്ക് സന്ധ്യാമണി മുഴങ്ങുകയും പള്ളിക്കോളാമ്പിയിൽനിന്നു നിത്യസഹായമാതാവിന്റെ ഗാനം കേട്ടുതുടങ്ങുകയും ചെയ്തു.

“നീ കറുമ്പച്ചൻ കരേല് വരണത് കേട്ടിട്ടൊണ്ടോ?”

തലയുയർത്താതെ ബെഞ്ചമിൻ ചോദിച്ചു.

“വലുതായിട്ടൊന്നുവില്ല. എനിക്കീ പോഴത്തരവൊന്നും വിശ്വാസവില്ല. പിന്ന പാറുവമ്മ എടക്കിരുന്നോരോന്നു പറയും. കടലീ മനുഷ്യ

രക്തം കുടിക്കാൻ തക്കം നോക്കിയിരിക്കണ പിശാചുക്കളൊണ്ടെന്നും മഴ പെയ്യുമ്പ കടപ്പൊറത്തു പോണവരെ അതുങ്ങളെല്ലാം കൂടി കടിച്ചു കൊല്ലുവെന്നുവൊക്കെ കേട്ടിട്ടൊണ്ട്. എന്തായിപ്പ പെട്ടെന്ന്?"

"എന്റപ്പാ മരിച്ചതെങ്ങനാ?"

"അതൊക്കെയിപ്പയെന്തിനാ ആലോ..."

"പറ."

കടുപ്പത്തിൽ ബെഞ്ചമിന്റെ ഒച്ച പൊങ്ങി.

"വള്ളം മുങ്ങി."

"അന്നും കടലീ മഴ പെയ്താരുന്ന്. നിനക്കോർമ്മയൊണ്ടാ?"

"നീയിതു ചുമ്മാ ഓരോന്നു ചിന്തിച്ചുകൂട്ടുവാ..."

"ആരിക്കണേന്നാണെന്റേം പ്രാർത്ഥന. പക്ഷേങ്കി അന്നു വള്ളം മുങ്ങിയതിനെപ്പറ്റി ഞാൻ ചോയിക്കുമ്പോഴെല്ലാം അപ്പാപ്പൻ മിണ്ടാതെ പോണതെന്താ?"

തോളിൽ നിന്നെഴുന്നേറ്റ് പൊടിവാവയ്ക്കഭിമുഖമിരുന്നുകൊണ്ട് ബെഞ്ചമിൻ അവളുടെ കണ്ണുകളിലേക്കു നോക്കി.

"വസേലിയപ്പാപ്പൻ മരിച്ചന്നു കടപ്പൊറത്തടിഞ്ഞ പൊറ്റയെപ്പറ്റി അമ്മാമ്മേം അച്ചാച്ചനൊക്കെ പറയണത് കേട്ടിട്ടൊണ്ട്. ആ പൊറ്റ കൊണ്ടിട്ട രൂപത്തെ ജെയിക്കപ്പനങ്കാ വൃത്തിക്ക് കണ്ടതാ... തെളങ്ങണ നീളൻ വാലും കൂർത്തുവളഞ്ഞ കൊമ്പും പെണ്ണിന്റൊടലുവൊള്ള ആ ജീവി കടലില് മിന്നൽവേഗത്തിൽ പാഞ്ഞുപോയി."

"ഇതൊക്ക ചുമ്മാ നാട്ടുകാര് പറഞ്ഞൊണ്ടാക്കണതാടാ. നീയിത്ര പൊട്ടനാവല്ലേ."

"നീയെന്നോടു ചോയിച്ചില്ലേ, ഞാനൊറങ്ങാത്തതെന്താണെന്ന്?'

"ഉം... ചോദിച്ച്. നിന്റ കണ്ണെല്ലാം കറുത്തു തൊടങ്ങി. നീ കൊറേ പ്രായവായ പോലെയായി. പിന്ന ചോദിച്ചുപോകത്തില്ലേ?"

"കെട്ടുകഥയും തോന്നലുവാണെന്നൊക്കെ നീയിപ്പോ പറഞ്ഞ ആ രൂപവാ എന്നെ ഒറങ്ങാൻ വിടാത്തെ."

"നീയിതെന്തൊക്കെയാടാ ഈ പറയണേ?"

"കണ്ണടച്ചാ കടലും മഴയും ഇരുളും പൊന്തിവരുവാണ്.. ഒന്നൊറങ്ങി വരുമ്പ അപ്പാട നെലവിളിയാ... പിന്ന ഈ കൊമ്പും ശൂലവും പിടിച്ച പെണ്ണിന്റെ ചിരിയും. എനിക്കറിയാം പറയുമ്പ നിങ്ങക്കെല്ലാർക്കും ഞാൻ പൊട്ടത്തരം പറയുവാന്നൊക്കെ തോന്നും. പക്ഷേ ഇതാണെന്റെ അവസ്ഥ. മടുത്ത് മയിര്."

"അങ്ങനെ പറയല്ലേട..."

"നിനക്കും വിശ്വാസവില്ലല്ലാ."

"എനിക്കു വിശ്വാസവാ. ശെരിക്കും വിശ്വാസവാ."

നിറഞ്ഞുവന്ന കണ്ണുകൾ തുടച്ച് അവൾ ബെഞ്ചമിന്റെ നെഞ്ചിലേക്കു ചാഞ്ഞു. ശേഷം ഉപ്പുകാറ്റേറ്റ് വരണ്ട അവന്റെ ചുണ്ടുകളിൽ ഗാഢമായി ചുംബിച്ചു. ഉള്ളിലടക്കിയ ആശയും പ്രേമവും തിരയെണ്ണുന്ന വേഗത്തിൽ പുറത്തേക്കു ചാടിയപ്പോൾ ബെഞ്ചമിൻ അവളെ ഇറുക്കി ചേർത്തുപിടിച്ചു. മാനത്തെ ചുവപ്പുമാഞ്ഞ് വാവക്കാട്ടു പൊഴിയെയും കടലിനെയും ഇരുട്ട് വിഴുങ്ങിത്തുടങ്ങിയപ്പോൾ പകൽച്ചൂടേറ്റു പഴുത്തുകിടന്നിരുന്ന മണ്ണ് അവരിരുവരുടെയും വിയർപ്പുതുള്ളികൾ വീണു തണുത്തിരുന്നു.

പള്ളിമണിഗോപുരം എട്ടുമണി മുഴക്കി മരിച്ച വിശ്വാസികളുടെ പ്രാർത്ഥന ചൊല്ലിത്തുടങ്ങിയ സമയം വെളിമണ്ണിൽ നിന്നെഴുന്നേറ്റ് അവളുടെ വിളറിയ കൈകൾ ചേർത്തുപിടിച്ചുകൊണ്ടു ബെഞ്ചമിൻ തിരികെ നടന്നു. പൊക്കലെ കുടുംബവേലിക്കു പറ്റെ വീണുകിടന്നിരുന്ന ഒണങ്ങിയ അറബിമരം കവച്ച് പൊടിവാവയെ വീട്ടിലാക്കാൻ പനച്ചുവടിലേക്കു നീങ്ങുമ്പോൾ പൊഴിവെള്ളത്തിലെവിടെയോ ഒരു മുണ്ടി വെട്ടണ ഒച്ച കേട്ട് ബെഞ്ചമിൻ തലതിരിച്ചു. പതിവിനെതിരായി വയറ്റാട്ടിക്കിണറിന്റെ അരികത്ത് ആരോ വിളക്കു കൊളുത്തിവെച്ചിരിക്കുന്നതുകണ്ട് അതിശയത്തോടെ അവർ രണ്ടാളും മൂണിക്കുന്നിലേക്കു ചെന്നു. പടിഞ്ഞാറുനിന്നു വീശിയ കാറ്റിൽ കിണറിനു മുകളിൽ കത്തിച്ചുവെച്ചിരുന്ന മണ്ണെണ്ണ വിളക്കിന്റെ തിരി കെട്ടുപോകുന്നതിനു മുമ്പേ പൊന്തക്കാട്ടിൽ മമ്മട്ടി പൊക്കി വീശുന്ന കൂനിയ നിഴൽരൂപം വൈദ്യരുടേതാണെന്ന് ബെഞ്ചമിൻ ഞൊടിയിടയിൽ തിരിച്ചറിഞ്ഞു. ആച്ചപ്പൻ കുഴിച്ചു കൂട്ടിയ മൺകൂനയ്ക്കു സമീപം വിയർപ്പിൽ കുളിച്ചു നഖം കടിച്ചുകൊണ്ടു സ്റ്റീപ്പനെയും കാണപ്പെട്ടിരുന്നു.

"എന്താണ്ടാ ഈ പാതിരാത്രി, നീയെന്തിനാ ഈ കുഴിക്കണെത്?"

"നിന്റപ്പാപ്പനാരെയോ കൊന്നിവിട മൂടിയിട്ടൊണ്ടടാ."

സ്റ്റീപ്പൻ ശ്വാസമെടുക്കാതെ പറഞ്ഞു.

"എന്നാ വട്ടൊക്കെയാടാ ഈ പറയണേ."

"അവൻ പറഞ്ഞതു സത്യവാടാ. ഈ കുഴീല് ശവവൊണ്ടാർന്ന്. അതുവൊന്നൊന്നുവല്ല."

"എന്നിട്ട് പെണവെന്തിയേ?"

ശൂന്യമായി കിടന്ന കുഴി നോക്കി പൊടിവാവ ചോദിച്ചു.

"അങ്ങേരു മാറ്റിയിട്ടൊണ്ട്. അല്ലാതെവിടെപ്പോവാൻ."

തനിക്കു ചുറ്റും എന്താണു സംഭവിക്കുന്നതെന്നറിയാതെ തലയ്ക്കു കൈകൊടുത്ത് ബെഞ്ചമിൻ ഉയർന്നുവന്ന മൺകൂനയിലേക്കിരുന്നു.

"ഇന്നല നിന്ന വീട്ടിലാക്കിയിട്ട് ഞാൻ തിരിച്ചുപോയ വഴിയാ ഇങ്ങോട്ടു കേറിയത്. ദേ, ഇവിടെയൊക്ക പടർന്നു നിക്കണ ചെടിയും പൂവും നോക്കിക്കേ. ഇങ്ങനത്തെ ലില്ലിയക്ക ഈ നാട്ടില് വേറെവിടേലും നമ്മളാരേലും കണ്ടിട്ടൊണ്ടാ? അതിന്റെ തൊരേല് വന്നൊന്നു കുഴിച്ചു നോക്കിയതാ..."

കുഴിവെട്ടിയപ്പോൾ ചതഞ്ഞരഞ്ഞ ലില്ലിപ്പൂക്കൾ കയ്യിലെടുത്തു ബെഞ്ചമിൻ മെല്ലെ മണുത്തു നോക്കി.

"അപ്പാപ്പനാണെന്നു നീയെങ്ങനെയറിഞ്ഞ്?"

"ഈ സാനം കണ്ട് പേടിച്ചോടി ഞാൻ കുന്നിറങ്ങി തിരിഞ്ഞു നോക്കിയപ്പ വലിയൊരു തൂമ്പേം പിടിച്ച് അനിക്ലേത്തപ്പാ ചിരിച്ചുകൊണ്ടു നിക്കണ്. ഒള്ള ജീവനും പിടിച്ച് ഇവനോടു വന്നു കാര്യം പറഞ്ഞപ്പ ഇവനാ പറഞ്ഞത് കുഴി മാന്തി നോക്കിയിട്ടു മാത്രം നിന്നോടു പറഞ്ഞാ മതിയെന്ന്."

"അതിന് അനിക്ലേത്തപ്പാപ്പൻ ആരെ കൊല്ലാനാടാ?"

"ആരെയാന്നെനിക്കറിയാം."

പൊടിവാവയുടെ സംശയത്തിനു മുഖമുയർത്താതെ മറുപടി പറയുമ്പോഴും ബെഞ്ചമിന്റെ മനസ്സു മുഴുവൻ ദിവസങ്ങൾക്കു മുൻപ് താൻ കണ്ട വിചിത്രമായ സ്വപ്നങ്ങൾക്കു പിറകെയായിരുന്നു. ആർത്തു പെയ്യുന്ന മഴയിൽ റാണിയെ ഭയന്നു തിരിച്ചോടുമ്പോൾ കുന്നിൻമുകളിൽനിന്നു കേട്ട അപ്പാപ്പന്റെ അടങ്ങാത്ത കൊലവെറി ഇരട്ടിയൊച്ചത്തിൽ വീണ്ടും അവന്റെ കാതുകളിൽ മുഴങ്ങിക്കൊണ്ടിരുന്നു. ഇരുട്ടിന്റെ ഭാരം കൂടിവന്നപ്പോൾ പൊഴിയരികിലങ്ങിങ്ങായി പ്രത്യക്ഷപ്പെട്ട ടോർച്ചുവെട്ടം കണ്ട് കൂനകൂട്ടിയ മണ്ണ് ആച്ചപ്പൻ ധൃതിയിൽ വലിച്ചിട്ടു നെരപ്പാക്കി. മൂണിക്കുന്നിനെ തൊടാതെ പൊഴി ചുറ്റി ആളുകൾ പടിഞ്ഞാട്ടു പായുന്നതു അതിശയത്തോടെ നോക്കി നിന്നപ്പോൾ ദിനേശ് ബീഡിയുടെ കൊഴുത്ത പുകമണം അവർക്കു ചുറ്റും വ്യാപിച്ചിരുന്നു.

"ഈ നേരത്തിവിടെന്തെടുക്കുവാ?"

എരിയുന്ന ബീഡി ചുണ്ടിൽ തിരുകി ഇരുട്ടിൽനിന്നു നിനച്ചിരിക്കാതെ പ്രത്യക്ഷപ്പെട്ട സ്രാങ്കിന്റെ ഭീമൻ രൂപം കണ്ട് അവർ ആധി പൂണ്ടു നിന്നു.

“എന്താണ്ടാ ഈപ്പാ, വീട്ടീ പോവാനായില്ലേ നിനക്ക്?”

തഴമ്പു കല്ലിച്ച കൈകൾ തന്റെ തോളിലമർന്നപ്പോൾ പ്രേതത്തെ കണ്ട വിളർച്ചയിൽ സ്രാങ്കിന്റെ കൂർത്ത മീശയിലേക്കു സ്റ്റീപ്പൻ വിറ യോടെ നോക്കി.

“പണ്ട് വയറ്റാട്ടി പള്ളവീർത്ത് മലച്ചു കെടന്ന കെണറായിത്. രാത്രി പെങ്കൊച്ചുവായിട്ട് ഇവിട വരാൻ നിന്നോടൊക്കയാര് പറഞ്ഞ്?”

തുടുത്ത കണ്ണുകൾ കൂടുതൽ ചുവപ്പിച്ചു ബെഞ്ചമിനു സമീപ ത്തേക്ക് അയാൾ അടുത്തു.

“അതപ്പാപ്പാ, ഞങ്ങൾ ചുമ്മാ മിണ്ടിയിരുന്നതാ. സമയം പോയ തറിഞ്ഞില്ല. ദേ, പോവാ.”

അത്രയും പറഞ്ഞുകൊണ്ടു പൊടിവാവ മുന്നോട്ടു നടന്നപ്പോൾ മൂവരും തിരിഞ്ഞുനോക്കാതെ അവളെ അനുഗമിച്ചു.

“ഈപ്പാ നീയൊന്നു നിന്നേ.”

“എന്താപ്പാപ്പാ?”

“നീയെന്താ ഞാൻ പിടിച്ചപ്പ വെറച്ചത്? എന്തേലും കള്ളത്തര വൊണ്ടാടാ?”

“ഇല്ലപ്പാപ്പാ. ഒന്നുവില്ല. പുണ്യാളനാണേ ഒന്നുവില്ല.”

കൂട്ടിയിടിച്ച കാലുകൾ അമക്കിപ്പിടിച്ചുകൊണ്ട് സ്റ്റീപ്പൻ തല കുമ്പിട്ടുനിന്നു.

“പോകുമ്പ ലീലാമ്മേട കയ്യീന്ന് കറിക്കൊള്ളതും വാങ്ങി പൊക്കോണം. മറക്കണ്ട. കേട്ടാ.”

“ഉം.”

“ഹാ, ചെല്ല് ചെല്ല്.”

പേടികൊണ്ടു നിറഞ്ഞ കണ്ണുകളുമായി സ്റ്റീപ്പൻ വേഗത്തിൽ കുന്നിറങ്ങി.

“അങ്ങേരെന്നെ കണ്ടിട്ടൊണ്ടടാ ഒറപ്പാ. അയാളെന്നേം കൊല്ലും. നീ നോയിക്കോ.”

“നീയൊന്നു മിണ്ടാതെ വേഗം വന്നേടാ.”

സ്റ്റീപ്പനെ ചേർത്തുപിടിച്ച് പൊഴിക്കരുകിലെത്തിയപ്പോൾ പടി ഞ്ഞാട്ടു പാഞ്ഞുതല്ലിയോടുന്ന കൂട്ടത്തിലൊരാളെ വൈദ്യര് തടഞ്ഞു നിർത്തി.

“എല്ലാരും കൂടിയെങ്ങോട്ടാ ചേട്ടാ?”

“കടപ്പറത്തോട്ട്. നിങ്ങൾ പിന്നെയെവിടുന്നു വരുവാ.”

"അവിടെന്താ?"

"ഒന്നുവറിഞ്ഞില്ലേയപ്പ."

അയാൾ അതിശയത്തോടെ എല്ലാവരെയും മാറിമാറി നോക്കി.

"ഇല്ല. എന്തുപറ്റി?"

"പൊറ്റയടിഞ്ഞ് പിന്നേം. അതും നാലെണ്ണം ഒരുമിച്ച്. എല്ലാരും അതുകാണാനോടുവാ."

പൊഴിവീശി മുഖത്തടിച്ച ഉളുമ്പുകാറ്റ് ജീവൻ വെപ്പിച്ച ആൺ മുണ്ടി തലയ്ക്കു മീതെ പറന്നുയർന്ന ചിറകടി ശബ്ദം കേട്ട് ബെഞ്ച മിൻ കുന്നിൻമുകളിലേക്കു ഭയത്തോടെ വീണ്ടും നോക്കി. ദ്രവിച്ചു തുടങ്ങിയ വയറ്റാട്ടിക്കിണറിന്റെ ചുവരിൽ ചവിട്ടി ക്രൂരമായി ചിരി ക്കുന്ന സ്രാങ്കിന്റെ മുഖം അവരുടെ വിളറിയ കണ്ണുകളിലേക്കപ്പോൾ മുഴച്ചുകയറിയിരുന്നു.

സീവല്ലി

When the path seems too long and hard,
my sister takes my hand.

പൊഴിക്കരികിലെ ചെറ തിരിച്ചു വേലികെട്ടി കോനാച്ചിയുൾപ്പെടെയുള്ള വരത്തമ്മാര് പൊറുതി തുടങ്ങുന്നതിനു വളരെക്കാലം മുമ്പു തന്നെ മണ്ണാപറമ്പിൽ വീടും പൊക്കലെ തറവാടും വാവക്കാട്ടിൽ പ്രൗഢി വിടാതെ തലയെടുപ്പോടെ നിന്നിരുന്നു. വസൂരിക്കുത്ത് പടർന്ന് അപ്പനും അമ്മയും പെങ്ങൾ സീവല്ലിയെ തനിച്ചാക്കി ഒരുപ്പോക്ക് പോയെന്നുള്ള വാർത്തയറിയുമ്പോൾ മണ്ണാപ്പറമ്പിലെ ഏക ആൺതരി താശപ്പൻ കൊളമ്പിൽ അത്തറുവ്യാപാരം നടത്തുന്നൊരു അറബിയുടെ പീടികയിൽ സഹായത്തിനു നിൽക്കുകയായിരുന്നു. അറബികൊടുത്ത കാശും പല നെറത്തിലും മണത്തിലുമുള്ള അഞ്ചെട്ടു സൈസ് അത്തറുഭരണികളും കെട്ടിപ്പൊതിഞ്ഞു താശപ്പൻ നാട്ടിൽ തിരിച്ചെത്തിയപ്പോൾ അപ്പന്റെയും അമ്മയുടെയും ഏഴു കുർബ്ബാന വട്ടയാല് പള്ളിയിൽ ചൊല്ലിക്കഴിഞ്ഞിരുന്നു. പെങ്ങളെ കെട്ടിച്ചയച്ചു ശിഷ്ടകാലം മകനു പട്ടിണിയില്ലാതെ ജീവിക്കാനുള്ള സ്വത്ത് മണ്ണാപ്പറമ്പിൽ വലിയ കാർന്നോര് സ്വരുക്കൂട്ടി വെച്ചിരുന്നെങ്കിലും താൻ കൊളമ്പീന്നു കൊണ്ടുവന്ന ഭരണികളിലെ അത്തറു വീതിച്ചു കുപ്പികളിലാക്കി കൊച്ചിയിലും ആലപ്പുഴയിലും പിറ്റേയാഴ്ച തന്നെ താശപ്പൻ കച്ചവടത്തിനിറങ്ങി.

അപ്പനൊണ്ടാക്കിയതു കൂടാതെ ആങ്ങള ഓടിനടന്നു സമ്പാദിക്കണതിൽ വലിയൊരു പങ്കും സീവല്ലിക്കൊള്ളതാണെന്നു പകലുപോലെ തിരിഞ്ഞു തുടങ്ങിയപ്പോൾ പെങ്ങളെ കെട്ടാനുള്ള പൂതിയും പറഞ്ഞു പല കൊമ്പമ്മാരും താശപ്പനെ ചുറ്റിപ്പറ്റി നടന്നു. കള്ളും കറുപ്പും വാ നെറയെ വാഗ്ദാനം നല്കി അയാളെ തഞ്ചത്തിനു വശപ്പെടുത്തി കാര്യം സാധിക്കാൻ തുനിഞ്ഞ എല്ലായെണ്ണത്തിന്റെയും കിറിക്കിട്ടു തട്ടി താശപ്പൻ ആട്ടിവിട്ടു. സീവല്ലിയാവട്ടെ,

തന്നെക്കെട്ടി മണ്ണാപറമ്പിലെ മരുമകനാവാൻ നാട്ടിലൊള്ള ചെറുപ്പക്കാരെല്ലാം താശപ്പച്ചാച്ചനുമായി യുദ്ധം ചെയ്യണതറിയാതെ മേക്കാമോതിരവും കഞ്ഞിപ്പശയിൽ മുക്കിയുണക്കിയ കവണികൊണ്ട് തലയുംമൂടി പള്ളിയും പുണ്യാളനുമായി ജീവിച്ചുപോന്നു. അത്തറു വ്യാപാരം കൊഴുത്ത് അപ്പനൊപ്പം പ്രമാണി സ്ഥാനം നാട്ടിൽ താശപ്പനു കൈവന്നൊരു ക്രിസ്തുമസ് തലേന്നാണ് പൂമീൻ പൊഴിയുടെ പറ്റെയുള്ള ലേവിയും മകൻ കുര്യാക്കോസെന്ന കുരുട്ടാസും പെണ്ണും ചോദിച്ച് മണ്ണാപ്പറമ്പിലേക്കു വരുന്നത്. മേക്കുപ്പായമിടാതെ വിരിഞ്ഞു നിന്ന കുരുട്ടാസിന്റെ നെഞ്ചിൽ കുരുങ്ങിക്കിടന്നിരുന്ന നീളൻ കയറുപിരി മാല കണ്ടപ്പോൾ തന്നെ വീട്ടിക്കേറി പെണ്ണു ചോദിക്കാനുള്ള ധൈര്യം എങ്ങനെ കിട്ടിയെന്നു താശപ്പനു ബോധ്യപ്പെട്ടു.

"അപ്പനേം എന്നേം അറിയാല്ലാ താശപ്പച്ചാച്ചീ."

ലേവിക്കു മിണ്ടാനവസരം കൊടുക്കാതെ കുരുട്ടാസ് ചാടിക്കേറി തുടങ്ങി.

"പൊഴീടവിട നിത്യം പണിയൊള്ള രണ്ടു മാലിപ്പെരേം നാലുകെട്ടുവള്ളോം എന്റേതായിട്ടൊണ്ട്. അമ്മച്ചി കഴിഞ്ഞ കൊല്ലം പോയി. സന്ധിവാതവാര്ന്ന്. അപ്പൻ അനിയന്റടുത്താ താമസം. ഇവിടുത്ത പെണ്ണിനെ പള്ളീവെച്ചെപ്പഴും കാണും. നിങ്ങക്ക് വിരോധവൊന്നുവില്ലെങ്കി അവളെ എനിക്കു കെട്ടിച്ചു താ. ഞാൻ നല്ലപോലെ നോക്കിക്കോളാം."

ധാർഷ്ട്യം നിറഞ്ഞ സ്വരത്തിൽ കുരുട്ടാസ് പറഞ്ഞ വാക്കുകൾക്ക് തന്നെ കുടിപ്പിച്ചു കിടത്തി കാര്യം സാധിക്കാൻ നോക്കുന്ന മറ്റു നിർഗുണന്മാരുടേതിനേക്കാൾ ആത്മാർത്ഥത തോന്നിയതിനാലാവണം സീവല്ലിയെ പൂമീൻ പൊഴിയിലേക്കു കെട്ടിച്ചയയ്ക്കാൻ താശപ്പൻ തീരുമാനിച്ചു. കെട്ടുകഴിഞ്ഞ രാത്രി വാതിലടച്ച് അകത്തു കയറിയ നേരം മുക്കറ്റം റാക്കു മോന്തിയ വായുമായി തന്റെയടുത്തേക്കു വന്ന കുരുട്ടാസിനെ കണ്ടതോടെ താശപ്പൻച്ചാച്ചിയുടെ തീരുമാനം ആദ്യമായി പിഴച്ചെന്നു സീവല്ലി കണ്ണീരോടെ മനസ്സിലാക്കി. ചാണകം പാകിയ തണുത്ത തറയിലും ഇടുങ്ങിയ ഭിത്തിക്കുമിടയിൽ അയാളിൽനിന്നു വമിച്ച ലഹരിയുടെ മത്തുമണം മനം പുരട്ടിച്ചപ്പോൾ സീവല്ലിയറിയാതെ തല വെട്ടിച്ചു. പുതുപ്പെണ്ണാണെന്നു പോലും നോക്കാതെ മുഖത്തൊരൂക്കനടിയും മരിച്ചുപോയ അമ്മയുടെ ചാരിത്ര്യം ചൊടിച്ചുള്ള തൊള്ളപൊട്ടണ തെറിവിളിയുമായിരുന്നു അന്നവൾക്കതിനു കിട്ടിയ മറുപടി.

പിന്നീടുള്ള രാത്രികളിൽ അതൊരു പതിവായതോടെ കുരുട്ടാസെന്ന നിഴലിനെ ഭയന്നുള്ള ജീവിതത്തിലേക്ക് സീവല്ലി

വിങ്ങലോടെ പ്രവേശിച്ചിരുന്നു. ചുളുക്കൊഴിഞ്ഞ നേരിയതും തോളിലിട്ടു പെലകാലേ മാലിപ്പുരയിലേക്ക് പോണ കുരുട്ടാസ് തരകൻ ഉച്ചമൂക്കുന്നതുവരെ പണിക്കാരെ പള്ളു പറഞ്ഞും മുറുക്കാൻ ചവച്ചു തുപ്പിയും നേരം കളയും. വെയിലു താന്ന് വള്ളക്കാരെല്ലാം പണി കഴിഞ്ഞു വരുന്ന സമയം ഉടമസ്ഥതയിലുള്ള കെട്ടുവള്ളങ്ങളുടെ പണിപ്പങ്കും കൈക്കലാക്കി റാക്കു വാരുന്ന കാറ്റാടിക്കാട്ടിലേക്കു വെച്ചുപിടിക്കും. കള്ളും കറുപ്പും പെണ്ണുമായി നേരം വെളുപ്പിച്ചു പൊഴിയിറമ്പിൽനിന്നു തിരികെയെത്തുമ്പോൾ വൈകിയുറക്കം പിടിച്ച സീവല്ലിയെ കുത്തിപ്പൊക്കി കലിയായും കാമമായും കൈക്കഴപ്പ് തീർക്കുന്നതോടെ അന്നത്തെ ദിവസം അവസാനിക്കുന്നു.

കുരുട്ടാസിന്റെ ദ്രോഹത്തിൽ ഭയന്നു ജീവിതം കൂടുതൽ ദുർഘടമായപ്പോഴും ആങ്ങളയെ അറിയിക്കാൻ സീവല്ലിയുടെ മനസ്സനുവദിച്ചിരുന്നില്ല. പരസ്ത്രീബന്ധം അതിരുവിട്ട് കുരുട്ടാസിന്റെ തോളും താങ്ങി റാക്കു വാറ്റുന്ന പെണ്ണുങ്ങളിൽ പലരും വീടുകേറി നിരങ്ങിത്തുടങ്ങിയ സമയത്താണ് തനിക്കു വയറ്റിലുണ്ടെന്ന കാര്യവും സീവല്ലിയറിയുന്നത്. മനസ്സുകൊണ്ടാഗ്രഹിച്ചതല്ലെങ്കിലും നിനച്ചിരിക്കാതെ കിട്ടിയ വെളിച്ചം കണക്കെ വയറുനിറഞ്ഞ സന്തോഷത്തിൽ കെട്ടിയോന്റടുത്തു പറയാനായി ചെന്നപ്പോൾ "എന്റെ വിത്ത് നിന്റയീ പൊലയാട്ടു കിണ്ണത്തിൽ മൊളക്കണ്ടടീ പുണ്ടച്ചീ..." എന്നലറിപ്പറഞ്ഞ് അടിവയറ്റിൽ ചവിട്ടിയായിരുന്നു അയാളവളെ സ്വീകരിച്ചത്.

ഗർഭം കലങ്ങി ബോധംകെട്ടു വീണ സീവല്ലിയെ താങ്ങി വൈദ്യരുടെ അടുത്തെത്തിച്ചതും വാവക്കാട്ടു വന്ന് താശപ്പനെ അറിയിച്ചതും കുരുട്ടാസിനൊപ്പം അന്നു വീട്ടിൽ വന്ന വാറ്റുകാരി പെണ്ണുങ്ങളായിരുന്നു. സീവല്ലി രക്തം വാർന്നുവീണ വീട്ടുമുറ്റത്ത് ഒരിക്കൽക്കൂടി കയറാൻ പിന്നീടവരാരും മുതിർന്നില്ല. കല്യാണം കഴിഞ്ഞന്നുതൊട്ടുള്ള ദ്രോഹങ്ങളുടെ ചരിത്രം പൊന്നുപെങ്ങൾ ആദ്യമായി കെട്ടഴിച്ചപ്പോൾ താശപ്പൻ കലിതുള്ളി പൂമീൻ പൊഴിയിലേക്കു തിരിച്ചു. നേരമിരുട്ടിയിട്ടും ആങ്ങളെയെ കാണാതെ കുരുട്ടാസെന്തെങ്കിലും അനർത്ഥം പെണപ്പിച്ചിട്ടുണ്ടാവുമെന്ന് ആധി പെരുത്ത് മുറ്റത്തേക്കിറങ്ങിയ സീവല്ലി കുടിച്ചവശനായ കെട്ടിയോനെയും തോളിൽ താങ്ങി വീട്ടിലേക്കു വരുന്ന താശപ്പച്ചാച്ചനെയാണ് കണ്ടത്. അളിയനെ താഴെ തിണ്ണയിലിരുത്തിയശേഷം കിണറ്റിൻകരയിൽ നിന്നു മൂന്നുതൊട്ടി വെള്ളം കോരി നെറുകയിലൊഴിച്ച് കെട്ടിറക്കി വീട്ടിനകത്തേക്ക് അയാൾ കെറുവ് മറന്നപോലെ ആനയിച്ചു.

"കുരുട്ടാസേ, ഈ മോരുംവെള്ളം അങ്ങു കുടിച്ചേടാ. നിന്റ പെരുപ്പങ്ങു മാറട്ട്."

സീവല്ലി നിറകണ്ണുകളോടെ കൈമാറിയ മോരുംകിണ്ണം ആർത്തിയിൽ വലിച്ചിറക്കി ചിറിതുടച്ചയാൾ നിവർന്നിരുന്നു.

"നിനക്കിപ്പ ബോധം വന്നാ?"

"ഉം..."

"നീയിവള എന്താടാ ചെയ്യത്?"

കുരുട്ടാസിന്റെ താന്നിരുന്ന തല മെല്ലെപ്പിടിച്ചുയർത്തി അയാൾ ചോദിച്ചു.

"ഞാനൊരു മയിരും ചെയ്തില്ല. തനിക്കെന്തിന്റ കഴപ്പാ?"

"പ്ഭാ... തന്തയില്ലാതായോളീ."

ഉച്ചത്തിൽ ആക്രോശിച്ചുകൊണ്ടു താശപ്പൻ ചവിട്ടിയ ആദ്യത്തെ പ്രഹരത്തിൽതന്നെ കുരുട്ടാസ് ചോര തുപ്പി വീണു.

"നിന്റ തേവടിത്തരം തീർക്കാൻ എന്റെ പെങ്ങളെത്തന്നെ വേണാരുന്നല്ലേടാ അവരാതീ..."

ശ്വാസം കിട്ടാതെ പിടഞ്ഞ അയാളുടെ നാഭിനോക്കി തുടരെത്തുടരെ ചവിട്ടു വീണുകൊണ്ടിരുന്നു. പള്ളിയറിഞ്ഞു കെട്ടിയ കണവന്റെ ശരീരം കുടുക്കുവലയിൽ നിന്നടർത്തണ മത്തിക്കൊടലുപോലെ മോളീന്നും താഴേന്നും പൊട്ടിയൊലിക്കണത് ഇമവെട്ടാതെ നോക്കിനിന്നപ്പോൾ അടക്കിപ്പിടിച്ചിരുന്ന പകയും കരച്ചിലും സീവല്ലിയിൽ നിന്നൊരുമിച്ചു പുറത്തേക്കുവന്നു. അവസാനത്തെ ചവിട്ടും പൂർത്തിയാക്കി ചലനമറ്റു മലച്ച കുരുട്ടാസിനെയും ചുമന്നു താശപ്പൻ മണ്ണാപറമ്പു വീട്ടിലെ നടുമുറിയിൽക്കയറി വാതിലടച്ചു. മണിക്കൂറുകൾക്കപ്പുറം കൊളമ്പിൽനിന്നു കൊണ്ടുവന്ന അത്തറു ഭരണികളിൽ മൂന്നെണ്ണം വായ് വട്ടം മൂടിക്കെട്ടി സീവല്ലിക്കൊപ്പം പൊഴിയിറമ്പിൽ ചാരിവെച്ചിരുന്ന കൊച്ചുവള്ളത്തിലേക്കയാൾ ശബ്ദമുണ്ടാക്കാതെ ഉരുട്ടിക്കയറ്റി. പടിഞ്ഞാറ് മഴക്കാറുരുണ്ട് കനം വെക്കുന്നതു കാര്യമാക്കാതെ ഭരണിയിൽ വെട്ടിക്കണ്ടിച്ചു മൂടിയ കുരുട്ടാസിന്റെ ശരീരവുമായി അവരിരുവരുടെയും കെട്ടുവള്ളം കൊള്ളിയാൻ വേഗത്തിൽ കടലിലേക്കു നീങ്ങി. കണ്ണുമറയ്ക്കുന്ന ഇരുട്ടും അസ്ഥി ദ്രവിപ്പിച്ച തണുത്ത കാറ്റും വകവെക്കാതെ, താശപ്പൻ ഭരണികൾ ഓരോന്നായി കല്ലുകെട്ടി വെള്ളത്തിലേക്കു താഴ്ത്തിയപ്പോൾ കെട്ടുകഴിഞ്ഞ അന്നു പൊകലക്കറ പടർന്ന പല്ലുകാട്ടി തന്നെ നോക്കി നിറഞ്ഞു ചിരിച്ച കുരുട്ടാസിന്റെ മുഖം സീവല്ലി ഓർത്തെടുത്തു.

വള്ളം കുലുക്കി പെയ്ത മഴ വീട്ടിലേക്കു തിരിച്ചുള്ള യാത്ര മുടക്കിയപ്പോൾ കടൽത്തിട്ടയിലേക്കു വള്ളമടുപ്പിച്ച് താശപ്പൻ സീവല്ലിക്കൊപ്പം കരയ്ക്കു കയറിനിന്നു. വല മാട്ടാൻ വരുന്ന പണിക്കാരു

കെട്ടിമറച്ച ഓലച്ചായ്പ്പിൽ, മുഖത്താഞ്ഞടിച്ച തൂവാനം തുടച്ചു കൊണ്ട് അറ്റമില്ലാത്ത കടലിലേക്കു നോക്കിനിന്നപ്പോൾ ഇനിയൊരിക്കലും ചർച്ചയ്ക്കു വെക്കാൻ താൽപ്പര്യപ്പെടാത്ത ദുഷിച്ചൊരധ്യായം തങ്ങളുടെ ജീവിതത്തിൽ അവസാനിച്ചിരിക്കുന്നുവെന്ന് അവരിരുവരും നിശ്ശബ്ദം ആശ്വസിച്ചു. മഴ കുറയാൻ ഭാവമില്ലെന്നു കണ്ടപ്പോൾ അന്നത്തെ ദിവസത്തിന്റെ പങ്കപ്പാടു മുഴുവൻ താശപ്പന്റെ കണ്ണുകളെ വഴുക്കിയടച്ചു തുടങ്ങിയിരുന്നു. അയാൾ തലയിൽ കെട്ടിയിരുന്ന തോർത്തുമുണ്ട് പിഴിഞ്ഞുണക്കി വലപ്പുറത്തു വിരിച്ച് മെല്ലെ ഉറക്കം പിടിച്ചു. ആർത്തുപെയുന്ന മഴയുടെ ആഘാതത്തിൽ കടൽ കുത്തിയൊടിയുന്ന ഭീകരശബ്ദം ഓലമറയുടെ ദ്രവിച്ച തൂണുകളെ കുലുക്കിയപ്പോൾ ഇരുട്ടിലെവിടെയോ ദിക്കറിയാതലയുന്ന നേരിയൊരു മൂളൽ സീവല്ലിയുടെ കാതുകളെ ഉണർത്തി. ഉറഞ്ഞുതുള്ളുന്ന കടലിനെ മരവിപ്പിച്ചു മനസ്സിനെ ലഹരിപിടിപ്പിക്കുന്ന ഭംഗിയുള്ളൊരു ഗാനംപോലെ ആ ശബ്ദം അവളിലേക്കടുത്തടുത്തു വന്നു. ക്ഷീണം കൊണ്ടുറങ്ങുന്ന ആങ്ങളയെ എണീപ്പിക്കാതെ ചായ്പു വിട്ട് അവൾ തിട്ടയ്ക്കരികിലേക്കു നടന്നു. പരുക്കൻ ചരലുണ്ടകൾ കണക്കെ കണ്ണിൽ പതിച്ച മഴത്തുള്ളികളെ വകഞ്ഞുമാറ്റി കടലിറമ്പിലേക്കവൾ ആഴത്തിൽ നോക്കി. ചായ്പിൽ കേട്ട മുരൾച്ചകൾ കൂടുതലുച്ചത്തിൽ മുഴക്കി കടൽത്തിട്ടയിൽ വലിയൊരു ശൂലവും കയ്യിലേന്തി കൂനിയിരിക്കുന്ന ഒരു സ്ത്രീരൂപത്തെ സീവല്ലി ഞെട്ടലോടെ കണ്ടു. ശാഖകൾ പടർന്നു കൂർത്ത വിചിത്ര കിരീടവും അരയ്ക്കു താഴോട്ടു കാലുകൾക്കു പകരം കാണപ്പെട്ട ഇരുണ്ടു വളഞ്ഞ വാലും ഭയമിരട്ടിപ്പിച്ചപ്പോൾ അറിയാതെ നിലവിളിക്കാൻ തുനിഞ്ഞ അവളുടെ വായ പിന്നിൽനിന്നു പൊടുന്നനെ മൂടപ്പെട്ടു.

“മിണ്ടരുത്. കറുമ്പച്ചനാണ്.”

അവളെ വലിച്ചിഴച്ചു ഓലമറയിലേക്കു തിരികെ കൊണ്ടുപോകുന്നതിനിടയിൽ താശപ്പൻ ശബ്ദം താഴ്ത്തി പറഞ്ഞു.

“നീ ഒച്ചവെച്ചാ നമ്മള രണ്ടിനേം അതുങ്ങൾ കൊന്നുതിന്നും. അനങ്ങാതിരുന്നാ വന്ന കാര്യം കഴിഞ്ഞു വേഗം പൊക്കോളും.”

നിന്നുപോയ ശ്വാസം തിരികെപ്പിടിച്ചു സീവല്ലി കടലിലേക്കു വീണ്ടും നോക്കി. ശൂലവുമായി തിട്ടയിലിരുന്ന ജീവിക്ക് ചുറ്റും അന്നേരം ഒരു കൂട്ടം രൂപപ്പെട്ടിരുന്നു. അതിനു നടുവിലായി നിലത്തു കിടത്തിയിരുന്ന അനക്കമില്ലാത്ത മറ്റൊരു ജീവിയുടെ കഴുത്തിലേക്ക് പെൺരൂപം മുരണ്ടുകൊണ്ടു തന്റെ കയ്യിലിരുന്ന ശൂലം കുത്തിയിറക്കി. കഴുത്തിൽനിന്നു വേർപ്പെട്ട ജീവിയുടെ തല കണ്ണടച്ചു തുറക്കുന്ന വേഗത്തിൽ ധൂളിപോലെ പൊടിഞ്ഞുപോകുന്നത് അതിശയത്തോടെ അവർ നോക്കിനിന്നു.

"പൊറ്റ കൊണ്ടുവന്നിടാൻ വന്ന റാണീം പരിവാരോവാ."

തല മുറിച്ചെടുത്തപോലെ ചത്തുകിടന്നിരുന്ന ജീവിയുടെ വാലും ശൂലത്തിന്റെ മൂർച്ചയിൽ അറുത്തുമാറ്റപ്പെട്ടപ്പോൾ റാണിക്കു ചുറ്റും നിന്നിരുന്ന മറ്റു കറുമ്പച്ചന്മാർ ഉറക്കെ ആക്രോശിച്ചുകൊണ്ടു കടലിലേക്കു തിരികെ നീന്തി. പൊറ്റയിലേക്കും കരയിലേക്കും ദീർഘമായി നോക്കിയശേഷം വലിയൊരലർച്ചയോടെ റാണിയും അവരെ അനുഗമിച്ചു. മഴ തോർന്നപ്പോൾ തിട്ടയ്ക്കരികിൽ വക്രിച്ചു കിടന്ന മാംസപിണ്ഡത്തിനു സമീപത്തേക്കു സീവല്ലി ചെന്നു. തലയും കാലുകളുമില്ലാതെ ചോരയിൽ കുതിർന്നുകിടന്നിരുന്ന ആ രൂപത്തിനു

തലേന്നു രാത്രി താശപ്പൻ വെട്ടിനുറുക്കിയ കുരുട്ടാസിന്റെ ദേഹവുമായി അവൾക്കെന്തെന്നില്ലാത്തൊരു സാമ്യം തോന്നി.

പൊറ്റയുടെ അരക്കെട്ടിൽ നിന്നൊഴുകിപ്പടർന്ന കറുത്ത രക്തത്തുള്ളികളിൽ പൊതിഞ്ഞു മണ്ണിൽ കാണപ്പെട്ട നീളൻ ചെതുമ്പലുകളിലൊന്ന് സീവല്ലി കയ്യിലെടുത്തു കഴുകി മടിക്കുത്തിൽ കെട്ടിവെച്ചു. തുടർന്നു വന്ന രണ്ടുതലമുറകൾ മണ്ണാപറമ്പുകുടുംബത്തിന്റെ ആഢ്യവേരുകൾ വാവക്കാട്ടു മണ്ണിൽ പാകിയതിനുള്ള വലിയ കാരണങ്ങളിലൊന്നു കുരുട്ടാസിനെ കൊന്നൊഴുക്കിയ രാത്രിയിൽ സീവല്ലിക്കു കിട്ടിയ ഗ്ലാത്തി മൂലമാണെന്നു ഭൂരിഭാഗം നാട്ടുകാരെപ്പോലെ താശപ്പനും വിശ്വസിച്ചു. പിന്നീടൊരു കല്യാണം കഴിക്കാൻ കൂട്ടാക്കാതെ താശപ്പനൊപ്പം താമസം തുടങ്ങിയ സീവല്ലി ആങ്ങളയുടെ കടിഞ്ഞൂൽപുത്രൻ ലോനപ്പനൊരു പെങ്കുഞ്ഞു ജനിച്ചപ്പോൾ അവളെ മർഗരീത്ത എന്നു നീട്ടിവിളിച്ച് തന്റെ സന്തതസഹചാരിയായി കൂടെക്കൂട്ടുകയും ചെയ്യു. മർകിലിക്കു തോൾപ്പൊക്കം വെച്ച സമയം നിറം മങ്ങിത്തുടങ്ങിയ ഗ്ലാത്തിയുടെ ആവലാതിക്കു ശമനമിട്ടുകൊണ്ടു വെളിക്കിരിക്കാൻ പോയ രാത്രിയിൽ കാലിൽ തടഞ്ഞ പുത്തൻ ഗ്ലാത്തി നിറകണ്ണുകളോടെ സീവല്ലി നെഞ്ചിൽ ചേർത്തുപിടിച്ചു. തനിക്കു വയസ്സായെന്നും ഇനിയുള്ള നാളുകളിൽ പെലകാലേ എണീറ്റ് കുളിച്ച് ശുദ്ധം വരുത്തി കന്യകാമറിയത്തോടുള്ള ജപമാലയും കരുണക്കൊന്തയും ചൊല്ലി നീ വേണം ഗ്ലാത്തി വന്ദനം നടത്താനെന്നും മർകിലിയെ അവർ കർശനമായി ചട്ടം കെട്ടി. മണ്ണാപ്പറമ്പു കുടുംബത്തിന്റെ വളർച്ചയ്ക്കും അന്തസ്സിനും വേണ്ടി സീവല്ലിയമ്മാമ്മയ്ക്കു കൊടുത്ത വാക്ക് മർകിലി മരണം വരെ പാലിക്കുകയും ചെയ്തു.

അൽപോയുടെ മരണത്തിനു വർഷങ്ങൾക്കിപ്പുറം വാവക്കാടടിഞ്ഞ മാംസക്കൂനകളുടെ പറ്റെ മരവിച്ച ഹൃദയവുമായി ജോർജച്ചൻ മുടന്തി വന്നുനിന്നു. അഴുകിയ ഇറച്ചിയും രക്തവും കുഴഞ്ഞു കിടന്ന കരിമണലിൽനിന്ന് തിളക്കം വിട്ടുമാറാത്ത അരികൊടിഞ്ഞൊരു ഗ്ലാത്തി അയാൾ കുനിഞ്ഞെടുത്തു പിടിച്ചു.

“നാലെണ്ണത്തിനെയൊക്കെ കാച്ചിയിവിട കൊണ്ടുവന്നിടാനൊള്ള പാങ്ങക്കയായല്ലേച്ചോ ഇവമ്മാർക്ക്.”

പ്രേതവിചാരണയ്ക്കു വന്ന പൊലീസ് ഇൻസ്പെക്ടർ ജോർജച്ചനഭിമുഖമായി നിന്നുകൊണ്ടു പറഞ്ഞു.

“തലേം കാലും വെട്ടിയാ ആളെക്കിട്ടത്തില്ലെന്നാണാ ഈ പോഴമ്മാരുടെ വിചാരം.”

“കഴിഞ്ഞവട്ടം ഇവിടുന്നൊന്നിനെ ഇതേപോലൊക്ക തന്നെ

പൊതിഞ്ഞുകെട്ടി ജാഥയായിട്ടു കൊണ്ടുപോയാരുന്നല്ലാ നിങ്ങള്. അതാരാണെന്നു കിട്ടിയാ ഇതുവരെ?"

"അതുപിന്നച്ചോ... അന്വേഷണം നടക്കുന്നുണ്ട്."

"ആറു വർഷവായിട്ടാ?"

ഉത്തരം മുട്ടി തലകുമ്പിട്ട ഇൻസ്പെക്ടറെ നോക്കി ജോർജച്ചൻ തുടർന്നു.

"സാറാ കടലു കണ്ടാ. അതിപ്പ കറുത്തിരിക്കുവാ. കടലു കറുത്താ കര കരയുവെന്നാ. തീരത്ത് വറുതി പെരുകും. കടലീ വലയെറിയുന്നവർ തിരിവു കാണാതെ വെറുംകയ്യുമായി തിരിച്ചുവരും. കുഞ്ഞുങ്ങളും വയറ്റീലൊള്ളതുങ്ങളുമൊക്കെ പട്ടിണിയാവും. എട്ടു നാടും പൊട്ടെ പെടുമരണം കേക്കും. പണ്ട് അൽപോ മരിച്ചപോലെ. അതിനു മുമ്പു വസേലി മരിച്ചുപോലേ.. അതിനും മുമ്പു... അതിനും മുമ്പാരാ? അറിയത്തില്ല."

കയ്യിലമർത്തിപ്പിടിച്ചിരുന്ന ഗ്ലാത്തി ജോർജച്ചൻ രോഷത്തോടെ കടലിലേക്ക് വലിച്ചെറിഞ്ഞുകളഞ്ഞു.

"ഞാനും സാറുവൊക്കെ ഉൾപ്പെട്ട ഈ പ്രപഞ്ചത്തിൽ ഉത്തരം കിട്ടാത്ത ചോദ്യങ്ങളില്ല. പക്ഷേ ചില ഉത്തരങ്ങൾ സമ്മതിച്ചു തരാൻ കൊരവള്ളി കണ്ടിച്ചാലും നമുക്കൊന്നും പറ്റത്തില്ല."

"അതുപോലാണാച്ചോ ഇത്?"

"അതുപോലെ തന്നെയാണ് ഇതും. പലതും. സംശയം വേണ്ട. ഞാൻ പറയുന്നതു വിശ്വാസവില്ലെങ്കി സാറു കണ്ടെത്തിയ ഉത്തരത്തിനു പുറകെ ധൈര്യമായി പൊക്കോ. എത്ര വർഷം വേണമെങ്കിലും തെരഞ്ഞോ. പക്ഷേ ഒരു കാര്യം മാത്രമെനിക്കുറപ്പു തരാൻ പറ്റും. സാറിന്റെ അന്വേഷണങ്ങൾ ഇവിടെത്തുടങ്ങി ഇവിടെത്തന്നെ അവസാനിച്ചിരിക്കും. അന്തമില്ലാത്ത ഈ കറുത്ത തിട്ടപ്പുറത്ത്."

ഭയം നിഴലിച്ച ഇൻസ്പെക്ടറുടെ മുഖവും പിന്നിട്ടു തിരികെ നടന്നപ്പോൾ ബെഞ്ചമിനും ആച്ചപ്പനും ജോർജച്ചന്റെ അടുത്തേക്കു ധൃതിയിൽ വന്നു.

"എന്താടാ, എന്തുപറ്റി?

"അച്ചോ ഞങ്ങക്കൊരു കാര്യം..."

വൈദ്യരുടെ വാക്കുകൾ മുഴുവിപ്പിക്കുന്നതിനു മുമ്പേ പൊറ്റയ്ക്കു ചുറ്റും കൂടി നിന്നവരിൽനിന്നു വലിയൊരു ബഹളം പൊട്ടിപ്പുറപ്പെട്ടതു കേട്ട ജോർജച്ചൻ പെട്ടെന്നു തിരിച്ചുനടന്നു. ആകാശമിരുണ്ടു പൊടിമണൽ മുഖത്തടിക്കുന്നകണക്കുള്ള കാറ്റു വീശിത്തുടങ്ങിയെങ്കിലും അതു വകവെക്കാതെ ബെഞ്ചമിനും സംഘവും പൊറ്റയ്ക്കടുത്തേക്ക് ജോർജച്ചനെ അനുഗമിച്ചു. സർക്കാർ ആംബുലൻസിൽ

പെണ്ണമെടുത്തകത്തു കേറ്റാനയച്ച അറ്റന്ററമ്മാരിൽ ഒരാൾ പൊറ്റ ചീഞ്ഞ മണം താങ്ങാനാവാതെ ഛർദ്ദിച്ചവശനായതാണ് ബഹള ത്തിനു കാരണമെന്ന് അച്ചനെ കണ്ടയുടനെ ജെയ്ക്കപ്പൻ ഒറ്റശ്വാസ ത്തിൽ പറഞ്ഞു.

"ഇനിയിപ്പോ എന്താ ചെയ്യണ്ടേ?"

"നമ്മളിലാരെങ്കിലും സഹായിക്കണവെന്നു പൊലീസുകാർ പറ ഞ്ഞപ്പോ എന്നാപ്പിന്ന അവർക്ക് സഹായിക്കാമ്മേലേ എന്നു ചോദി ച്ചതിനാ ഇത്രേം തൊള്ള കീറിയതച്ചോ. ഇനി നമ്മളാരും അതേ തൊടത്തില്ല."

"അതെങ്ങനെ ശെരിയാവും. ആരെങ്കിലുവൊക്കെയൊന്നു എടുത്തു കേറ്റിക്കൊടുക്കെന്നേ."

ജോർജച്ചന്റെ ദയനീയത നിറഞ്ഞ നോട്ടത്തിനു മുഖം കൊടു ക്കാതെ ആളുകൾ തലതിരിച്ചു നിന്നു.

"ആരുവില്ലേ അപ്പോ?"

"ഞാനെടുത്തിടാം."

അനിക്ലേത്തു സ്രാങ്കിന്റെ ഒച്ച നിനച്ചിരിക്കാതെ കേട്ടപ്പോൾ പൊടിവാവയ്ക്കു പുറകിൽ മറഞ്ഞു നിന്നിരുന്ന സ്റ്റീപ്പനു തല ചുറ്റു ന്നതുപോലെ തോന്നി. ജോർജച്ചനൊപ്പം നിന്നിരുന്ന ആച്ചപ്പനെയും ബെഞ്ചമിനെയും രൂക്ഷമായി നോക്കിക്കൊണ്ടു സ്രാങ്ക് ആൾക്കൂട്ട ത്തിനു നടുവിലേക്കു കയറിനിന്നു.

"അപ്പച്ചൻ ഈ സ്ട്രെച്ചറിന്റെ ഒരറ്റത്ത് പിടിച്ചാ മതി. ബാക്കി ഞാൻ നോക്കിക്കോളാം."

അറ്റന്റർ ആവേശത്തിൽ പറഞ്ഞു.

"നീയതുവായിട്ട് മാറിനിക്കടാ ചെക്കനേ. ഞാനൊറ്റയ്ക്ക് നാലും പൊക്കിയകത്തിടും. നിനക്കു താങ്ങിത്തരാൻ ഈ മൂഞ്ചമ്മാരോട് പറഞ്ഞാ മതി. അനിക്ലേത്തിനെ ആ എനത്തീ കൂട്ടരുത്. കേട്ടല്ലോ?"

ഉടുത്തിരുന്ന ലുങ്കി അഴിച്ചുവെച്ച് നിക്കറിന്റെ പോക്കറ്റിൽ നിന്നെ ടുത്തു ചുണ്ടിൽ തിരുകിയ തെറുപ്പുബീഡിക്കു തീ കൊളുത്തി ക്കൊണ്ട് അയാൾ പൊറ്റകളോരോന്നായി തോളിൽ ചുമന്ന് ആംബു ലൻസിലേക്കു കയറ്റാൻ തുടങ്ങി. തന്നേക്കാൾ രണ്ടിരട്ടി ഭാരമുള്ള മാംസക്കെട്ടുകൾ പണിപ്പെട്ടുയർത്തിയപ്പോൾ വടിവൊത്തു വിരിഞ്ഞു വന്ന പേശികൾ വാർദ്ധക്യം അയാളിൽ യാതൊരുവിധ മാറ്റവും വരുത്തിയിട്ടില്ലെന്നതിന്റെ തെളിവുകളാണെന്ന് അവിടെ കൂടിനിന്ന വരൊക്കെ അടക്കം പറഞ്ഞു. അഴുകിയ പൊറ്റയിൽനിന്നൂർന്നിറ ങ്ങിയ രക്തവും ജലവും മുഖത്തും നെഞ്ചിൻകൂട്ടിലും കട്ടപിടിച്ചു

തുടങ്ങിയതു കാര്യമാക്കാതെ അവസാനത്തെ ശരീരവും മുതുകിൽ കയറ്റി ആംബുലൻസിനടുത്തേക്കു നടന്നടുത്തപ്പോൾ പരുക്കേറ്റ കാലിടറി സ്രാങ്ക് പെട്ടെന്നൊന്നു മുന്നോട്ടാഞ്ഞു. അപ്പാപ്പൻ വീണു പോവുന്നതു തടയാൻ ഒരുനിമിഷം ബെഞ്ചമിനും പേടിമറന്നു മറ്റുള്ള വർക്കൊപ്പം അടുത്തേക്കു ചെന്നു.

"ഒറ്റൊരെണ്ണം വന്നുപോകല്ല്. എല്ലാ പുണ്ടകളും മാറിനിന്നോ. എനിക്കറിയാം."

കടലിനെ പ്രകമ്പനം കൊള്ളിച്ച അലർച്ചയ്ക്കൊടുവിൽ വളഞ്ഞു നിന്ന വലതുകാൽ അമർത്തിച്ചവിട്ടി അയാൾ ഉയർന്നുപൊങ്ങിയ പ്പോൾ താങ്ങാനായി ഓടിയടുത്ത ആളുകൾ അടിമുടി വിറച്ചുനിന്നു. പല്ലിറുമ്മി ഒടുവിലത്തെ പൊറ്റയും ആംബുലൻസിലേക്കു വലിച്ചെറി ഞ്ഞശേഷം കൺപോളയ്ക്ക് മുകളിൽ പടർന്നുപിടിച്ച രക്തത്തുള്ളി കൾ തുടച്ചുകൊണ്ടു പേരക്കിടാവിന്റെ മുഖത്തേക്ക് അനിക്ലേത്തു സ്രാങ്ക് ഒരിക്കൽകൂടി നോക്കി. മഴ പെയ്തു തുടങ്ങിയതു കാര്യമാ ക്കാതെ നിലത്തു കിടന്ന മുണ്ടിലെ മണ്ണ് തട്ടിക്കുടഞ്ഞ് എരിഞ്ഞു തീർന്ന ബീഡിക്കുറ്റിയും ഞെരിച്ചെറിഞ്ഞുകൊണ്ടു അയാൾ മെല്ലെ ഇരുട്ടിലേക്കകന്നു.

ദാനിയേൽ

ഉറവകളേ, കർത്താവിനെ വാഴ്ത്തുവിൻ.

പടിഞ്ഞാറ് കടലിൽ നിന്നൊലിച്ചിറങ്ങി വീതിവെട്ടം കൂടി വരുന്ന വാവക്കാട്ട് പൊഴിയുടെ കൈത്തോടുകൾ വലിപ്പം കുറഞ്ഞ ചെറിയ ശാഖകളായി പിരിഞ്ഞു വഴുവഴുത്ത ഞരമ്പുകൾ കണക്കെ നാടു മൊത്തം വ്യാപിച്ചുകിടന്നിരുന്നു. പറമ്പുകളെത്തമ്മിൽ വേർതിരിക്കുന്ന ഇത്തരം തോടുകളിൽ ആളനക്കം കുറവായതിനാൽ വെള്ളാമകളും ബ്ലാങ്കും ധാരാളമായി കാണപ്പെട്ടിരുന്നു. വേനൽക്കാലം വന്നു തോടു വരണ്ടു തുടങ്ങുമ്പോൾ ചേറിനടിയിലും കൊട്ടങ്ങാച്ചപ്പിലും പൂണ്ടിരിക്കുന്ന ബ്ലാങ്കിനെ മൂന്നറ്റമുള്ള ചുണ്ടക്കൊളുത്തിട്ട് പിടിക്കുന്നതിൽ ഡാനിയായിരുന്നു മുമ്പൻ. കോനാച്ചി മാപ്പ പണിയിപ്പിച്ച കൊച്ചുവള്ളം ബെസേലി പണ്ടു നീരു തൊടീക്കുമ്പോൾ പള്ളിമുറ്റത്തും പനച്ചുവട്ടിലും പുല്ലുചെത്തി വിറ്റു നടന്നിരുന്ന കയ്സതായി ദാനിയേലും സഹായിയായി കൂടെക്കൂടി. രാവേത് പകലേതെന്നു നോക്കാതെ എല്ലുരുക്കി പണിക്കിറങ്ങിയ ബെസേലിയുടെ ചൂടുപിടിച്ചു കയ്സതായിയുടെ വീട്ടിലെ അടുപ്പും മുട്ടിപ്പില്ലാതെ എരിഞ്ഞപ്പോൾ മക്കളു മൂന്നും വിശപ്പറിയാതെ മുഴുത്തു വന്നു.

ഇളയവൻ ആമോസ് പച്ചപറ്റിത്തുടങ്ങിയ സമയം വള്ളത്തീ പോയി കിട്ടുന്നതും പെണ്ണുമ്പിള്ള തൊണ്ടുതല്ലിയ കാശും ചേർത്തു ദാനിയേൽ മൂത്ത പെങ്കൊച്ചുങ്ങളെ രണ്ടും കെട്ടിച്ചയച്ചിരുന്നു. അപ്പന്മാർ രണ്ടുപേരും ഒത്തൊരുമിച്ചു വല വലിക്കുന്നതും മീൻ വാരുന്നതും അനിക്ലേത്തിന്റെ കൂട്ടുംപിടിച്ച് കരയിൽനിന്നു നോക്കിക്കണ്ടിരുന്ന ആമോസിനെ കടലു വിളിക്കുന്നത് പതിന്നാലാമത്തെ വയസ്സിലാണ്. അറപ്പക്ക പൊഴിയിൽ തിരിവു തുടങ്ങിയെന്നു വള്ളത്തെ പോകുന്നവരുടെ വായിൽനിന്ന് അറിയാതെ കേട്ട നേരം അപ്പൻ കരയ്ക്കടുപ്പിച്ചിട്ട കൊച്ചുവള്ളം അനുവാദംപോലും ചോദിക്കാതെ വെള്ളത്തിലിറക്കി പിറ്റേ പുലർച്ചെതന്നെ കറിക്കുള്ളതുമായി

ആമോസ് തിരിച്ചു വന്നു. പിന്നീടങ്ങോട്ടു മഴ മൂത്താലും മഞ്ഞു പെരുകിയാലും അപ്പൻ കയ്സതായിയേക്കാൾ ആവേശത്തിൽ ആമോസിന്റെ വള്ളം വലയെറിഞ്ഞു പോണത് വാവക്കാട്ടുകാർ കണ്ടിരുന്നു.

തനിക്കുണ്ടായ ഏഴെണ്ണത്തിൽ അനിക്ലേത്തിനോടു മാത്രം തോന്നിയിരുന്ന പ്രത്യേകയിഷ്ടം അതേ അളവിൽത്തന്നെ ബസേലിക്ക് ആമോസിനോടുമുണ്ടായിരുന്നു. മുഖത്തെ ചൊവപ്പ് മാറണതിനുമുമ്പേ വള്ളവുമായി പൊഴിയിലേക്കിറങ്ങി വലവിരിച്ചു തുടങ്ങിയ ആമോസിൽ ബസേലി അയാളെത്തന്നെ കണ്ടു. ആമവാതപ്പെരുപ്പു കാരണം ദാനിയേൽ പണിക്കു വരാതായ ദിവസങ്ങളിൽ ആമോസിനെ കൂടെക്കൊണ്ടുപോകാൻ ബെസേലിക്കു വല്ലാത്തൊരുത്സാഹമായിരുന്നു. ബേസിച്ചാച്ചി ചുരുട്ടിത്തരുന്ന സുഗന്ധമുറുക്കാനും ചവച്ച് അമരത്തിലിരുന്നു വെടിവട്ടം പറയുന്നതും ഉച്ചയ്ക്ക് ഇലപ്പൊതി കെട്ടിക്കൊണ്ടുപോയ ചോറും കൂട്ടാനും വീതം വെച്ചൊരുമിച്ചു തിന്നുന്നതും വല നെറയെ മീൻ വലിച്ചു കേറ്റുന്നതുമൊക്കെ ആമോസിനെയും നന്നായി ത്രസിപ്പിച്ചിരുന്നു.

ബെസേലിയുടെ ശിക്ഷണത്തിൽ നന്നേ ചെറുപ്പത്തിൽ കൈതെളിഞ്ഞു വന്ന ആമോസ് മുടക്കമില്ലാതെ വീട്ടിൽ കറിക്കുകൊണ്ടു വന്നു തുടങ്ങിയപ്പോഴേക്കും വാതം കടുത്ത് ദാനിയേൽ പൂർണ്ണമായും കിടപ്പിലായിക്കഴിഞ്ഞിരുന്നു. അപ്പന്റെ അസുഖത്തിനു നേർച്ചയായി എട്ടുവീടു തെണ്ടിക്കിട്ടുന്ന അരിയും തവിടും മുത്തിക്കു കാഴ്ചവെക്കാൻ അനിക്ലേത്തിനൊപ്പം ഒരു പെരുന്നാൾ ഞായറാഴ്ച ആമോസ് വെച്ചൂരേക്കിറങ്ങിത്തിരിച്ചു. പള്ളിയിലെത്തി കുർബ്ബാനയും അടിമവെറപ്പും കഴിഞ്ഞപ്പോൾ നേരം ഉച്ചതിരിഞ്ഞതോടെ പിടിവിട്ടു തുടങ്ങിയ കായ്ചലടക്കാൻ ആദ്യം കണ്ട ഷാപ്പിൽത്തന്നെ ചങ്ങാതിമാർ രണ്ടും ചാടിക്കേറി. അന്നു വറ്റൽമുളകും ഉലുവയും സമമായി അരച്ച് ഷാപ്പിലെ കറിവെപ്പുകാരി പെണ്ണുങ്ങളിലൊരാൾ പൊള്ളിച്ചു വിളമ്പിയ കാരിത്തല ആമോസിന്റെ നാവും മനസ്സും ഒരുപോലെ നനച്ചു. അതുവരെ രുചിച്ചറിയാഞ്ഞ ആ മാരക കൂട്ടൊരുക്കിയ റൂത്തെന്ന പാചകക്കാരിയെ പിറ്റേക്കൊല്ലത്തെ പെരുന്നാളെത്തുന്നതുവരെ കാക്കാതെ ആമോസ് മിന്നുംകെട്ടി വാവക്കാട്ടേക്കു കൊണ്ടുവന്നു.

റൂത്തെത്തി ആദ്യത്തെ വലിയനോമ്പു തെകയ്ക്കുന്നതിനു മുമ്പേ വാതം ദാനിയേലിനെ മുഴുവനായി കാർന്നു തിന്നുകഴിഞ്ഞിരുന്നു. അപ്പന്റെ മരണശേഷം ബേസിച്ചാച്ചിക്കൊപ്പം മുഴുവൻ പണിക്കാരനായി മാറിയ ആമോസിനു തന്റെ മിനുപ്പു വിട്ടുമാറാത്ത രാശിവള്ളങ്ങളിലൊന്നു ബെസേലി സമ്മാനമായും നല്കി. പിറ്റേയാഴ്ച മുതൽ

ക്ലമന്റും അനിക്ലേത്തും ആമോസിന്റെ പഴയ കെട്ടുവള്ളമിറക്കി എടത്തോടുകളിലും പൂമീൻ പൊഴിയിലും വലയെറിഞ്ഞു പഠിച്ചും തുടങ്ങി. പൊക്കലെ പറമ്പിലും പൊഴിക്കരികിലും കാടുപോലെ പടർന്ന കൈത വെട്ടിയുണക്കി തഴ നെയ്യാനും തൊണ്ട് തോട്ടിലിട്ടു ചീയിച്ച് ഇരുമ്പുവടികൊണ്ടു തല്ലി ചകിരി പിരിക്കാനും അമ്മായി യമ്മ പതിരില്ലാതെ പഠിപ്പിച്ചുകൊടുത്തെങ്കിലും ഷാപ്പിലെ കറി വെപ്പിൽ കിട്ടുന്ന ലഹരിയുടെ അസാന്നിധ്യം റൂത്തിനെ പലപ്പോഴും വിഷാദത്തിലാക്കിയിരുന്നു. അതുകൊണ്ടുതന്നെ വീട്ടിലും അയൽ പ്പക്കക്കാർക്കുമിടയിലൊക്കെ കറിവെക്കാൻ കിട്ടുന്ന ഒരവസരവും റൂത്ത് പാഴാക്കിയിരുന്നില്ല.

റൂത്തിനു വയറ്റിലുണ്ടെന്നറിഞ്ഞതിന്റെ അഞ്ചാംമാസം ഒരു പെസഹാവ്യാഴത്തിന്റന്നു രാത്രി ആമോസ് കൂട്ടുകാരെയെല്ലാ വരെയും വിളിച്ചുകൂട്ടി പതിവില്ലാതെ ഒരു സൽക്കാരം നടത്തി. അനിക്ലേത്തും കമന്റും ജെയ്ക്കപ്പനുമൊക്കെ പൊനപ്പാസ് ഇറക്കിയ വാറ്റിൽ തലപെരുത്ത് മയങ്ങിനിന്നപ്പോൾ ആമോസ് ആരോടും പറയാതെ പെട്ടെന്നു കിഴക്കോട്ടിറങ്ങി നടന്നുപോയി. ദുഃഖ വെള്ളിയും ഉയിർപ്പും കഴിഞ്ഞു കൊച്ചു ജനിച്ചു മാമ്മോദീസാ പ്രായമടുത്തിട്ടും പിന്നീടയാൾ തിരിച്ചുവന്നില്ല. അന്വേഷിച്ചു പോയവരിൽ പലരും വാലും തുമ്പുമില്ലാത്ത കഥകൾ മാറിമാറി പറഞ്ഞിട്ടും ആമോസച്ചാച്ചൻ തന്നേം കൊച്ചിനേം കാണാൻ തിരിച്ചുവരുമെന്നു റൂത്ത് തട്ടുതറയ്ക്കു നിന്നു. ഒടുവിൽ കൊച്ചിന്റെ തലയ്ക്കു വെള്ളം തൊടീക്കേണ്ട പ്രായം അതിക്രമിച്ചപ്പോൾ ബേസിച്ചാച്ചി തന്നെ നേരിട്ടുവന്ന് അവളുടെ പ്രതീക്ഷയ്ക്ക് വിരാമ മിടേണ്ടി വന്നു.

“മകളെ, ആമോസിയിനി തിരിച്ചു വരത്തില്ല.”

“ഇല്ലച്ചാച്ചി... അങ്ങന പറയരുത്.”

“നിന്റ വെഷമം അച്ചാച്ചിക്കറിയാം. പക്ഷേങ്കി നേര് കുഞ്ഞ് അങ്ങീകരിക്കണം. നിനക്കും കൊച്ചിനും എല്ലാരുവൊണ്ട്. നീയിനി ഇതോർത്തു തളന്നിരുന്നാ ഇവന്റ കാര്യവാ കഷ്ടത്തിലാവണത്. അതുകൊണ്ട് ആദ്യം തന്നെ നമുക്കിവന്റ മാമ്മോയീസാ നടത്തണം.”

ബെസേലി മുൻകയ്യെടുത്തു മാമ്മോദീസാ നടത്തിയപ്പോൾ ആമോസ് നേരത്തെ പറഞ്ഞേൽപ്പിച്ച പ്രകാരം ഡാനിയെന്ന പേരാ യിരുന്നു റൂത്ത് ചെക്കനിട്ടത്. അപ്പനവശേഷിപ്പിച്ചുപോയ കെട്ടുവള്ള ങ്ങളിൽ കയറി മീൻപിടിച്ചും തൊണ്ടുതല്ലിയും തന്റെ ബാല്യത്തിൽ ത്തന്നെ ഡാനി തഴക്കംവന്നൊരു പണിക്കാരനായി മാറി. കണ്ടു കൊതിതീരുന്നതിനു മുൻപേ തനിയെ വിട്ടിട്ടുപോയ അപ്പന്റെ ഗതി

മകനും വരുമെന്ന ആവലാതി കാരണം വള്ളവുമായി പൊഴി വിട്ട് കടലിലേക്കിറങ്ങാൻ റൂത്തൊരിക്കലും ഡാനിയെ അനുവദിച്ചിരുന്നില്ല. അതിനാൽ വാവക്കാട്ടു മുഴുവൻ വ്യാപിച്ചുകിടന്നിരുന്ന എടത്തോടുകൾ ഡാനിയുടെ വിഹാരകേന്ദ്രങ്ങളായി മാറി.

പ്രത്യേകം കുരുക്കിയുണ്ടാക്കുന്ന മൂന്നഗ്രമുള്ള ഒടക്കു ചൂണ്ടകളും ടങ്കീസും മത്തിക്കൊടലിലും ഈർപ്പമില്ലാത്ത അരിമാവിലും പൊതിഞ്ഞു മീൻവെട്ടുള്ള തോടുകളിലും കുളങ്ങളിലും എടുത്തിട്ട ശേഷം മണിക്കൂറുകൾ കാത്തിരുന്നാണ് ഡാനി ബ്ലാങ്കിനെയും ആമയെയും വേട്ടയാടിയിരുന്നത്. അങ്ങനെ പിടിക്കുന്ന മീനുകളിൽ ഭൂരിഭാഗവും അമ്മച്ചി കുശിനിക്കാരിയായി നിക്കുന്ന പൊനപ്പാസിന്റെ ഷാപ്പിലേക്ക് ന്യായമായ തുകയ്ക്ക് അവൻ കച്ചവടമാക്കിയിരുന്നു. ആമോസിനു പിന്നാലെ വലിയൊരാശ്രയമായിരുന്ന ബെസേലിയും പോയപ്പോഴാണ് റൂത്ത് പൊനപ്പാസിന്റടുത്തേക്കു ജോലിയന്വേഷിച്ചു ചെന്നത്. കൂട്ടുകാരനുള്ള കാലത്തു റൂത്തിന്റെ കൈപ്പുണ്യം മെനക്കറിഞ്ഞിരുന്നതുകൊണ്ടുതന്നെ മറുത്തൊന്നുമാലോചിക്കാതെ മരുമകൾക്കൊരു സഹായത്തിന് പൊനപ്പാസ് അവരെയും ഷാപ്പിലേക്കെടുത്തു.

നേരം സന്ധ്യ മൂക്കുമ്പോൾ അരികു ചളുങ്ങിയ രണ്ടു അലൂമിനിയം കുടങ്ങൾ വായ്‌വട്ടം മൂടി എടത്തരം വലിപ്പത്തിൽ കുറയാത്ത ബ്ലാങ്കുകളുമായി ഡാനി ഷാപ്പിലേക്കെത്തും. പങ്കുപറഞ്ഞു അവൻ പൊനപ്പാസിനു കൈമാറുന്ന കുടം വാങ്ങി അടുക്കള ചായ്പ്പിൽ കൊണ്ടുവന്നശേഷം റൂത്ത് അടുപ്പത്തിരുന്നു തിളച്ചുമറിയുന്ന മഞ്ഞൾവെള്ളത്തിലേക്ക് ഓരോ ബ്ലാങ്കിനെയും പെറുക്കിയിടും. അവയുടെ വഴുക്കലുള്ള കറുത്ത തൊലി ഞൊടിയിടയിൽ നീലിച്ചു നിറം മാറുമ്പോൾ തലതൊട്ടുരിഞ്ഞു മസാല പുരട്ടി വറുത്തിറക്കും. കൂട്ടത്തിൽ മുഴുത്തതിനെ കണ്ടിച്ചു വലിയ കഷണങ്ങളാക്കി മുളകുകറിയും വെച്ചുമാറ്റുന്നതോടെ അന്നത്തെ ദിവസത്തെ വലിയൊരു തൊല്ല റൂത്തിനൊഴിഞ്ഞു മാറിയിട്ടുണ്ടാവും. ഷാപ്പീന്നു മിച്ചം വരുന്ന കറിയും കപ്പയും ഡാനിക്കായി വീട്ടിലേക്കു കൊണ്ടുപൊക്കോളാൻ പൊനപ്പാസ് അവർക്കു മുൻകൂർ അനുവാദവും കൊടുത്തിരുന്നു.

പൊറ്റ ചൊമന്നുള്ളിൽ കയറ്റിക്കഴിഞ്ഞു പൊഴിവക്കത്തൊരു നീളൻ കുളിയും പാസ്സാക്കിയശേഷം അനിക്ലേത്തു സ്രാങ്ക് നേരെ ചെന്നത് ഷാപ്പിലേക്കായിരുന്നു. തലതുടച്ചു പിഴിഞ്ഞ ഇരുണ്ട തോർത്ത് പൊക്കിക്കുടഞ്ഞു കട്ടിളപ്പടിയിൽ വിരിച്ചിട്ടുകൊണ്ട് അയാൾ ഇളകിത്തുടങ്ങിയ തടിബെഞ്ചിലിരുന്നപ്പോൾ പൊനപ്പാസ്

പതിവ് കുപ്പികൾ മൂന്നെണ്ണം ആപ്പൂരി മുന്നിൽ നിരത്തി. നെയ്യടിഞ്ഞു കൊഴുത്ത മീഞ്ചാറിൽ വിരലിട്ടുറുഞ്ചി കുപ്പികളോരോന്നായി അകത്താക്കുന്ന സ്രാങ്കിന്റെ മുഖത്തുനോക്കാൻ ഭയപ്പെട്ടുകൊണ്ടു മറ്റുള്ളവർ ശ്രദ്ധ തിരിച്ചിരുന്നു.

"എടാ പൊനപ്പാസേ..."

"എന്തോ."

"ഇന്നു പടിഞ്ഞാറടിഞ്ഞപോലൊരു കാഴ്ച നിന്റായ കാലത്തു നീ കണ്ടിട്ടൊണ്ടോ?"

"ഇല്ലേയ്..."

"നിന്റപ്പൻ കണ്ടിട്ടൊണ്ടാ, പോട്ട് അപ്പന്റപ്പൻ?"

മുക്കാലായ കള്ളുംകുപ്പിയിൽ നിന്നൊരു വായ കൂടി കമത്തിയ ശേഷം അനിക്ലേത്ത് തുടർന്നു.

"കാണുകേല. കാണാൻ പറ്റുകേല. കാരണവെന്താ?"

"എന്താ?"

"കാരണം നമ്മുടേക്ക അപ്പമ്മാര് ആഴക്കടലിലൊള്ള ഈ പൂറികളെ പേടിച്ച് മഴ പെയ്താലും കവരു തെളിഞ്ഞാലുവൊക്കെ വള്ള വെറക്കി പൊകാൻ മുട്ടിടിച്ചു വീട്ടീ കേറിയിരുന്ന്. അപ്പയെന്തുപറ്റി? ഇവമ്മാരുടെ കുന്തളിപ്പുവങ്ങു മുഴുക്കക്കൂടി. എന്നിട്ടു വല കീറാനും വള്ളം മറിക്കാനും ഈ പൊലയാടികളെല്ലാംകൂടി കൂട്ടം ചേർന്നിറങ്ങി. നമ്മളാണെ കാർന്നോമ്മാര് വിഴുങ്ങിത്തന്ന പോഴത്തരവും ഏറ്റുപിടിച്ച് അവരെന്തു ചെയ്തോ അതുതന്നെ ചെയ്യുകൊണ്ടിരുന്ന്. എന്നിട്ടൊടുക്കമെന്തായി. ഒതുങ്ങി നിന്നകൊണ്ടു എന്റെ കുഞ്ഞിനേം കൊത്തിപ്പറിച്ചു കൊണ്ടുപോയി ഈ പുണ്ടച്ചിമക്കള് തിന്നില്ലേ."

നിറഞ്ഞ കണ്ണുകൾ മുളകുചാറു പറ്റിയ കൈകൊണ്ടു തുടച്ചിട്ടും എരിച്ചിലറിയാതെ സ്രാങ്ക് അല്പസമയം കൂനിയിരുന്നു. പിന്നീട് തലയുയർത്തി അവശേഷിച്ച കുപ്പികളിലൊന്നിന്റെ വായ്വട്ടം ചുണ്ടിലേക്കു തിരുകിക്കൊണ്ടു പറഞ്ഞു.

"ഇനിയവമ്മാര് അനങ്ങത്തില്ല. നാലെണ്ണവല്ലേ ഒരുമിച്ചു തീർന്നത്. മനുഷ്യനു ഭീഷണിയായിട്ടു നിക്കണ എല്ലാ വെടക്കുകളും ഇതുപോലെ തീരും. എന്നിട്ടു രായ്ക്കുരാമാനം ഇതേ കടപ്പൊറത്ത് ഇനിയും പൊറ്റയടിയും. നീയക്ക കണ്ടോടാ പൊനപ്പാസേ."

"വെറുതെ കള്ളും കുടിച്ച് എല്ലാണ്ണത്തിന്റെയും മുമ്പീവെച്ചു വിടുവായിത്തരം പറയാതെ പൊക്കേടാ. വീട്ടീ ചെല്ല്. അവിട പെണ്ണും ബെന്നിച്ചനും ഒറ്റയ്ക്കല്ലേ?"

പൊനപ്പാസ് ഷാപ്പിലുണ്ടായിരുന്നവരെ മാറിമാറി നോക്കി ഭയത്തോടെ പറഞ്ഞതിനു ഉച്ചത്തിലുള്ളൊരു ചിരിയായിരുന്നു അനിക്ലേത്ത് സ്രാങ്കിന്റെ മറുപടി. ചിറിയിൽ പറ്റിപ്പിടിച്ചിരുന്ന മുളകുകറി തുടച്ചുകൊണ്ടു സ്രാങ്ക് ആടിയാടി എഴുന്നേറ്റു. മടിക്കുത്തിൽ ചുരുട്ടിവെച്ചിരുന്ന ബീഡിപ്പൊതി നിവർത്തി അതിലൊന്നു കയ്യിലെടുത്തു കത്തിച്ചുകൊണ്ട് പൊനപ്പാസിന്റെ അടുത്തേക്കയാൾ ചേർന്നു നിന്നു.

“റൂത്തെന്ത്യേടാ?”

“ഇന്നു നേരത്തെ പോയി.”

“ഓ... നീ ഡാനിച്ചൻ വന്നാ എത്ര രാത്രിയായാലും വീട്ടീ വന്നെന്ന കണ്ടിട്ടേ പോകാവൊള്ളന്നു പറയണം മറക്കാതെ. കേട്ടാ?”

അനിക്ലേത്ത് ഷാപ്പിൽനിന്നു പുറത്തേക്കിറങ്ങി നടക്കുന്നതിനിടയിൽ പറഞ്ഞു.

നേരം വൈകി ലീലാമ്മ വിളമ്പിവെച്ച കഞ്ഞിയിൽ വിരലിട്ടിരിക്കുമ്പോഴും വൈകിട്ടു പൊറ്റ ചുമന്നു കയറ്റിയശേഷം അപ്പാപ്പൻ തന്നെ നോക്കിയ രൂക്ഷമായ നോട്ടത്തിലുടക്കി ദിക്കറിയാതുഴറുകയായിരുന്നു ബെഞ്ചമിന്റെ ചിന്തകൾ. മൂണിക്കുന്നിൽ അനിക്ലേത്ത് കുഴിച്ചുമൂടിയെന്നു സ്റ്റീപ്പൻ പറഞ്ഞ ശവങ്ങളാണ് തലയും കാലുമില്ലാതെ കടപ്പുറത്തു പ്രത്യക്ഷപ്പെട്ടതെന്നു പകലുപോലെ തെളിഞ്ഞിരുന്നെങ്കിലും കാലേന്തി നടക്കുന്ന അയാൾക്കൊറ്റയ്ക്കിതെങ്ങനെ സാധിച്ചുവെന്നതിനുള്ള ഉത്തരമായിരുന്നു അറ്റന്റെറെ മാറ്റി നിർത്തിയുള്ള കടപ്പുറത്തെ സാഹസം. അതുകൊണ്ടുതന്നെ ജോർജച്ചനു സൂചന കൊടുക്കാനായി പൊങ്ങിയ നാവപ്പാടെ വിഴുങ്ങി നാലുപേരും പ്രാണൻ തല്ലി വീട്ടിലേക്കോടിക്കയറിയിരുന്നു. മുറ്റത്തെ അരപ്രയസിൽ കത്തിച്ചുവെച്ചിരുന്ന മെഴുകുതിരിയുടെ വെട്ടം മങ്ങിത്തുടങ്ങിയപ്പോൾ അനിക്ലേത്തു സ്രാങ്കിന്റെ കൂറ്റൻ നിഴൽ അടുത്തടുത്തു വരുന്നത് ബെഞ്ചമിൻ കണ്ടു. കുടിച്ചിളകിയ ചുവടുകൾ അലസം ചവിട്ടി ബെഞ്ചമിനഭിമുഖമായി അയാൾ നിലത്തു ചമ്പളം കൂട്ടിയിരുന്നു.

“അച്ചാച്ചീ, ചോറെടുക്കട്ടെ?”

“ഉം.”

ബെഞ്ചമിന്റെ കണ്ണുകളിൽ നോക്കി അയാൾ നീട്ടിമൂളി.

“ഈ വയ്യാത്ത കാലും വെച്ചച്ചാച്ചിയെന്തിനാ പൊറ്റ ചൊമക്കാനൊക്കെ പോയത്?”

കഞ്ഞി വിളമ്പുന്നതിനിടയിൽ ലീലാമ്മ പരാതി പറഞ്ഞു.

“ഇവനായിരിക്കുവല്ലേ ഇതിവടക്കൊണ്ടുവന്നു കത്തിച്ചത്. വേറെ ന്തൊക്ക പറഞ്ഞിവൻ?”

“ഞാൻ ചെമ്മീൻ ഷെഡ്ഡിലെ പെണ്ണുങ്ങള് പറയണതു കേട്ടതാ.”

ബെഞ്ചമിൻ ശ്വാസം തിരികെപ്പിടിച്ചു പാത്രവുമായി പുറത്തേക്കിറങ്ങി. പൊനപ്പാസിന്റടുത്തു നിന്നുള്ളിൽ ചെന്ന മൂന്നരക്കുപ്പി കള്ളിന്റെ കത്തലടങ്ങുന്ന വരെ അനിക്ലേത്തു കഞ്ഞിവലിച്ചിറക്കിയ ശേഷം വാരത്തിനരുകിലെ നെടുനീളൻ തിണ്ണയിൽ പാവിരിച്ചു കമന്നുകിടന്നു. ഇരുട്ടിലും ഏകാന്തതയിലും തന്നെത്തേടി എത്താറുള്ള മകന്റെ ഓർമ്മകൾ ലഹരിയുടെ ലാസ്യത്തിൽ മത്തുപിടിപ്പിച്ചു തുടങ്ങിയ സമയത്തെ അലോസരപ്പെടുത്തിക്കൊണ്ടു ഡാനി അപ്പോഴേക്കും അയാളെത്തിരക്കി വന്നിരുന്നു.

“എന്താനിക്ലേത്തപ്പാ കാണെണവെന്നു പറഞ്ഞത്?”

സ്രാങ്ക് വലതുകൈ കുത്തിയുയർന്നു ഭിത്തിയിൽ ചാരിയിരുന്നു കൊണ്ടു പറഞ്ഞു.

“മകനിന്നു പണിക്കു പോയട്ടു വെല്ലോം തടഞ്ഞാ?”

“നാലു കൂരീം രണ്ടു കാരാമേനേം കിട്ടി. കറിക്കൊണ്ടാരുന്നാന്നു ചോയിക്കാനാരുന്നാ? പറഞ്ഞിരുന്നേ ഇപ്പ വന്നപ്പ കൊണ്ടുവന്നേനല്ലാ.”

“ഏയ്... അതിനൊന്നുവല്ല.”

“എന്തുപറ്റി അനിക്ലേത്തപ്പാ?”

“കുഞ്ഞു ബ്ലാങ്കിനെ പിടിക്കാനൊണ്ടാക്കണെ ആ മൂന്നൊടക്കില്ലേ അതൊരഞ്ചെട്ടെണ്ണം അപ്പാക്കു വേണം.”

“അയിനു ചോയിക്കണോപ്പാ. ഇതു നല്ല കൂത്ത്.”

“അപ്പാക്കു ബ്ലാങ്കിന്റ വലുപ്പത്തിനല്ല വേണ്ടത്.”

“പിന്നെ?”

“ചൂരക്കിടണതിനേക്കാൾ രണ്ടിരട്ടി വീതി വെച്ചോ.”

“ചൂരേനേക്കാൾ വലുതെന്നു പറയുമ്പ അതെന്ത്? സ്രാവാ?”

“സ്രാവുവല്ല ചൂരേവല്ല. ഇതൊരു പോക്കണം കെട്ട മീനാ. അപ്പാ പിടിച്ചിട്ടു വരുമ്പ കണ്ടാ മതി.”

“ആ, അതെന്തേലുവാവട്ട്. എന്നത്തേക്കു വേണം?”

“അടുത്ത വെള്ളി സന്ധ്യയ്ക്കു കിട്ടണം. പിന്ന കൊളുത്തു കെട്ടുമ്പ കൊറച്ചു തുരുമ്പു കൂടിയതു നോക്കി കെട്ടിക്കോ. കുടുക്കു വീണു വലിക്കുമ്പ പരലോകം കാണണ കണക്കൊള്ളതായിരിക്കണം. മനസ്സിലായാ?”

അനിക്ലേത്തെന്തു വട്ടാണ് പറയുന്നതെന്നറിയാതെ സമ്മതം മൂളി തിരിഞ്ഞു നടന്ന ഡാനിയുടെ മുൻപിലേക്കു അവരിരുവരുടെയും സംസാരം അതുവരെ പാത്തിരുന്നു കേട്ട ബെഞ്ചമിൻ ഓടിച്ചെന്നു കൊണ്ടു ചോദിച്ചു.

"ഡാനിയങ്കാ, അപ്പാപ്പനെന്തു മീനിനെ പിടിക്കാനാ ചൂണ്ട ചോദിച്ചത്?"

"ആ, എനിക്കറിയാമ്മേലടാ. എന്തായാലും ഒരു പെരുത്ത മീനാ."

"ഒന്നു ചോയിക്കങ്കാ, എന്തു മീനാണെന്ന്."

ബെഞ്ചമിന്റെ നിർബന്ധത്തിനു വഴങ്ങി ഡാനി തിരിഞ്ഞു നിന്നുച്ചത്തിൽ ഒരിക്കക്കൂടെ ചോദിച്ചു.

"എന്നാലും അതെന്തുമീനാപ്പാ, സ്രാവു തന്നെയല്ലേ?"

"ആരാടാ ബെന്നിച്ചൻ ചോദിച്ചിട്ടാണോ?"

സ്രാങ്ക് തിണ്ണയിൽ നിന്നെഴുന്നേൽക്കാതെ തുടർന്നു.

"ഡാനിയേ... അവനോടു പറ, അവന്റപ്പാപ്പൻ പിടിക്കാൻ പോണതു സ്രാവും പറിയുവൊന്നുവല്ല. ചെകുത്താനെയാണെന്ന്. എട്ടുനാടും ശാപം പിടിച്ച ഒരു പെഴച്ച ചെകുത്താനെ."

ഇരുട്ടിൽ മുഴങ്ങിക്കേട്ട അനിക്ലേത്തിന്റെ ചിരിയിൽ ഭയന്നു മിഴിച്ചു നിന്ന ഡാനിയുടെ മുഖത്തേക്കു നോക്കാൻ കൂട്ടാക്കാതെ മരിച്ച മനസ്സുമായി ബെഞ്ചമിൻ പതിയെ അകത്തേക്കു നടന്നു.

മൊസാണ്ട

My little man, my biggest joy.

കൽക്കത്ത മുഴുവൻ പ്രതീക്ഷിക്കാതെ പെയ്ത മഴയിൽ വിറങ്ങലിച്ചു നിന്നൊരു സന്ധ്യാസമയത്താണ് അപ്പൻ ക്ലെമന്റിന്റെ കയ്യും പിടിച്ചു ലൂസി മദർ ഹൗസിലേക്കെത്തുന്നത്. നിറഞ്ഞുവന്ന കണ്ണുകൾ ആരും കാണാതെ തുടച്ചുകൊണ്ട് അന്നത്തെ മദർ സുപ്പീരിയറായിരുന്ന സിസ്റ്റർ ക്ലെയർ ജോൺസിന്റെ കൈകളിൽ ഏകമകളെ ഭദ്രമായി ഏൽപ്പിച്ചശേഷം പിറ്റേന്നു കാലത്തുള്ള വണ്ടിക്കു തന്നെ ക്ലെമന്റ് നാട്ടിലേക്കു തിരിക്കുകയും ചെയ്തു.

അൽപോയെ പിരിഞ്ഞ വിഷമം മനസ്സിനെ അടിമുടി കരിച്ചു തുടങ്ങിയെങ്കിലും താൻ സ്വയം തിരഞ്ഞെടുത്ത വഴിയിൽ വ്യാകുലപ്പെട്ടിരിക്കുന്നത് നെറികേടാണെന്ന് ഉള്ളിലേറ്റു പറഞ്ഞപ്പോൾ മഠത്തിലെ ചിട്ടകളുമായി അവൾ വളരെ വേഗത്തിൽ പൊരുത്തപ്പെട്ടിരുന്നു. മെഡിറ്റേഷനും പ്രാർത്ഥനയുമൊക്കെയായി രാവിലെ നാലു മണിക്കാരംഭിക്കുന്ന മദർ ഹൗസിലെ ഓരോ ദിനങ്ങളും ത്വരിതഗതിയിൽ മുന്നോട്ടു പോകുന്നതും അവിടുത്തെ കീഴ്‌വഴക്കങ്ങളിൽ സാവധാനം ആനന്ദം കണ്ടെത്തിത്തുടങ്ങിയതും ലൂസി തിരിച്ചറിഞ്ഞു. നാട്ടിലുള്ള മഠങ്ങളെ അപേക്ഷിച്ച് കഷ്ടപ്പാടും ദുരിതവും കടുംപിടുത്തങ്ങളും ഒരുപൊടിക്കു കുടുതലായിരുന്നെങ്കിലും ഉയിരണഞ്ഞാലും കിട്ടിയ വിളിയിൽ നിന്നു വെളിയിലേക്കു പോകാൻ അവിടെയെത്തിയവരാരും ഒരിക്കലും തുനിഞ്ഞിരുന്നില്ല.

മഠത്തിലെ പഠനത്തിനൊടുവിൽ ആഴ്ചയിൽ കിട്ടുന്ന അവധി ദിവസങ്ങളിൽ പോലും നഗരത്തിലെ അഗതിമന്ദിരങ്ങളിലും അനാഥാലയങ്ങളിലും സന്ന്യസ്തരെല്ലാവരും നിർബന്ധമായും തങ്ങളുടെ സാന്നിധ്യം രേഖപ്പെടുത്തുകയും അശരണരെ ശുശ്രൂഷിക്കുകയും ചെയ്യണമെന്നുള്ളത് വലിയ മദറിന്റെ പ്രത്യേക ആജ്ഞയായിരുന്നു. അത്തരത്തിലുള്ളൊരു പതിവു സന്ദർശനത്തിലാണ് ലൂസി ആദ്യമായി ഈവ് വാട്സൺ എന്ന യുവതിയെയും അവരുടെ ഏകമകൻ

സ്വർണ്ണമുടിയുള്ള ബെഞ്ചമിനെയും പരിചയപ്പെടുന്നത്. ഭർത്താവിന്റെ മരണശേഷം ലണ്ടനിലുള്ള വസ്തുവകകളെല്ലാം വിറ്റു പെറുക്കി കൈക്കുഞ്ഞായിരുന്ന ബെഞ്ചമിനൊപ്പം ദീർഘമായൊരു ഇന്ത്യൻ പര്യടനത്തിനിറങ്ങിപ്പുറപ്പെട്ടപ്പോൾ തന്നെ കരണ്ടു തുടങ്ങിയ ഹൃദ്രോഗത്തിന്റെ വേരുകളെപ്പറ്റി ഈവിനു യാതൊരറിവുമുണ്ടായിരുന്നില്ല. യാത്രകൾക്കൊടുവിൽ പൂർണ്ണ രോഗിയായി കൽക്കത്തയിലെ നിർമ്മൽഹൃദയത്തിൽ അവർ അഭയം പ്രാപിക്കുമ്പോൾ ബെഞ്ചമിനു മൂന്നു വയസ്സു മാത്രമായിരുന്നു. അസുഖവുമായുള്ള മൽപ്പിടുത്തത്തിനൊടുവിൽ ഈവ് വിടപറഞ്ഞപ്പോൾ ബെഞ്ചമിന്റെ പൂർണ്ണ ഉത്തരവാദിത്തം മഠത്തിലെ സന്യസ്തരുടെ ചുമലിലേക്ക് കൈമാറ്റം ചെയ്യപ്പെട്ടിരുന്നു.

കൽക്കത്തയിലെത്തി കുറഞ്ഞനാളുകൾക്കുള്ളിൽ തരക്കേടില്ലാത്ത രീതിയിൽ ഇംഗ്ലീഷും ബംഗാളിയും വശപ്പെട്ടു തുടങ്ങിയതിനാൽ ലൂസിയുമായി വളരെ വേഗത്തിൽ കുഞ്ഞുബെഞ്ചമിൻ അടുത്തു. ആഴ്ചയിൽ ഒന്നോ രണ്ടോ തവണ മാത്രം നിർമ്മൽ ഹൃദയത്തിലേക്കെത്തുന്ന അവളെ കാത്ത് മഠത്തിന്റെ കവാടത്തിൽ നഖവും കടിച്ചുനിൽക്കുന്ന ബെഞ്ചമിനെ തെല്ലൊരു കൗതുകത്തോടെയാണ് മറ്റു സന്ന്യസ്തർ നോക്കിക്കണ്ടത്. ചൂടേറ്റാവി പൊങ്ങിയ റോഡിന്റെ അങ്ങേ തലയ്ക്കൽ ഒരു പൊട്ടുപോലെ ലൂസിയുടെ രൂപം തെളിയുമ്പോൾ ബെഞ്ചമിൻ ആർത്തുല്ലസിച്ചു പുറത്തേക്കോടിയിട്ടുണ്ടാവും. ഈർപ്പം കെട്ടി ചടച്ചു തുടങ്ങിയ മിനുത്ത മുടിയിഴകളിൽ തലോടി ലൂസി മഠത്തിന്റെ നടുവിൽ സ്ഥിതി ചെയ്തിരുന്ന ആന്റണി പുണ്യവാന്റെ ഗ്രോട്ടോയ്ക്കു സമീപത്തേക്ക് അവന്റെയൊപ്പം മെല്ലെ നടക്കും. ഇളം ചുവപ്പു നിറത്തിൽ പുണ്യാളനു ചുറ്റും പടർന്നുപന്തലിച്ചു നിന്നിരുന്ന മൊസാണ്ടച്ചെടികളുടെ തണലിനു താഴെ മുട്ടിന്മേൽ നിന്നുകൊണ്ടു അവരിരുവരും ഈവിന്റെ ആത്മശാന്തിക്കായി പ്രാർത്ഥിക്കും.

തൂവാലയിൽ പൊതിഞ്ഞു കൊണ്ടുവന്ന മദർ ഹൗസിലുണ്ടാക്കിയ നാലുമണിപലഹാരങ്ങളിൽ ചിലത് അവൾ ആരും കാണാതെ ബെഞ്ചമിനു കൈമാറും. നിർമ്മൽഹൃദയത്തിലെ മറ്റു കന്യാസ്ത്രീകളെ വിളിക്കുന്നതിൽ നിന്നു വിഭിന്നമായി ലൂസിയെ 'ലൂസിമായ്' എന്നു ബെഞ്ചമിൻ സ്നേഹത്തോടെ വിശേഷിപ്പിച്ചു. പൂത്തുലഞ്ഞ മൊസാണ്ടച്ചെടികളുടെ ചോട്ടിൽ മായ് കൊണ്ടുവരുന്ന പലഹാരപ്പൊതികളഴിച്ചു അവൾ പറയുന്ന കഥകൾ കേട്ടിരിക്കാൻ അവൻ ഓരോ ദിവസവും കൊതിയോടെ എണ്ണിത്തീർത്തു. അൽപോയെ പിരിഞ്ഞതിലുള്ള വിഷമവും പങ്കപ്പാടും ബെഞ്ചമിന്റെ കടന്നുവരവോടെ ലൂസി പതിയെ മറന്നുതുടങ്ങിയപ്പോൾ സന്ന്യസ്ത

ജീവിതം താൻ പ്രതീക്ഷിച്ചതിലുമധികം മനോഹരമായി മാറുന്നത് അവളറിഞ്ഞു.

ക്ലെയർ ജോൺസ് സ്ഥലം മാറി ശ്രീനഗറിലേക്കു പോയ ഒഴിവിൽ പുതിയ മേട്രൻ സ്ഥാനമേറ്റ കാലയളവിലാണ് ലൂസി തന്റെ ഡിഗ്രി പഠനം ആരംഭിക്കുന്നത്. കറുത്തുരുണ്ട ശരീരം അടിമുടി കുലുക്കി, മുഖത്തിരുന്ന വട്ടക്കണ്ണടയല്പം ചരിച്ചുവെച്ചുകൊണ്ടു മദർ ഹൗസിന്റെ വരാന്തയിലൂടെ നടന്നുനീങ്ങുന്ന സിസ്റ്റർ ആഗ്നസിനെ മറ്റുള്ളവർ ഭയബഹുമാനത്തോടെ നോക്കി വണങ്ങി. മേട്രൻ സ്ഥാനം ലഭിച്ച ആദ്യത്തെ ആഴ്ചയിൽത്തന്നെ ആഗ്നസ് മഠത്തിലും ക്യാമ്പസിലും നടപ്പിലാക്കിയ പുതിയ ചിട്ടവട്ടങ്ങൾ മിക്കവരിലും അതൃപ്തി ജനിപ്പിച്ചെങ്കിലും വാവട്ടം മൂടി അവർ പറഞ്ഞതെല്ലാം അതേപടി അനുസരിക്കുക മാത്രമാണ് എല്ലാവരും ചെയ്തത്. ഉപരിപഠനം നടത്തുന്ന സന്ന്യസ്ത വിദ്യാർത്ഥികളൊന്നും പഠിത്തം കഴിയാതെ ക്യാമ്പസും ചാപ്പലും വിട്ടു നിർമ്മൽഹൃദയത്തിലേക്കും മറ്റു സ്ഥാപനങ്ങളിലേക്കും ശുശ്രൂഷയ്ക്ക് പോകണ്ടെന്ന പുതിയ മേട്രന്റെ ആജ്ഞ ലൂസിയെ വിറങ്ങലിപ്പിച്ചെങ്കിലും ആഗ്നസറിയാതെ ഒന്നുരണ്ടു തവണ കൂടി ബെഞ്ചമിനെയവൾ സന്ദർശിച്ചു വന്നു.

“ലൂസിമായ് ഇനിയെന്നെ കാണാൻ വരത്തില്ലേ?”

മരത്തണലിലിരുന്ന് നിറഞ്ഞു തിളങ്ങുന്ന കണ്ണുകളോടെ ബെഞ്ചമിൻ ചോദിച്ചു.

“മായ് വരും. പക്ഷേങ്കി എപ്പോഴും വരണപോല എല്ലാ ആഴ്ചയും വരാൻ പറ്റത്തില്ല.”

“പിന്നെ?”

“അടുത്ത കൊല്ലമാവുമ്പ മായീടെ പഠിത്തം കഴിയും. മായി ഉടുപ്പിട്ടു അമ്പ്രാടെ മണവാട്ടിയാവും. അതൊക്കെ കഴിഞ്ഞ് മായിയെല്ലാ ദിവസോം എന്റെ കുഞ്ഞിനെ കാണാൻ വരും. മൊടങ്ങാതെ.”

“അപ്പോഴേക്കും മായിയെന്നെ മറന്നാലാ?”

ലൂസി പെട്ടെന്നുച്ചത്തിൽ കരഞ്ഞുകൊണ്ട് അവനെ നെഞ്ചോടടുപ്പിച്ചു പിടിച്ചു. തിരിച്ചു പോകാനിറങ്ങിയപ്പോൾ വാടി വീണ മൊസാണ്ടപ്പൂക്കൾ തട്ടിമാറ്റി കരിമ്പനടിച്ചു തുടങ്ങിയ ലൂസിയുടെ തുണിസഞ്ചിയിലേക്ക് അവൾ പോലുമറിയാതെ തന്റെ നിറം മങ്ങിയൊരു ഫോട്ടോഗ്രാഫ് ബെഞ്ചമിൻ നിക്ഷേപിച്ചിരുന്നു. പിറ്റേദിവസം ക്യാംപസിൽ മേട്രൻ നടത്തിയ മിന്നൽപരിശോധനയിൽ ലൂസിയുടെ ബാഗിൽ നിന്ന് ആ ചിത്രം ഭാഗ്യക്കേടെന്ന പോലെ ആഗ്നസിന്റെ കൈകളിലേക്കുമെത്തി.

"ഈശോയ്ക്കു വേണ്ടി വന്നവൾ ലോകത്തോള്ള സകലതിനേം ഉപേക്ഷിച്ചിട്ടു വരണവാരുന്നെന്ന് ലൂസിക്കറിയത്തില്ലേ?"

"മദറേ, ഈ ഫോട്ടോ എങ്ങനെയിതിൽ വന്നെന്നെനിക്കറിയത്തില്ല. എന്നെയൊന്നു വിശ്വസിക്ക്."

ലൂസി വിതുമ്പിക്കൊണ്ടു പറഞ്ഞു.

"ലൗകികജീവിതത്തിൽ മനസ്സൊടക്കി കെടക്കുന്ന തനിക്കൊന്നും ഈശോടെ മണവാട്ടിയാവാനുള്ള യാതൊരു യോക്യതേവില്ല. അതുകൊണ്ടു ലൂസിയിനി പഠിക്കണ്ട. നാളെതൊട്ട് സിസ്റ്റർ ഡെയ്സിക്കൊപ്പം പൊറമ്പണീം കുശിനിക്കാര്യോം നോക്കിയാ മതി."

എതിർത്തു പറയാൻ നാവു പൊങ്ങാതെ നിശ്ശബ്ദം കരഞ്ഞുകൊണ്ട് ലൂസി പിറ്റേന്നു മുതൽ മേട്രൻ പറഞ്ഞതനുസരിച്ച് സിസ്റ്റർ

ഡെയ്സിക്കൊപ്പം പുറമ്പണിയിലേക്കു പ്രവേശിച്ചെങ്കിലും നല്ല ഒരു സന്ന്യസ്തയാവണമെന്ന മോഹം അകന്നുപോയതുൾക്കൊള്ളാൻ എത്ര ശ്രമിച്ചിട്ടും അവൾക്കു കഴിഞ്ഞിരുന്നില്ല. ഒന്നുരണ്ടു ദിവസങ്ങൾക്കുശേഷം ആഗ്നസറിയാതെ ക്ലാസ്സ്റൂമുകളോടു ചേർന്നുള്ള കുളിമുറികളിൽ കയറി വാതിലടച്ച് അദ്ധ്യാപകർ പഠിപ്പിക്കുന്നതു കേട്ട് ലൂസി നോട്ടെഴുതിയെടുത്തു തുടങ്ങിയെങ്കിലും അധികം വൈകാതെ അവിടെയും പിടിക്കപ്പെടുമെന്നായപ്പോൾ തനിക്കു വീട്ടിലേക്കു തിരികെപോകണമെന്നു സിസ്റ്റർ ഡെയ്സിയോടവൾ കട്ടാക്ക് പറഞ്ഞു.

“ഒന്നുകൂടി ആലോചിച്ചിട്ടു പോരേ മോളേ, തിരിച്ചു പോകുന്നത്?”

“ഇല്ല സിസ്റ്ററേ. എനിക്കു മടുത്തു. സിസ്റ്ററിനറിയാവോ എന്റെ അച്ചാച്ചനും അനിയനുമൊക്ക ആവുന്ന പറഞ്ഞതാ എങ്ങും പോവണ്ടെന്ന്. പക്ഷേ കർത്താവിന്റെ വിളി കേട്ട് അവരെയെല്ലാം മുഴുക്കനെ കരയിപ്പിച്ചാ ഞാനിങ്ങോട്ട് വന്നത്. ആ എനിക്കു പഠിക്കാനും ഉടുപ്പിടാനും പറ്റിയില്ലെങ്കി പിന്നിവിടെ നിന്നിട്ടെന്തിനാ? അടുക്കളപ്പണി ചെയ്യാൻ കയ്യറച്ചിട്ടല്ല, ജീവിതകാലം മുഴുവൻ ഞാനീ പണി ചെയ്തോളാം. എനിക്കതിനൊരു കൊറച്ചിലുവില്ല. പക്ഷേ ഞാനിവിടെ നിക്കുന്നുണ്ടെങ്കിൽ എനിക്കു പഠിക്കാനും ഉടുപ്പിടാനും അനുവാദം തരണം. അതുപറ്റത്തില്ലെങ്കി എനിക്കിന്നു തന്നെ തിരികെ പോണം.”

ലൂസി കണ്ണുനീർ തുടച്ചുകൊണ്ടു ഉറച്ച സ്വരത്തിൽ പറഞ്ഞ വാക്കുകൾ ഡെയ്സി സിസ്റ്റർ വലിയ മദറിനെ നേരിട്ടറിയിച്ചപ്പോൾ മദർ മുൻകയ്യെടുത്ത് അവളെ ഉടനടി തിരിച്ചു ക്ലാസ്സിലേക്ക് കയറ്റാനും ലൂസിയുടെ ക്ഷേമാന്വേഷണവും ഉത്തരവാദിത്തങ്ങളും ഇനിമുതൽ ആഗ്നസിനു പകരം ഡെയ്സി തന്നെ നോക്കിയാൽ മതിയെന്നും ഉത്തരവിടുകയും ചെയ്തു. പഠിക്കാനുള്ള അവകാശം തിരികെ കിട്ടിയതിൽ അളവിലധികം സന്തോഷം തോന്നിയെങ്കിലും ആഗ്നസ് മദർ തന്നോടു കാണിച്ച വേർതിരിവു പൊറുക്കാൻ എത്ര ശ്രമിച്ചിട്ടും ലൂസിക്കു സാധിച്ചിരുന്നില്ല. പിന്നീടുള്ള നാളുകളിലെല്ലാം ബെഞ്ചമിന്റെ ഓർമ്മകൾ അവളിൽ തികട്ടി വന്നിരുന്നെങ്കിലും ആഗ്നസിനെ ഭയന്ന് നിർമ്മൽഹൃദയത്തിലേക്കു പോകാൻ ധൈര്യപ്പെടാതെ ക്ലാസ് മുറികളിലും ലൈബ്രറിയിലുമായി ലൂസി ദിവസങ്ങളോരോന്നും തള്ളിനീക്കി.

ഒരു ഡിസംബർ മാസം ഹൗറാ പാലത്തിനു കീഴെയുള്ള തെരുവുകളിലെ കുട്ടികൾക്ക് ക്രിസ്തുമസ് കേക്കും സമ്മാനങ്ങളും നൽകാൻ മേട്രനും മറ്റു കന്യാസ്ത്രീമാരും പോയപ്പോൾ ലൂസിയും സിസ്റ്റർ

ഡെയ്സിയും അവർക്കൊപ്പം പോകാതെ കുശിനിക്കാര്യങ്ങൾ നോക്കി മഠത്തിൽത്തന്നെ കൂടി. അന്ന് വൈകുന്നേരത്തോടടുത്ത് പതിവിനു വിപരീതമായി നിർമ്മൽഹൃദയത്തിലെ രണ്ടു സന്ന്യസ്തർ ആധിപൂണ്ട് മഠത്തിലേക്കു പാഞ്ഞുവന്നു. തനിക്കു മുഖം തരാതെ ഡെയ്സിയെ മാത്രം വെളിയിലേക്കു കൂട്ടിക്കൊണ്ടുപോയി ശബ്ദം താഴ്ത്തിയവർ പറയുന്നതെന്താണെന്നറിയാൻ ലൂസി മുറ്റത്തേക്കിറങ്ങി നിന്നു. അവരിലൊരാൾ സിസ്റ്ററിനെ നോക്കി കരച്ചിലടക്കാൻ പാടുപെടുന്നതു കണ്ടപ്പോൾത്തന്നെ ലൂസി പ്രാണൻ തല്ലി നിർമ്മൽ ഹൃദയത്തിലേക്കോടിക്കഴിഞ്ഞിരുന്നു. ചുറ്റുംകൂടിയ നിലവിളികളെ വകഞ്ഞുമാറ്റി ബെഞ്ചമിൻ കിടന്നിരുന്ന ഇടുങ്ങിയ മുറിയിലേക്കവൾ പ്രവേശിച്ചു.

“രണ്ടുദിവസം മുമ്പു തുടങ്ങിയ പനിയാണ്. ഇന്നലെ രാത്രി ദേഹം മൊത്തം പെട്ടെന്നു തെണർത്തു പൊങ്ങി കൂടെ കോട്ടും വന്നപ്പ കൊച്ചിനു ശ്വാസം കിട്ടിയില്ല. ഡോക്ടറുമായി ഞങ്ങളോടിപ്പിടിച്ചെത്തിയപ്പോഴേക്കും വൈകിപ്പോയി മദറേ...”

മുറിക്കു വെളിയിൽ നിന്ന ഡെയ്സിയോട് കന്യാസ്ത്രീകളിൽ ഒരാൾ കരച്ചിലടക്കിക്കൊണ്ടു പറയുന്നത് ലൂസി അവ്യക്തമായി കേട്ടു.

പിറ്റേന്നു വൈകുന്നേരം കൽക്കത്ത നഗരത്തെ ഉരുപ്പടങ്കം വിഴുങ്ങിയ മൂടൽമഞ്ഞിനെ ഭേദിച്ചുകൊണ്ടു നേരിയൊരു ചാറ്റൽമഴ പെയ്തു തുടങ്ങിയപ്പോൾ മൊസാണ്ടപ്പൂക്കൾ മെത്ത നെയ്ത വീതി കുറഞ്ഞ ശവമഞ്ചത്തിൽ ശാന്തമായി ഉറങ്ങുന്ന ബെഞ്ചമിനെ ലൂസി അവസാനമായി ചുംബിച്ചു. പ്രിയപ്പെട്ടവരുടെ വേർപാടിന്റെ കാഠിന്യം ഒരിക്കൽക്കൂടി അനുഭവിക്കേണ്ടിവന്നതിൽ മനംനൊന്ത് അവൾ അലറിക്കരഞ്ഞപ്പോൾ നിർമ്മൽഹൃദയത്തിലെ ആളനക്കമില്ലാത്ത ചെടികളുടെ ഉണങ്ങിയ ശിഖരങ്ങൾക്കു മുകളിലും ഇരുട്ട് വ്യാപിച്ചിരുന്നു. മകനെ കണ്ടും കൊഞ്ചിച്ചും കൊതി തീരാതെ മണ്മറഞ്ഞ ഈവിനു സമീപം കുഞ്ഞുബെഞ്ചമിനും കല്ലറയൊരുങ്ങിയപ്പോൾ അവൻ അന്നു തന്റെ മുഷിഞ്ഞ തുണിസഞ്ചിയിൽ നിക്ഷേപിച്ച ദ്രവിച്ചു തുടങ്ങിയ ഫോട്ടോ വിളറിയ മനസ്സോടെ ലൂസി നെഞ്ചിലമർത്തി പിടിച്ചു.

മാസങ്ങൾക്കിപ്പുറം ഉടുപ്പിടൽ കർമ്മത്തിന്റെ തലേന്നാൾ മഠത്തിന്റെ വരാന്തയിൽ ഉലാത്തിയിരുന്ന ആഗ്നസിന്റെ അടുത്തേക്ക് ലൂസി സാവധാനം കടന്നുചെന്നു.

“എന്താ ലൂസി?”

“അന്ന് മദറെന്നോട് ഇനി പഠിക്കണ്ടെന്നു പറഞ്ഞില്ലേ, അന്നു തൊട്ടേ മദറിനോടെനിക്കു വെറുപ്പായിരുന്നു. ഞാനെത്ര ശ്രമിച്ചിട്ടും

അതെനിക്കു മാറ്റാൻ പറ്റണില്ലായിരുന്നു. നാളെ ഞാൻ ഉടുപ്പിട്ടു കർത്താവിന്റേതാകുവല്ലേ... ഇപ്പോ ഈ നിമിഷത്തിൽ എനിക്കു മദറിനോട് ഒരു ദേഷ്യവും തോന്നണില്ല. മദർ എന്നോടു ക്ഷമിക്കണം. ഞാൻ മദറിനോടും ക്ഷമിച്ചിരിക്കുന്നു."

"ഞാനതിനു തെറ്റൊന്നും ചെയ്തില്ലല്ലോ. നിന്നെ യേശുവിന്റെ മണവാട്ടിയാക്കുക എന്നതുമാത്രമായിരുന്നു എന്റെ ലക്ഷ്യം. അതുകൊണ്ടല്ലേ ഇത്രയൊക്കെ പ്രതിസന്ധിയുണ്ടായിട്ടും നീ ഇവിടെത്തന്നെ പിടിച്ചുനിന്നത്. ഇനിയും അങ്ങനെ തന്നെ സാധിക്കട്ടെ. അബ്ബാ പിതാവ് നിന്റെ കൂടെയുണ്ട്."

മേട്രന്റെ ന്യായീകരണങ്ങൾക്കു മറുപടിയായി ദയനീയമായി ചിരിക്കാൻ മാത്രമാണ് ലൂസിക്കന്നു സാധിച്ചത്. പിറ്റേന്നു നിത്യവ്രത വാഗ്ദാനത്തിനു ശേഷം അവൾ ഒരിക്കൽ കൂടി ബെഞ്ചമിന്റെ കല്ലറ സന്ദർശിച്ചു. ഉണങ്ങിയ വള്ളികൾ തീർത്ത പൊകിടുകറയും പൊടിയും കൈകൊണ്ടു തുടച്ചു മാറ്റി ആഴത്തിൽ നിശ്വസിച്ചപ്പോൾ ലൂസിമായ് എന്നവിളി വിദൂരതയിലെവിടെ നിന്നോ അലയടിക്കുന്നത് വിങ്ങുന്ന ഹൃദയത്തോടെ ലൂസിയറിഞ്ഞു.

"**വെ**ള്ളിയാഴ്ച പടിഞ്ഞാറ് ചക്രവാതച്ചുഴിയടിക്കുമെന്നും വള്ളക്കാരാരും പണിക്കു പോകല്ലെന്നും ദൂരദർശനില് പറയണത് കേട്ടാർന്ന്. അപ്പ വെറുതെയല്ല സ്രാങ്ക് അന്നുതന്നെ ഒടക്കു ചൂണ്ട ചോദിച്ചു വെച്ചിരിക്കണത്."

ആച്ചപ്പൻ തിട്ടയിലേക്കു കിടന്നുകൊണ്ടു പറഞ്ഞു.

"ചുഴിയടിച്ചെന്നും പറഞ്ഞെന്താ?"

"എന്റെ പൊന്നീപ്പാ ഒന്നു ചിന്തിക്ക്. ചുഴിയടിക്കുമ്പ മഴ പെയ്യത്തില്ലേ. മഴ പെയ്യുമ്പ..."

"കറുമ്പച്ചനിറങ്ങും."

വൈദ്യരുടെ വാചകങ്ങൾ മുഴുവിപ്പിച്ചുകൊണ്ടു ബെഞ്ചമിൻ കടലിനടുത്തേക്കിറങ്ങി ചെന്നു.

"എനിക്കു തോന്നണ് നിന്റപ്പാപ്പൻ റാണിയെ പിടിക്കാനായിരിക്കും ഈ പോക്കു പോകാൻ പോണത്."

"അതിനു റാണിയെയൊക്കെ അങ്ങന കിട്ടുവാ?"

"വേണവെന്നു വിചാരിച്ചാ അനിക്ലേത്തപ്പാക്കെന്തും പറ്റുവടാ. നമ്മളിന്നല കണ്ടതല്ലേ."

സ്റ്റീപ്പൻ ഇടറിയ സ്വരത്തിൽ പറഞ്ഞു.

"നമ്മളേതായാലും ഇതിന്റെ പൊറകെയിനി പോകണ്ട. അങ്ങേരെന്തെങ്കിലുവൊക്ക ചെയ്യട്ടെടാ ബെന്നിച്ചാ."

കാലുകളിൽ തഴുകിയ കടൽവെള്ളത്തിന്റെ തണുപ്പിൽ നിശ്ശബ്ദം മരച്ചു നിന്നപ്പോൾ ഇതുവരെ കടന്നുവന്നതൊക്കെ പെലകാലേ യുള്ളൊരു സ്വപ്നം മാത്രമായിരുന്നെങ്കിലെന്നു ബെഞ്ചമിൻ വെറുതെ ആശിച്ചു. എന്നത്തെയും പോലെ വെയിലൊറിക്കുമ്പോൾ താനതിൽനിന്നു ഞെട്ടിയെണീക്കുമെന്നും അപ്പായോടും അമ്മച്ചി യോടും ആ സ്വപ്നത്തെക്കുറിച്ചു വാതോരാതെ സംസാരിക്കു മെന്നും കടൽസാക്ഷി നിറുത്തി അവൻ ആശിച്ചു. കര ഇരുട്ടിത്തുട ങ്ങിയപ്പോൾ സ്റ്റീപ്പനെ മൂണിക്കുന്നു കടത്തിവിട്ടശേഷം ബെഞ്ച മിൻ പതിയെ വീട്ടിലെത്തി. അപ്പാപ്പൻ വലമെടഞ്ഞു കെട്ടിവെച്ചി രുന്ന വരാന്തയുടെ താഴെ ക്ലെമന്റ്ച്ചാച്ചന്റെ പുത്തൻ വിട്ടിട്ടില്ലാത്ത പാരഗണൊപ്പം തേഞ്ഞു കറുകപ്പുല്ലു കണക്കായ ഒരു ലെതറു ചെരുപ്പും കിടക്കുന്നതു കൗതുകത്തോടെ നോക്കിക്കൊണ്ടു അവൻ നടുമുറിയിലേക്കു നടന്നുകയറി.

“ബെന്നിച്ചാ, ഇതാരാന്ന് നോയിക്കേടാ.”

ലീലാമ്മയുടെ സ്വരം കേട്ട് തലതിരിച്ചു നോക്കിയപ്പോൾ തൂവെള്ള യിൽ നീലക്കരയുള്ള ശിരോവസ്ത്രം ധരിച്ച് നിറകണ്ണുകളോടെ വാരത്തിൽ നിൽക്കുന്ന കൂനിയൊരു സ്ത്രീരൂപം അവൻ കണ്ടു.

“ലൂസിയമ്മ.”

നേരിട്ടൊരിക്കൽ പോലും കണ്ടിട്ടില്ലെങ്കിലും അൽപോയും മർകി ലിയും ഇടതടയില്ലാതെ പറഞ്ഞുകൊടുത്തിരുന്നതിന്റെ വെളിവിൽ ആദ്യനോട്ടത്തിൽത്തന്നെ ലൂസിയെ ബെഞ്ചമിൻ തിരിച്ചറിഞ്ഞു. കണ്ണുകൾ അമർത്തിത്തുടച്ചുകൊണ്ടു ലൂസി ബെഞ്ചമിനെ നെഞ്ചോടു ചേർത്ത് നെറുകയിൽ ഗാഢമായി ചുംബിച്ചു.

“കുഞ്ഞിന്റെ പള്ളിയിലിട്ട പേരും ബെന്നിയെന്നാ?”

“ഇതു നല്ല കൂത്ത്. നിന്റെ ആഗ്രഹം പറഞ്ഞകൊണ്ടല്ലേ അൽപ്പോ ച്ചൻ ഇവനു ബെഞ്ചമിനെന്നു പേരിട്ടത്. കത്തെഴുതുമ്പ അവനി തൊന്നും പറഞ്ഞട്ടില്ലാരുന്നാ?”

ക്ലെമന്റിന്റെ സംശയത്തിനു മറുപടിയൊന്നും പറയാതെ പുട്ടി യിളകി തുടങ്ങിയ ഭിത്തിയിൽ തൂക്കിയിരുന്ന അൽപോയുടെ ചിത്ര ത്തിൽ നോക്കി അവൾ പെട്ടെന്നു പൊട്ടിക്കരഞ്ഞു. കേട്ടുകേൾവി മാത്രമുണ്ടായിരുന്ന അൽപോപ്പായുടെ പ്രിയപ്പെട്ട ലൂസിയമ്മ വാവിട്ടു കരയുന്ന കണ്ടപ്പോൾ തന്റെ കണ്ണും അറിയാതെ കവിഞ്ഞൊഴുകി യതു പിന്നിലെ ചേതോവികാരമെന്താണെന്നു ബെഞ്ചമിനെത്രയാ ലോചിച്ചിട്ടും തിരിഞ്ഞില്ല.

“അനിക്ലേത്തപ്പായെന്തിയേ?”

“അച്ചാച്ചിയിവിടൊണ്ടായിരുന്ന്. എനിക്കു തോന്നണ് വലപ്പണിക്കാ ആ പൊനപ്പാസു വെല്ല്യപ്പന്റടുത്താ വെല്ലോം പോയിക്കാണും.”

"അവൻ ഷാപ്പീത്തന്നെ കാണും. വേറെയെവിടെ പോകാനാ. ചെക്കൻ പോയേപ്പിന്നെ ഒരുമാതിരി പോക്കണംകെട്ട കുടിയാ... ആഹ്, ആരു പറഞ്ഞാ കേക്കും. നമ്മട വിധി."

ക്ലെമന്റ് ലൂസിയെ നോക്കി വ്യാകുലപ്പെട്ടു.

"ലൂസ്യേച്ചിയെന്നു വരെയൊണ്ട്?"

"ക്രിസ്മസു കഴിഞ്ഞു പോകും പെണ്ണേ. അധികനാൾ നിക്കാൻ പറ്റത്തില്ല. പിന്ന അവനില്ലാതെ നിക്കാനും തോന്നണില്ല. അതു വേറൊരു സത്യം."

"കുഴിക്കടുക്കെ എന്റെകൂടെ രാവിലെ പോകാൻ വരുന്നൊണ്ടാ?"

"ഞാൻ പോയിട്ടാ വന്നത്. എന്നാലും രാവിലെ കുർബ്ബാനയ്ക്ക് വരണവല്ലാ."

"ട്രെയിനെറങ്ങി നേരെ പോയത് കുഴിക്കടുത്തോട്ടാടീ. അതു കഴിഞ്ഞാ വീട്ടീപ്പോലും കേറിയത്."

ക്ലെമന്റ് പുറത്തേക്കിറങ്ങിക്കൊണ്ടു പറഞ്ഞു.

"അപ്പാട പൊങ്ങെന്തിയേ?"

"പൊഴിയെറമ്പീ കാണണം. എന്തേ?"

"ബെഞ്ചമിനു വള്ളം തൊഴയാനറിയാവാ?"

"കൊറച്ചൊക്കെ."

"എന്നാ വാ, നമുക്കൊന്നു ചുറ്റിയിട്ടു വരാം."

ലീലാമ്മയും തലകുലുക്കി സമ്മതം മൂളിയതോടെ ലൂസിയുടെ കൈയും പിടിച്ച് അവൻ മൂണിക്കുന്നിലേക്കു വേഗം നടന്നു. പൊഴിയിലേക്കു മറിഞ്ഞുനിന്നിരുന്ന മണ്ടകരിഞ്ഞ തെങ്ങിൻ കുറ്റിയിൽ കെട്ടിയിട്ടിരുന്ന അനിക്ലേത്തു സ്രാങ്കിന്റെ കൊച്ചുവള്ളത്തിൽ കയറിയിരുന്ന് കയറഴിച്ച് അവരിരുവരും പടിഞ്ഞോട്ടു മെല്ലെ തുഴഞ്ഞു. പൊഴിയിലും കടലിലും ഇരുട്ട് പരന്നിരുന്നതിനാൽ തുഞ്ചത്തു മാട്ടിവെച്ചിരുന്ന പെട്രോമാക്സ് ബെഞ്ചമിൻ പതിയെ വള്ളത്തിന്റെ നടുക്കെടുത്തുവച്ച് കത്തിച്ചു. വള്ളം മുന്നോട്ടു പോകുന്നതിനനുസരിച്ചു ശാന്തമായി തെളിഞ്ഞ ഓളങ്ങളിൽ വെളിച്ചം കലർന്നു തുടങ്ങിയപ്പോൾ ലൂസി പൊഴിവെള്ളത്തിൽ കയ്യിട്ടു കുളിരുകൊണ്ടു. കുന്നും പുതുപ്പറമ്പതിരും പിന്നിട്ട് വള്ളം മെലോഡിയസിനരികിലെത്തിയപ്പോൾ ഡിസംബർ മാസത്തിന്റെ വരവറിയിച്ചുകൊണ്ട് അക്കരെയുള്ള നർബോനാ കുരിശടിക്കു മുകളിൽ നക്ഷത്രങ്ങൾ തൂങ്ങിയാടുന്നത് അവൾ ചെറിയൊരു നെടുവീർപ്പോടെ നോക്കിനിന്നു.

"ലൂസിയമ്മയെന്താ ഇത്രേം നാളായിട്ടും വരാഞ്ഞേ?"

പങ്കായം ഉയർത്തിപ്പൊക്കിക്കൊണ്ടു ബെഞ്ചമിൻ ചോദിച്ചു.

"വരണമെന്നാഗ്രഹിച്ചാലും അങ്ങനെ വരാൻ പറ്റിയെടവല്ല അത്. വലിയ മദറു പറയണം."

"ആരാ മദർ തെരേസയാണാ?"

"ഉം."

"അപ്പാ മരിച്ചപ്പോഴും മദറ് ലീവ് തന്നില്ലേ?"

അല്പസമയം കടലിലേക്കു നോക്കിയിരുന്ന ശേഷം ലൂസി ബെഞ്ചമിനു സമീപത്തേക്കു നീങ്ങിയിരുന്നുകൊണ്ടു പറഞ്ഞു.

"അൽപോ മരിക്കണതിനു ഒരാഴ്ച മുമ്പേ എനിക്കു വീട്ടീ പോകാൻ അനുവാദം കിട്ടിയതാ. അനാഥാലയത്തിലെ കണക്കവെ തരണോം ദുർഗ്ഗാപൂജേടെ തെരക്കും കഴിഞ്ഞിട്ട് ട്രെയിൻ ടിക്കറ്റെ ടുക്കാമെന്ന് ഞാൻ ചുമ്മാ മനസ്സി കരുതി. അങ്ങനെ തോന്നിയ തേതു നേരത്താണെന്നുപോലും എനിക്കറിയാമ്മേല. പിറ്റേയാഴ്ച ബാഗെല്ലാം കെട്ടിപ്പെറുക്കി പോകാനൊരുങ്ങിയിരുന്നപ്പഴാ അൽപോ പോയെന്നും പറഞ്ഞൊള്ള ക്ലെമന്റപ്പാട കത്തുവരണത്. പിന്നെയി ങ്ങോട്ടു വരാൻ തോന്നിയില്ല. അവനില്ലാതിവിട വന്നാ ഞാനൊറ്റ യ്ക്കായി പോകുവെന്നറിയാമായിരുന്ന്. അവിട പിള്ളേരുടെടക്കു നിക്കുമ്പോ കൊറച്ചാശ്വാസം കിട്ടും. അതുമതിയെന്ന് ഞാനുമങ്ങ് തീരുമാനിച്ച്."

"എന്നിട്ടെന്താ ഇപ്പൊ വന്നേ?"

"നിന്നെക്കാണാൻ തന്നെ. വേറെന്ത്."

ബെഞ്ചമിന്റെ നെറുകയിൽ പയ്യെ വിരൽ ചുരുട്ടിക്കൊണ്ടു ലൂസി തുടർന്നു.

"നിന്റമ്മച്ചിയെ കെട്ടിയപ്പ തൊട്ടേ അൽപോ എനിക്കു കത്തെ ഴുതും. കത്തെന്നു പറഞ്ഞാ വലിയ മുട്ടക്കാട്ടൻ കത്താ. അന്തോ ണിയച്ചാച്ചിയുടെ പീടികേലെ കുശുമ്പും കുന്നായ്മയും തൊടങ്ങി പള്ളിമൊറ്റത്തൊള്ള വാചകമടീം പെരുന്നാൾ വിശേഷങ്ങളും ഇവിടെ വീട്ടിലും തെക്കുവീട്ടിലുമുള്ളവരുടെ സുഖംപറച്ചിലും എന്തിനു കടപ്പൊറത്ത് കൂവേലിക്ക പെറ്റുപെരുകി മെഴുകണതുവരെ അവ നങ്ങു വിസ്തരിച്ചെഴുതും. എന്നാ മകനൊണ്ടായി അവനു ബെന്നി യെന്നാ പേരിട്ടേന്നു മാത്രേ അൽപോ നിന്നെപ്പറ്റി പറഞ്ഞിരുന്നുള്ളൂ. ഞാൻ വലിയ കാര്യത്തിൽ അവനോടു പറഞ്ഞിട്ടു പോയട്ടും പേര് മാറ്റിയിട്ടതിൽ വെഷമം തോന്നിയെങ്കിലും അവൻ മറന്നുപോയി ട്ടായിരിക്കുമെന്ന് പയ്യ മനസ്സിൽ പറഞ്ഞ് പഠിച്ച്. പക്ഷേ ഇന്നിവിടെ വന്നപ്പോഴല്ലേ നിന്റ പള്ളിയിലിട്ടിരിക്കണ ശെരിക്കൊള്ള പേരറി ഞ്ഞത്. പാവവെന്റ കൊച്ച് ഞാൻ നേരിട്ടു വരുമ്പ എനിക്കൊരു

ഞെട്ടലു തരാൻ വേണ്ടി മനപ്പൂർവ്വം കത്തിൽ പറയാതിരുന്നതാവും. ഞാൻ ഞെട്ടിയതു കാണാനാണേ അവനിപ്പോയില്ലേന്താനും."

ലൂസി പറഞ്ഞുനിർത്തിയപ്പോൾ വിളറിവെളുത്ത് മൂന്നാംപക്കം കടപ്പുറത്തടിഞ്ഞ അപ്പായുടെ മുഖം ബെഞ്ചമിന്റെ മനസ്സിലേക്കു വെള്ളിടിപോലെ മുഴങ്ങിവന്നു. ഭയവും വിഷമവുംകൊണ്ട് പങ്കായം പിടിച്ചിരുന്ന വലതുകൈ പെരുത്തു കയറിയപ്പോൾ വള്ളത്തിനടിയിൽ നിന്നു നനുത്തൊരു മൂളൽ അവന്റെ ചെവിയിലേക്കെത്തി.

"നമ്മള് വള്ളമെടുത്തതിനു അനിക്ലേത്തപ്പാ വഴക്കിടുവാ?"

"എനിക്കറിയത്തില്ലമ്മാ. അപ്പാപ്പനിപ്പോ പല കൂറാ."

"ആകെയൊള്ളൊന്നല്ലേടാ പോയത്. അതും അപ്പനമ്മമ്മാർ നിക്കുമ്പ മക്കളെ തമ്പുരാൻ കർത്താവ് വിളിക്കണത് ചങ്കുകീറണ വേദനയാ. അപ്പായെ ഒരിക്കലും കുറ്റം പറയാൻ പറ്റത്തില്ല."

"വേദന നമുക്കുവൊണ്ടല്ലാ."

"എന്നാപറ്റി ബെഞ്ചമിനേ... അപ്പാപ്പൻ കുടിക്കണെ കൊണ്ടാണാ?"

താഴ്ന്നിരുന്ന ബെഞ്ചമിന്റെ തല കൈകൊണ്ടുയർത്തികൊണ്ടു ലൂസി സൗമ്യമായി ചോദിച്ചു.

"ഏയ്.. അതൊന്നുവല്ല. ഞാനൊരു കാര്യം ചോയിച്ചാ അമ്മ സത്യം പറയാവോ?"

"നിന്നെ നോക്കി ഞാൻ കള്ളം പറയുവാ?"

"എങ്കി പറ, കറുമ്പച്ചൻ മനുഷ്യമ്മാരെ ഉപദ്രവിക്കണത് സത്യവാണാ?"

"കടലിലെ കറുമ്പച്ചനാ?"

"ഉം."

"ഇപ്പയെന്താ ഇങ്ങനെയൊക്കെ തോന്നാൻ?"

"അൽപോപ്പായെ കൊന്നത് കറുമ്പച്ചനാന്നാ അപ്പാപ്പൻ വിശ്വസിച്ചിരിക്കണത്. അതാ അപ്പാപ്പനിങ്ങനെ വട്ടുപിടിച്ചു നടക്കണത്."

"വള്ളം മറിഞ്ഞ് കടലല്ലേ അവനെ കൊണ്ടുപോയത്. അതിലീ കറുമ്പച്ചൻ കഥയെങ്ങനെ കേറിവന്ന്?"

"എനിക്കറിയത്തില്ല. ലൂസിയമ്മയിവിടെ ഒണ്ടായിരുന്നപ്പ ഇതുപോലെ എന്തേലുമൊക്കെ കേട്ടിട്ടൊണ്ടാരുന്നാ?"

"പൊറ്റയും ഗ്ലാത്തിയും തിട്ടേലടിയണതും പൊറംകടലില് വലയിടുമ്പോ വള്ളക്കാര് വിശ്വാസപ്രമാണം ചൊല്ലണതുവൊക്കെ നമ്മട കണ്ണുംമുന്നിൽ കണ്ടിട്ടൊണ്ടല്ലാ. എന്നുംപറഞ്ഞു കറുമ്പച്ചനാരേം ഈ നാട്ടീന്നു കൊണ്ടുപോയി തിന്നിട്ടൊള്ളതായിട്ടെനിക്കറിയാമ്മേല."

"അപ്പൊ അപ്പാപ്പൻ പറയണതാ?"

ലൂസി മറുപടിയൊന്നും പറയാതെ കടലിലേക്കൽപനേരം നോക്കിയിരുന്ന ശേഷം തുടർന്നു.

"വസേലിയപ്പാപ്പനെക്കുറിച്ചു നീ കേട്ടിട്ടൊണ്ടാവുവല്ലാ. നിന്റമ്മേം അപ്പായുവൊന്നും നേരില് കണ്ടിട്ടില്ല. അപ്പാപ്പൻ മരിക്കുമ്പ ഞാൻ സി.വൈ.എം.എയിൽ ചേർന്നിട്ടേയോള്ള്. വാവക്കാടൊള്ള പിള്ളേരും വലിയവരും പ്രായം ചെന്നവരുവെല്ലാം അപ്പാപ്പനെ ഇഷ്ടത്തോടെ ബേസിച്ചാച്ചിയെന്നാ വിളിച്ചിരുന്നത്. മഴപെയ്താലും പൊഴി വരണ്ടാലും മറ്റാരുടേം വള്ളത്തിൽ മീനില്ലേലും ബേസിച്ചാച്ചിക്കു ചാകരയായിരിക്കും. അച്ചാച്ചി വലപിടിപ്പിച്ചെറിഞ്ഞു പഠിപ്പിച്ച കയ്സതായി വെല്ല്യപ്പനും മകൻ ആമോസും പേദറപ്പായുടെ ചേട്ടൻ ഗ്രിഗറിയച്ചായിക്കും അതേ വരം വളവൊടിയാതെ കിട്ടിയട്ടൊണ്ടാര്ന്ന്. മീൻ കുമിയണ സ്ഥലം ഉൾക്കണ്ണിൽ കണ്ടു വലയെറിയാൻ ഇവർക്കെല്ലാം ഒരേപോലെ പറ്റുവാര്ന്ന്. പക്ഷേങ്കി കടലുകൊടുക്കണ അളവില്ലാത്ത സന്തോഷത്തിന്റെ ഒടുക്കം വലിയ കരച്ചിലിലായിരിക്കുവെന്നാരുമന്നറിഞ്ഞില്ല. ഇവരിലൊരാളുപോലും ആയുസ്സെത്തി പോയട്ടില്ല. ഗ്രിഗറിച്ചായി മുറ്റത്തു തെറുപ്പു വലിച്ചോണ്ടു നിന്നപ്പഴാ വെട്ടിവിയർത്ത് പെടഞ്ഞുവീണത്. ദാനിയേലു വെല്ല്യപ്പായാണേ വാതം പെരുത്ത് നരകയാതന തിന്നാ പോയത്. മകൻ ആമോസിന്റേതാവട്ടെ പെണം പോലും ഓർമ്മയ്ക്കു കിട്ടീല്ല. പിന്ന ബേസിച്ചാച്ചിയുടെ കാര്യം ഞാൻ പ്രത്യേകം പറയണ്ടല്ല."

"എന്റപ്പായും ഇവരപ്പോലയായിരുന്നല്ലേ?"

ബെഞ്ചമിൻ ഇടറിയ ശബ്ദത്തിൽ ചോദിച്ചു.

"കടല് കനിയുന്നവർക്ക് കരയിൽ ആയുസ്സ് കൊറവാ ബെഞ്ചമിനേ. നീ അത്രമാത്രം ഇപ്പോ ചിന്തിച്ചാ മതി. ബാക്കിയൊക്ക മറന്നിട്ട് നന്നായിട്ട് പഠിക്ക്. ലീലാമ്മയ്ക്കും ഞങ്ങക്കും ഇനി നീയേയൊള്ള്. അതെപ്പോഴും ഉള്ളില് വേണം."

വള്ളം കരയ്ക്കടുപ്പിച്ചു ബെഞ്ചമിനെ ചേർത്തുപിടിച്ചുകൊണ്ടു ലൂസി വീട്ടിലേക്കു തിരികെ നടന്നു. കുന്നുകഴിഞ്ഞു വയറ്റാട്ടിക്കിണറിനരികെ എത്തിയപ്പോൾ ലൂസിക്കരികിലേക്ക് ഇരുട്ടിൽ നിന്നൊരു പെരുത്ത നിഴൽ മെല്ലെ കടന്നുവന്നു. ഉയർന്നു പിരിഞ്ഞ കൊമ്പൻമീശയും അന്തരീക്ഷത്തിൽ പടർന്ന ബീഡിപ്പുകയും കണ്ണിൽപ്പെട്ടപ്പോൾ തന്നെ അനിക്ലേത്തു സ്രാങ്കിന്റെ സാന്നിധ്യം ബെഞ്ചമിൻ തിരിച്ചറിഞ്ഞു.

"മകളെപ്പ വന്ന്?"

ലൂസിയെ നെഞ്ചോടടുപ്പിച്ചുകൊണ്ടു അയാൾ ചോദിച്ചു.

"ഉച്ച കഴിഞ്ഞപ്പാ."

"അവനെ കണ്ടോ പോയി?"

"ഉം."

"കഴിഞ്ഞ പ്രാശം വന്നപ്പാരറിഞ്ഞ് ഇങ്ങനൊരു പോക്ക്പോയി ക്കളയുവന്നല്ലേ... ഇവിട കുഞ്ഞു വരണതും കാത്ത് ഒരു പണീം വേലേവായിട്ടു നടന്നവനാ."

"വാവാതമ്പുരാനവിടെ അവനെ വേണായിരിക്കും അപ്പാ. അതാ യിരിക്കുവല്ലാ പെട്ടെന്നിങ്ങനെ വിളിച്ചുകളഞ്ഞത്."

"വിളിച്ചെന്നാ, എന്റ കൊക്കിന് താഴേന്ന് പറിച്ചു കൊണ്ടുപോയി കൊന്നതാ."

"അപ്പായെന്തക്കയാ ഈ പറയണേ."

"വന്നൊടനെ ഇവൻ നിന്നേം ക്ലാസ്സെടുത്തു കാണുവല്ലേ?"

ബെഞ്ചമിനെ തുറിച്ചു നോക്കിക്കൊണ്ട് അനിക്ലേത്ത് തിരികെ നടന്നപ്പോൾ ലൂസി അയാളുടെ തോളിൽ മെല്ലെ പിടിച്ചു.

"ഇത്രേം നാളുകൂടി കണ്ടിട്ട് അപ്പായെനിക്കൊന്നു സുഖവാ ണോന്നുപോലും ചോദിക്കാതെ പോകുവാണല്ലേ."

തൊണ്ടക്കുഴിയിൽ തങ്ങിനിന്നിരുന്ന തേങ്ങൽ ആ ഒരു ചോദ്യ ത്തോടെ പുറത്തേക്കണപൊട്ടിയപ്പോൾ ലൂസി അയാളുടെ തോളിൽ ചാഞ്ഞു ദീർഘമായി വിതുമ്പി. എന്നാൽ നിറഞ്ഞൊഴുകിയ കണ്ണു കൾ ഇരുകൈകളും കൊണ്ടൊപ്പിയ ശേഷം അവരിരുവരെയും തിരിഞ്ഞു നോക്കാതെ അനിക്ലേത്ത് സ്രാങ്ക് ധൃതിയിൽ ഇരുട്ടിലേക്കു മറഞ്ഞു.

മനസ്താപ പ്രകരണം

ഏതെങ്കിലുമൊരു പാപം ചെയ്യുക എന്നതിനേക്കാൾ മരിക്കാനും ഞാൻ സന്നദ്ധനായിരിക്കുന്നു. ആമേൻ.

വ്യാഴാഴ്ച വൈകിട്ടുള്ള കുർബ്ബാന കഴിഞ്ഞു പള്ളിവാതിൽ കൊട്ടിയടക്കാൻ കപ്യാര് ആന്റപ്പൻ വെളിമണ്ണിലേക്കിറങ്ങിയ സമയത്താണ് തൊയാക്കളിയന്റെ തോളിൽ താങ്ങി അനിക്ലേത്ത് സ്രാങ്ക് പള്ളിമേടയിലേക്കെത്തിയത്. ആലപ്പുഴ രൂപതയിലെ പള്ളിപ്പെരുന്നാളുകളിൽ ഒരുകാലത്തു ഒഴിവാക്കാനാകാത്ത ഘടകമായിരുന്ന കാർമ്മാനാടകങ്ങളിൽ തൊയാക്കളിയൻ എന്ന കഥാപാത്രം നിരന്തരം ചെയ്തു പേരെടുത്ത പത്രോവെല്ല്യപ്പനു ആഴ്ചയിലൊരിക്കലെങ്കിലും പൊനപ്പാസിന്റെ ഷാപ്പിലെത്തി നാലുകുപ്പി അകത്താക്കിയില്ലെങ്കിൽ വയറിനു പിടിക്കത്തില്ലായിരുന്നു. നാളുകൾക്കിപ്പുറം പഴയ ദോസ്തിനെ കൂട്ടുപിടിച്ച സന്തോഷത്തിൽ സ്രാങ്കും അളവിലധികം വയറു വീർപ്പിച്ചു കഴിഞ്ഞപ്പോൾ തന്നെയൊന്നു പൊക്കിമേടയിലെത്തിക്കണമെന്ന് അയാൾ മീശമുരട്ടി ചട്ടം കെട്ടി.

“എന്താ സ്രാങ്കേ ഈ സമയത്ത്?” ആന്റപ്പൻ മുഞ്ഞി കൂർപ്പിച്ചു ചോദിച്ചു.

“അച്ചനില്ലേടാ അകത്ത്, എനിക്കൊന്നു കുമ്പസാരിക്കണം.”

“അച്ചമ്മാര് രണ്ടും കെടന്നല്ലാ. താൻ പോയിട്ടിനി രാവിലെ വെല്ലോം വാ.”

“രാവിലെ മെനക്കെടാൻ വയ്യ. നീ അച്ചനെ വിളിയെടാ. എനിക്കിപ്പത്തന്നെ കുമ്പസാരിക്കണം.”

“തനിക്കു പറഞ്ഞാലും മനസ്സിലാവത്തില്ലേ. ഇതിനൊക്കൊരു നേരോം കാലോവൊണ്ട്.”

“ഡാ പെഴകെട്ട നാറീ, നിന്റ കൊണപ്പു നിർത്തി വേഗം പോയി അച്ചനെ വിളിച്ചോണ്ടു വാടാ. കുമ്പാരി പറയണതു കേക്കാതെ നീയിന്നൊന്നു വീടു പിടിക്കണതു കാണണവല്ലാ.”

തൊയാക്കളിയൻ കൈച്ചുരുട്ടി മുന്നോട്ടാഞ്ഞപ്പോൾ കപ്യാർ

ഭയന്നു മേടയിലേക്കോടി. കൊറച്ചു സമയം കഴിഞ്ഞപ്പോൾ ജോർജ ച്ചൻ കണ്ണും തിരുമ്മി മുറ്റത്തേക്കിറങ്ങി വന്നു.

“സ്രാങ്കിനു നേരവൊന്നു വെളുത്തിട്ടു കുമ്പസാരിച്ചാ പോരേ?”

“പറ്റത്തില്ലച്ചോ. എനിക്കിനി നേരം വെളുത്തില്ലെങ്കിലാ?”

“കള്ളാണീ സംസാരിക്കണത്. എന്നാലും ഞാൻ കുമ്പസാരം തരാം വാ.”

കുമ്പസാരക്കൂട്ടിലെ പൊടി തട്ടിമാറ്റി കഴുത്തിൽ സ്റ്റാൾ വലി ച്ചിട്ട് അച്ചൻ ആശീർവദിച്ച ശേഷം ഇരിപ്പിടത്തിലേക്കു സാവധാന മിരുന്നു. തൊയാക്കളിയനോടു വീട്ടിലോട്ടു തിരിച്ചുപൊക്കോളാൻ പറഞ്ഞശേഷം സ്രാങ്ക് അച്ചനഭിമുഖമായി മുട്ടിന്മേൽ നിന്നു.

“പിതാവു നിന്റെ പാപങ്ങൾ പൊറുക്കട്ടെ. പറഞ്ഞോ സ്രാങ്കേ.”

പുറത്തകലെ കവലയിൽ കരോൾ ഗാനങ്ങൾ മുഴങ്ങുന്നതു അല്പ നേരം കണ്ണടച്ചു കേട്ടിരുന്നശേഷം സ്രാങ്ക് കുഴഞ്ഞ സ്വരത്തിൽ പറഞ്ഞു തുടങ്ങി. “അച്ചൻ ചക്കാലക്കലെയാണല്ലേ? ചെല്ലാന ത്തൊള്ള?”

“അതെ. സ്രാങ്കിനെങ്ങനെയറിയാം.”

“ഞാൻ ചെറുപ്പത്തില് വലപ്പണിക്കും കള്ളടിക്കാനുവൊക്കെ അവിടേം സേവ്യർദേശുവൊക്കെയായിട്ടു തന്നെയായിരുന്ന്. ഞാനും പേദറുവൊക്ക നിങ്ങട വീടിന്റ പറ്റയൊക്ക പലതവണ വന്നിട്ടു വൊണ്ട്.”

“അപ്പ, അപ്പനേം അറിയാൻ പറ്റുവല്ലാ?”

“പിന്നറിയാണ്ട്. പീറ്ററ് മൊതലാളി എന്തുമ്മാത്രം റാക്ക് വാങ്ങി ത്തന്നിരിക്കണ്. അച്ചനൊരു കൂട്ടുകാരനില്ലേരുന്നാ ഒരു ചെറുമി ചെറുക്കൻ. പേരു ഞാൻ മറന്ന്.”

സ്രാങ്കിന്റെ ചോദ്യം കേട്ട ജോർജച്ചന്റെ ഉള്ളംകാൽ പെട്ടെന്നു തണുത്തു.

“ആഹ് ഓർക്കണില്ല. അന്നു നിങ്ങളെ രണ്ടുപേരേം കവലേല് കെട്ടിയിട്ടപ്പ കള്ളിന്റേം കറുപ്പിന്റേം പൊറത്ത് ആ ചെക്കനിട്ടു ഞാനു മൊരു താങ്ങ് താങ്ങിയാരുന്ന്. പിന്ന രണ്ടുദിവസം കഴിഞ്ഞാ കോട്ടു വന്ന് അതു തീർന്നു പോയെന്നറിഞ്ഞത്.”

ചോരനിറത്തിൽ വായിൽ നിന്നു നൊരയും പതയും തുപ്പി നില ത്തിഴഞ്ഞ പുക്കരന്റെ ചിത്രം ഓർത്തപ്പോൾ അച്ചന്റെ ഉള്ളുരുകി.

“പീറ്ററ് മൊതലാളിയുടെ മകനാണ് പുതിയ അച്ചനെന്ന് അറി ഞ്ഞപ്പത്തൊട്ട് ഇവിടെ വന്നൊന്നു കുമ്പസാരിച്ചിതൊക്കെ പറയണ മെന്നു കൊറേനാളായിട്ട് കരുതിയതാ. പക്ഷേ ഇപ്പഴാ ഒത്തത്.”

തിളച്ചുവന്ന രോഷം കടിച്ചമർത്തി ജോർജച്ചൻ, സ്രാങ്കിന്റെ മുഖത്തേക്കു നോക്കി.

"ഇതുമാത്രേ പറയാനൊള്ളാ സ്രാങ്കേ?"

"അല്ലച്ചോ. പറയാൻ പറ്റണതൊക്കെ ഞാൻ പറയും. ചോദ്യമിങ്ങോട്ടു ചോദിക്കാതെ അതെല്ലാം കേപ്പിക്കാനാണല്ലോ കുമ്പസാരക്കൂട്ടീ വരണത്."

"ശരി. പറഞ്ഞോ."

അച്ചൻ മനസ്സു ശാന്തമാക്കി നിവർന്നിരുന്നു.

"എന്റ മകൻ പോയത് അച്ചൻ മറന്നിട്ടില്ലല്ലാ. അന്നു വൈകുന്നേരം തിരിവടിക്കുമെന്ന് എന്റ മനസ്സീ മാത്രവാ തോന്നിയേ. പടിഞ്ഞാറീന്ന് പൊറവാ പൊന്തി വരണൊണ്ട് കടലീ പോകല്ലേടാന്നു അമ്മച്ചീം ലീലാമ്മേം കാലേവീണു പറഞ്ഞതാ. നരകം പിടിക്കാനപ്പ ഒന്നും തലേക്കേറില്ല. അവനും അഭിപ്രായമൊന്നും മിണ്ടാഞ്ഞപ്പോ എന്നത്തേയും പോല ഞങ്ങള് വള്ളവെറക്കി. വള്ളം നടുക്കടലിലെത്തി വല വിരിച്ചു തൊടങ്ങിയപ്പ മഴയും പൊടിച്ചു കഴിഞ്ഞാരുന്ന്. വെള്ളം കടുത്തു പെയ്തു തൊടങ്ങിയപ്പ അമരത്തീന്ന് എന്റെ കൊച്ച് എന്നെയൊരു നോട്ടം നോക്കിയച്ചോ. അപ്പാ, നമുക്കു തിരിച്ചു പോവാപ്പാ എന്നു തന്നെയായിരുന്നിരിക്കണം അതിന്റർത്തം. കണ്ണടച്ചു തൊറക്കണേനു മുമ്പു വള്ളം നെടുക്കണ്ടം പെളർത്തിക്കൊണ്ടൊരിടി വെട്ടി. പിന്ന ഞാൻ കാണണത് എന്റെ കുഞ്ഞിനെ കടിച്ചു വലിച്ചോണ്ടവള് താഴോട്ടു പോണതാ."

"ആര്?"

"അവള് തന്നെ. ആ കൊമ്പൊള്ള പൊലയാടി. ഇവിടൊള്ളവമ്മാർക്കൊക്ക അവള് പേടിസൊപ്നമാണല്ലാ. പോഴൻ പുണ്ണാക്കമ്മാരുടെ റാണിയല്ലേ..."

"സ്രാങ്കെന്തൊക്കെയാ ഈ പറയുന്നതെന്ന ബോധവൊണ്ടോ?"

"കള്ള് കുടിച്ചത് അനിക്ലേത്താണ്. അല്ലാത തിരിച്ചല്ല. ഞാൻ പറയണതും ചെയ്തതുവെല്ലാത്തിനേം കുറിച്ച് നല്ല വ്യക്തതയൊണ്ടെനിക്ക്."

കൈമടക്കിൽ തിരുകിയിരുന്ന ബീഡി ചുണ്ടിലെടുത്തു വെച്ചു തീ കൊളുത്തിക്കൊണ്ടു അയാൾ തുടർന്നു.

"ഈയെടെയെല്ലാം പടിഞ്ഞാറടിഞ്ഞ പൊറ്റ മുഴുവൻ കടലീന്ന് ചീഞ്ഞടിഞ്ഞതല്ല. അങ്ങനെയാണ് നിങ്ങളൊക്ക കരുതിയെങ്കി തെറ്റ്."

"പിന്നെ?"

"ഞാൻ കൊന്നു കൊണ്ടിട്ടതാ മൊത്തോം."

നെഞ്ചിലെ ഭാരം പതിന്മടങ്ങു കൂടിയപ്പോൾ ഉച്ചത്തിൽ ചുമച്ചു കൊണ്ടു ഭീതിയോടെ ജോർജച്ചൻ അനിക്ലേത്തിന്റെ കണ്ണുകളിലേക്കു നോക്കി. വന്യമായൊരു ചെറുചിരിയോടെ അയാൾ കുമ്പസാരക്കൂടി നടുത്തേക്ക് കൂടുതൽ ചേർന്നിരുന്നു. വായിൽനിന്നു വമിച്ച പുക ച്ചുരുളുകൾ പള്ളിക്കുള്ളിലെ ശാന്തമായ അന്തരീക്ഷത്തിൽ കൊഴുത്ത മേഘക്കെട്ടുകൾ തീർത്തപ്പോൾ താനഭിമുഖീകരിക്കുന്നതു ചെകു ത്താനെയാണെന്നു ജോർജച്ചനു പെട്ടെന്നു തോന്നി.

“അവള പിടിക്കാൻ വേണ്ടി തന്നെയാ കെണിവെച്ചു കാത്തി രുന്നു തൊടങ്ങിയത്. പക്ഷേങ്കി വന്നുപെട്ടത് വേറേതോ പാഴുകളാ. പിന്ന നമ്മളൊക്കെ വള്ളക്കാരല്ലേ... വലയിൽ കുടുങ്ങിയതിന്റെ വലുപ്പ ചെറുപ്പം നോക്കാതെ കൊങ്ങ കണ്ടിച്ചു വെളിയിലെടുത്തിട്ട്. കൊരവള്ളി പൊട്ടി ചോരേം തീട്ടോം ചീറ്റിച്ച് ഓരോന്നും പെടഞ്ഞു തീരണത് എന്റെ കുഞ്ഞിനു വേണ്ടി രസിച്ചങ്ങു കണ്ട്. ഓരോ തവണ കഴുത്തിൽ കത്തിയിറക്കുന്നേനും മുമ്പു ഇതുങ്ങളെന്നെ ദയനീയ മായി നോക്കി എന്തോയൊരു ശബ്ദമിടും. അതുകേട്ടു കഴിയുമ്പോ എന്തൊരു മനസ്സുഖവാണെന്നറിയാവോ...”

“മതി. നിർത്ത്.”

ജോർജച്ചൻ മനസ്സറച്ചുകൊണ്ട് ഉച്ചത്തിലലറി.

“നിങ്ങളൊരു മനുഷ്യനാണോ?”

അയാൾ മറുപടിയൊന്നും പറയാതെ ഉച്ചത്തിൽ ചിരിച്ചുകൊണ്ടു കുമ്പസാരക്കൂട്ടിൽ നിന്നെഴുന്നേറ്റു.

“കൊന്നതില് മനസ്തപിച്ചു കുമ്പസാരിക്കാൻ വന്നതല്ല ഞാൻ. നാട്ടിലൊള്ള മറ്റു നാറികളെപ്പോലെയല്ല ഈ അനിക്ലേത്തെന്നു വരത്തനായ നീയെങ്കിലും അറിഞ്ഞിരിക്കണം. അല്ലാത ആ പുഴുത്ത ജെന്തുക്കളെ തീർത്തതില് എനിക്കു കുറ്റബോധം വരാനാ... അതു നല്ല കൂത്ത്.”

പള്ളിക്കൈവെരിയിൽ ബീഡിക്കുറ്റി കുത്തിക്കെടുത്തിയ ശേഷം അയാൾ വേച്ചുവേച്ചു പുറത്തേക്കിറങ്ങി. ആനവാതിൽ പിന്നിട്ട് അൾത്താരയ്ക്കു മുൻപിൽ തിരിഞ്ഞുനിന്നുകൊണ്ട് അയാൾ പേടി ച്ചരണ്ട ജോർജച്ചനെ നോക്കിപ്പറഞ്ഞു.

“അച്ചോ... ഈ അൾത്താരയും വിയാനി പുണ്യാളനും സത്യ വൊള്ളതാണെങ്കി നാളെയിരുട്ടി വെളുക്കുമ്പോ ആ പെഴച്ചവളുടെ തല ഈ പള്ളിമുറ്റത്തൊണ്ടാവും. അതിനു പറ്റിയില്ലെങ്കി അനിക്ലേ ത്തിനെ പിന്നെയാരും വാവക്കാട്ടില് കാണില്ല. വാക്കാണ്.”

അത്രയും പറഞ്ഞുകൊണ്ടു പള്ളിപ്പറമ്പിൽനിന്നു ഫ്രാങ്കിന്റെ രൂപം മെല്ലെ മറഞ്ഞു തുടങ്ങിയപ്പോൾ നടവഴിയിൽവച്ച് അയാൾ

അടഞ്ഞസ്വരത്തിലുരുവിട്ട വാക്കുകൾ കമാനത്തെ മൂടിയ മഞ്ഞിൽ മുഴങ്ങിക്കേട്ടുകൊണ്ടിരുന്നു.

"എന്റെ ദൈവമേ, ഏറ്റം നല്ലവനും എല്ലാറ്റിനും ഉപരിയായി സ്നേഹിക്കപ്പെടുവാൻ യോഗ്യനുമായ അങ്ങേക്കെതിരായി പാപം ചെയ്തുപോയതിനാൽ പൂർണ്ണഹൃദയത്തോടെ ഞാൻ മനസ്തപിക്കുകയും പാപങ്ങളെ വെറുക്കുകയും ചെയ്യുന്നു. അങ്ങയെ ഞാൻ സ്നേഹിക്കുന്നു. എന്റെ പാപങ്ങളാൽ എന്റെ ആത്മാവിനെ അശുദ്ധമാക്കിയതിനാലും സ്വർഗത്തെ നഷ്ടപ്പെടുത്തി നരകത്തിനു... നരകത്തിനു അർഹനായി തീർന്നതിലും ഞാൻ ഖേദിക്കുന്നു."

മുഖത്തു പൊടിഞ്ഞ വിയർപ്പുതുള്ളികൾ ലോഹയിൽ തുടച്ച ശേഷം ജോർജച്ചൻ മുഖംപൊത്തി കുമ്പസാരക്കൂട്ടിനുള്ളിലേക്കു കുഴഞ്ഞിരുന്നപ്പോഴും പുറത്തകലെ ഫ്രാങ്കിന്റെ സ്വരം നേർത്തു വ്യക്തമായി കേട്ടിരുന്നു.

യുദ്ധം

They will stumble repeatedly, they will fall over each other.
They will say, 'Get up, let us go back to our own people
and our native lands, away from the sword of the oppressor.

വളഞ്ഞു കൂർത്ത ഭീമൻ ചൂണ്ടക്കൊളുത്തുകളിൽ വള്ളപ്പശ നാലു ഭാഗത്തും നന്നായിപ്പുരട്ടി നുറുക്കിവെച്ച ചില്ലുപൊടിയിൽ മുക്കിയെടുത്ത ശേഷം ഡാനിച്ചൻ അവ ഓരോന്നായി സ്രാങ്കിന്റെ കയ്യിലേക്ക് ചുറ്റിക്കൊടുത്തു. മൂടി നിന്ന മഴക്കാറും ഇടതടവില്ലാതെ വീശിക്കൊണ്ടിരുന്ന തണുത്ത കാറ്റും അന്നേദിവസം വാവക്കാടിനെ പൂർണ്ണമായും വിജനമാക്കിക്കഴിഞ്ഞിരുന്നു. ചൂണ്ടക്കൊളുത്തുകൾ ഭദ്രമായി അരയിൽ ചുരുട്ടിവെച്ചുകൊണ്ട് അനിക്ലേത്ത് മെല്ലെ സെമിത്തേരിയിലേക്കു നടന്നു. രാവിലത്തെ കുർബ്ബാന കഴിഞ്ഞു ലൂസിയും ലീലാമ്മയും കത്തിച്ചുവെച്ചിരുന്ന മെഴുകുതിരികളും വിടർന്നു നിന്ന കടലാസു പൂച്ചെണ്ടും തട്ടിമാറ്റി അൽപോയുടെ കുഴിക്കു മുകളിലേക്കു കുപ്പായത്തിനുള്ളിൽ സൂക്ഷിച്ചിരുന്ന അരികു കൂർത്ത പിച്ചാത്തി ചേർത്തുവെച്ചുകൊണ്ടു ദീർഘനേരം അയാൾ മുട്ടിന്മേൽ നിന്നു പ്രാർത്ഥിച്ചു. ഈ പകലും രാത്രിയും അന്ത്യത്തിലെത്തുമ്പോൾ ഒരുതരി ഉയിരെങ്കിലും ബാക്കിയുണ്ടെങ്കിൽ മകന്റെ പെടുമരണത്തിന് കാരണക്കാരായവരോടുള്ള പ്രതികാരം താൻ നിർദാക്ഷിണ്യം ചെയ്തിരിക്കുമെന്നു അനിക്ലേത്ത് ഉറക്കെ പ്രതിജ്ഞയെടുത്തു. മഴ പൊടിച്ചു തുടങ്ങിയപ്പോൾ സെമിത്തേരിയിൽ നിന്നു പേദർ വലമാട്ടിക്കൊണ്ടിരുന്ന ചായിപ്പിലേക്ക് സ്രാങ്ക് നടന്നെത്തി.

"എന്താടാ അനിക്ലേ?"

വായിലെ മുറുക്കാൻ വിരലുകൊണ്ടു വടിച്ചു പുറത്തേക്കു തുപ്പിക്കൊണ്ടു പേദർ ചോദിച്ചു.

"രാത്രി ഞാൻ വലയിടാൻ പോണ്."

"എവട തോട്ടിലാ?"

"അല്ല. കടലീ.''

"നിനക്കെന്തിന്റെ തലകെഴപ്പാടാ മയിരേ."

പേദർ വലച്ചുവട്ടിൽ നിന്നു ചാടിയെണീറ്റുകൊണ്ടു തുടർന്നു. "പൊലീസുകാരും കോസ്റ്റുകാടുകാരും നാഴിക്ക് നാപ്പതുവട്ടം വിളിച്ചോണ്ടു പറഞ്ഞു പോയതു നീ കേട്ടതാണല്ല. പെരുത്ത മഴയാണ് ഇന്നും നാളേം പെയ്യാൻ പോണത്."

"നടുക്കടലീ നിക്കുമ്പ നമ്മള് കാണാത്ത മഴയൊന്നുവല്ലല്ലാ പെയ്യാൻ പോണത്. അതു നീ വിട്. നിനക്കെന്റെ കൂട വരാൻ പറ്റുവാ?"

"ആഹ്, നന്നായിട്ടൊണ്ട്. നീ ആളെ വിട്ടുപിടി അനിക്ലേ. എനിക്കെന്റെ മോളിക്കുട്ടിയെക്കണ്ടു കൊതി തീർന്നട്ടൊന്നുവില്ല."

"ഇത്രേം കാലത്തിനെടക്ക് നിന്നോടൊക്ക എന്തേലും സഹായോം ചോദിച്ചോണ്ടു ഞാൻ വന്നിട്ടൊണ്ടോ?"

"എടാ, അതുപോലാണായിത്?"

"ഞാൻ തീർന്നുപോയാലും നീ നാളെ ജീവനോടെ കരക്കെത്തിയിരിക്കും. ഇത് അനിക്ലേത്തു സ്രാങ്കിന്റെ വാക്കാ."

പേദർ മൗനമായി തലകുമ്പിട്ടു നിന്നു.

"രാത്രി ഞാനെന്തായാലും വള്ളവെറക്കും. നിനക്ക് വരണേ വരാം. ശെരിയെന്നാ."

അത്രമാത്രം പറഞ്ഞുകൊണ്ടു സ്രാങ്ക് തിരികെനടന്നപ്പോൾ പള്ളിക്കവലയിൽ വലിച്ചു തൂക്കിയിരുന്ന ക്രിസ്തുമസ് നക്ഷത്രം ആഞ്ഞുവീശിയ കാറ്റിൽ കെട്ടഴിഞ്ഞു നിലംപൊത്തിയിരുന്നു. അതേ സമയം ഉരുണ്ടുവന്ന പൊറവ വകവെക്കാതെ പൊടിവാവ വീട്ടിൽ നിന്നോടിക്കെതച്ചു മൂണിക്കുന്നിലേക്കെത്തിയിരുന്നു. ആച്ചപ്പൻ കത്തിച്ചു കൈമാറിയ ബീഡി ആഴത്തിൽ വലിച്ചുകൊണ്ടു ബെഞ്ചമിൻ വയറ്റാട്ടിക്കിണറിന്റെ കൈവരിയിൽ ചാരിയിരുന്നു.

"അനിക്ലേത്തപ്പാ ചൂണ്ടേം വാങ്ങിയട്ട് പോണതു ഞാൻ കണ്ടെടാ." പൊടിവാവ ശ്വാസമെടുത്തുകൊണ്ടു പറഞ്ഞു.

"അപ്പങ്ങേരിന്നു വൈകിട്ടു തന്നെ വള്ളവെറക്കുവെടാ. ഒറപ്പാ."

"വള്ളവെറക്കിയാലും ഈ മഴ പെയ്യാൻ പോകുമ്പയെങ്ങനാ?"

സ്റ്റീപ്പൻ ബെഞ്ചമിനരികിലേക്കു ചേർന്നിരുന്നുകൊണ്ടു ചോദിച്ചു.

"അപ്പാപ്പനു മഴയൊന്നും ഒരു വിഷയവല്ലടാ. എന്തോ കൂടിയ ചെകുത്താനാ ദേഹത്ത് കേറിയിരിക്കണത്. അതല്ലേ അത്രേം നാളും കൂടി കണ്ടിട്ട് ലൂസിയമ്മയെ പോലും വകവെക്കാഞ്ഞത്."

"എടാ, അങ്ങേര് അയാക്കിഷ്ടവൊള്ളത് ചെയ്യട്ടെ. എന്തായാലും നമുക്കും ഈ നാട്ടിലൊള്ളവർക്കാർക്കും ദ്രോഹവൊന്നുവില്ലല്ലോ. പിന്നെന്താ പ്രശ്നം?"

“അതങ്ങനല്ല വൈദ്യരേ. അപ്പാപ്പൻ ചെയ്യണതിൽ വലിയെന്തോ നീതികേടൊണ്ടെന്നെന്റെ മനസ്സു പറയുന്ന്.”

“ശരി. അങ്ങനാണേത്തന്നെ നമുക്കെന്തു ചെയ്യാൻ പറ്റും?”

അല്പനേരത്തെ നിശ്ശബ്ദതയ്ക്കു ശേഷം കയ്യിലെ ബീഡിക്കുറ്റി ഞെരിച്ചെറിഞ്ഞുകൊണ്ടു ബെഞ്ചമിൻ സ്പഷ്ടമായിപ്പറഞ്ഞു.

“നമുക്കിന്നിതു തടയണം. കടലീ പോയിട്ടാണെങ്കി അങ്ങനെ.”

“നീ കാര്യവായിട്ടാണാ?”

“ആടാ, അപ്പാപ്പനെന്തിനാ ഇതൊക്കെ ചെയ്യണതെന്നെനിക്കറിയണം. ഇല്ലേ എനിക്കൊരിക്കലും ഒറങ്ങാൻ പറ്റത്തില്ലെടാ.”

“പക്ഷേ നമ്മളെങ്ങനയീ മഴ പെയ്യാൻ പോകുമ്പ പോകും? ആരു വള്ളം തൊഴയും?”

“വള്ളം ഞാൻ തൊഴഞ്ഞോളാം. പക്ഷേങ്കി ഇന്നത്തോടെ സ്രാങ്കിന്റെ പൊറകേയൊള്ള അലച്ചില് എല്ലാം നിർത്തിക്കോണം. സമ്മതവാണാ?”

ആച്ചപ്പന്റെ ആവശ്യം എല്ലാവരും ഒരേ സ്വരത്തിൽ സമ്മതിച്ചു.

സന്ധ്യാമണി പള്ളിഗോപുരത്തിൽ മുഴങ്ങിയപ്പോൾ പൊഴിയിലും കരയിലും മഴ കടുത്തു തുടങ്ങിയിരുന്നു. കഴുത്തിലണിഞ്ഞിരുന്ന വെള്ളിമുത്തുകൾ കോർത്ത ജപമാല ഊരി മെല്ലെ ചുഴറ്റിക്കൊണ്ടു ജോർജച്ചൻ മേടയിൽ നിന്നു അൾത്താരയ്ക്കു മുന്നിൽ വന്നു മുട്ടിന്മേൽ നിന്നു. ഇരുളും ജലവും വാവക്കാടെന്ന കൊച്ചു ഗ്രാമത്തെ സാക്ഷി നിർത്തി യുദ്ധത്തിനൊരുങ്ങിയ ആ രാത്രിയിൽ താൻ ഒടേതമ്പുരാനിലേക്കു മാത്രം അലിഞ്ഞുചേരണമെന്ന് അയാൾ മനസ്സുകൊണ്ടതിയായി ആഗ്രഹിച്ചിട്ടുണ്ടാവാം. മഴവെള്ളം അതിരുകൾ പിന്നിട്ടൊഴുകിത്തുടങ്ങിയപ്പോൾ അനിക്ലേത്ത് സ്രാങ്ക് പൂർണ്ണനഗ്നനായി പൊഴിയിലേക്കു നീന്തിയിറങ്ങി. പതിറ്റാണ്ടുകളുടെ അവശേഷിപ്പുകളെന്നോണം ഓർമ്മകൾ തികട്ടിയ നിമിഷങ്ങളെ സാക്ഷി നിർത്തി അയാൾ വാവക്കാട്ടു പൊഴിയിൽ മുങ്ങിക്കുളിച്ചു. താൻ കണ്ടും കേട്ടും വളർന്ന തലമുറകൾ ഓരോന്നും ആ ഒരൊറ്റ കുളിയിൽ സ്രാങ്കിനു മുന്നിലൂടെ മിന്നിമറഞ്ഞുപോയി. തലയൊപ്പി വീട്ടിലേക്കു തിരികെയെത്തിയ ശേഷം എര കോർക്കാനായി താൻ കശക്കിക്കെട്ടിവെച്ചിരുന്ന ചീഞ്ഞ മത്തിക്കൊടലും മീൻ വെള്ളവും രണ്ടു വലിയ ചെമ്പുകുടത്തിൽ നിറച്ച് പൊഴിക്കടവിൽ കെട്ടിയിട്ടിരുന്ന വള്ളത്തിനരികിലേക്കു നടന്നു. മഴയുടെ കാഠിന്യം വർധിച്ചതിനാൽ തൂവാനം കണ്ണിലടിക്കാതിരിക്കാനായി നിറം മങ്ങിയ ഒരു വട്ടത്തൊപ്പി അനിക്ലേത്ത് തലയിൽ വെച്ചിരുന്നു. വള്ളം പൊഴിയിലിറക്കി തുഴഞ്ഞു തുടങ്ങിയപ്പോൾ പേദറും ക്ലെമന്റും കൂവിക്കൊണ്ടു പുറകേ വന്നു സ്രാങ്കിനൊപ്പം ചാടിക്കേറി.

"വരുകേലെന്നു പറഞ്ഞിട്ട്?"

"പിന്ന ചിന്തിച്ചപ്പ കാര്യവൊന്നുവില്ലാതെ ഈ മുച്ചൂടും മുടിക്കണ നേരത്ത് നീ കടലീ പോകത്തില്ലെന്ന് തോന്നി. ഇവനേം കൂട്ടിക്കൊണ്ട് പിന്നിങ്ങു പോന്ന്. ഇനിയതിന്റെ പേരീ കെറുവു വേണ്ടല്ല."

പേദർ പറഞ്ഞ മറുപടികേട്ട് അനിക്ലേത്ത് മനസ്സറിഞ്ഞു ചിരിച്ചു. മഴവെള്ളം കുത്തിയൊലിക്കുന്നതിന്റെ ചുവടുപിടിച്ചു പൊഴിയുടെ അതിർ പിന്നിട്ട അവരുടെ വള്ളം കടലിലേക്കു പതിയെ പ്രവേശിച്ചപ്പോൾ കാറ്റും പതിവിലധികം ശക്തി പ്രാപിച്ചിരുന്നു. ഇരുട്ടും തണുപ്പും വിഴുങ്ങിയ അന്തരീക്ഷത്തിൽനിന്നു രക്ഷപ്പെടാനായി ക്ലെമന്റ് അമരത്തിനു ചുവട്ടിലുള്ള ട്രങ്കു പെട്ടിയിൽ നിന്നൊരു പെട്രോമാക്സ് എടുത്ത് വള്ളത്തിന്റെ നടുവിൽ കത്തിച്ചു വെച്ചു. ഉയർന്നുപൊങ്ങിയ തിരമാലയിൽപ്പെട്ടു വള്ളം ആടിയുലഞ്ഞപ്പോൾ സ്രാങ്ക് ക്ലെമന്റിന്റെ തോളിൽ മെല്ലെ കയ്യമർത്തിക്കൊണ്ടു ചോദിച്ചു.

"നീയെന്തിനാടാ വന്നേ?"

"നമ്മട കൊച്ചിനെ കൊന്നത് കറുമ്പച്ചനാണല്ലേടാ... അതല്ലേ നീയീ പരക്കംപാച്ചിലൊക്കെ പായണത്."

അനിക്ലേത്തൊന്നും മിണ്ടിയില്ല.

"നിനക്കെന്നോടെങ്കിലും ഒന്നു പറയാരുന്ന് അനിക്ലേ..."

സ്രാങ്ക് നിറഞ്ഞുവന്ന കണ്ണുകൾ അമർത്തിയടച്ചുകൊണ്ടു വേഗത്തിൽ തുഴഞ്ഞു.

അതേസമയം പൊനപ്പാസറിയാതെ ആച്ചപ്പൻ പൊഴിയിറമ്പിലടുപ്പിച്ച കൊച്ചുവള്ളത്തിൽ മൂണിക്കുന്നിൽ ഒളിച്ചിരുന്ന സ്റ്റീപ്പനും ബെഞ്ചമിനും സമയമൊട്ടും പാഴാക്കാതെ ചാടിക്കയറിയിരുന്നു. ക്രിസ്മസ് അലങ്കാരപ്പണികൾക്കായി ടൗണിൽ നിന്നു മുൻകൂട്ടി വാങ്ങിച്ചുവെച്ചിരുന്ന എൽ.ഇ.ഡി ലൈറ്റുകൾ വള്ളത്തിൽ ചുറ്റി പ്ലാസ്റ്റിക്കിൽ പൊതിഞ്ഞ് ഒരു ബാറ്ററിയുമായി ഘടിപ്പിച്ച് വൈദ്യര് പ്രകാശം വരുത്തിയപ്പോൾ സ്റ്റീപ്പൻ വീട്ടിൽനിന്നു കൊണ്ടുവന്ന കൊട്ടുവടിയും ചകിരിക്കയറും കയ്യിൽ മുറുക്കിപ്പിടിച്ചു എന്തിനും തയ്യാറായി നിന്നു. മഴവെള്ളം വകവെക്കാതെ കടലിന്റെ അതിരിനെ ലക്ഷ്യമാക്കി ആച്ചപ്പൻ വേഗത്തിൽ തുഴഞ്ഞപ്പോൾ ദൂരെയൊരു പൊട്ടുപോലെ സ്രാങ്കിന്റെ വള്ളത്തിലെ പെട്രോമാക്സിന്റെ വെളിച്ചം ബെഞ്ചമിൻ അമരത്തിരുന്നു എത്തിക്കുത്തി കണ്ടുപിടിച്ചു.

"ലൈറ്റോഫാക്കടാ. അവര് നമ്മളെയിനി കണ്ടാ പ്രശ്നവാ."

ബെഞ്ചമിൻ പറഞ്ഞതനുസരിച്ചു സ്റ്റീപ്പൻ പെട്ടെന്നു ബാറ്ററിയിൽ നിന്നു എൽ.ഇ.ഡിയുടെ വയർ വലിച്ചൂരി. വെളിച്ചമില്ലാതെ വള്ളം

ദിക്കറിയാതെ തുഴഞ്ഞു തുടങ്ങിയപ്പോൾ ആച്ചപ്പന്റെ മനസ്സിലേക്ക് പഴയ ഡിമീറ്ററിന്റെ കപ്പിത്താൻ കടന്നുവന്നു. പ്രതിസന്ധി നിറഞ്ഞ കടലിനെ ചങ്കൂറ്റം കൊണ്ടു നേരിട്ട അദ്ദേഹത്തെ മനസ്സിൽ ധ്യാനിച്ചു കൊണ്ടു വിറച്ചുതുടങ്ങിയ കൈകൾ കൂടുതൽ മുറുക്കെപ്പിടിച്ചു വൈദ്യര് ആവേശത്തിൽ മുന്നോട്ടു തുഴഞ്ഞു. മുഖത്തും ദേഹത്തും വെടിയുണ്ട കണക്കു പതിച്ചുകൊണ്ടിരുന്ന മഴത്തുള്ളികളെയും ഉയർന്നൊടിഞ്ഞ തിരമാലകളെയും ഭേദിച്ചുകൊണ്ട് സ്രാങ്കിന്റെ വള്ളം ഉൾക്കടലിലേക്കടുത്തപ്പോൾ ക്ലെമന്റ് കത്തിച്ചുവെച്ച പെട്രോമാക്സ് വലിയൊരു ശബ്ദത്തോടെ പൊട്ടിത്തെറിച്ചു. അനിക്ലേത്ത് തുഴച്ചിൽ നിർത്തി ആരും ഇനി ശബ്ദമുണ്ടാക്കരുതെന്ന് ആംഗ്യം കാണിച്ചപ്പോൾ വള്ളവും നിശ്ചലമായിക്കഴിഞ്ഞിരുന്നു. കടലിൽ അവസാനമില്ലാതെ പരന്നുകിടക്കുന്ന ഇരുട്ടിലേക്കു നോക്കിയിരുന്ന പേദറും ക്ലെമന്റും ഉൾക്കിടിലത്തോടെ വിളറിത്തുടങ്ങി. നിർഭയനായ സ്രാങ്ക് ചെമ്പുകുടത്തിൽ കലക്കിവെച്ചിരുന്ന മത്തിത്തലയും വെള്ളവും കടലിലേക്കു കലക്കിയൊഴിച്ചു. കൊഴുത്ത നെയ്യൻ മത്തിയുടെ അളിഞ്ഞ മാംസവും ചോരയും കടൽവെള്ളത്തിൽ പടർന്നപ്പോൾ അടിത്തട്ടിൽ നിന്നൊരു നീണ്ട സയറൻ ശബ്ദം അവരുടെ കാതുകളിലേക്കിരച്ചെത്തി. ഭയന്ന ക്ലെമന്റ് വള്ളത്തിന്റെ അരികിലേക്കു മാറിയിരുന്നുകൊണ്ടു വിശ്വാസപ്രമാണം ചൊല്ലാൻ തുടങ്ങിയ നേരം അനിക്ലേത്തും പേദറും ഡാനി തന്ന ചൂണ്ടക്കൊളുത്തുകൾ കുരുക്കഴിച്ചു നിവർത്തി കടലിലേക്കെറിയാനായി തയ്യാറെടുത്തു നിന്നു.

"മീനല്ലെന്നൊറപ്പാണാ?"

പേദർ താഴ്ന്ന ശബ്ദത്തിൽ ചോദിച്ചു.

"ഏതു മീനാണീ ശബ്ദവിടണത് നീ കേട്ടിട്ടൊള്ളത്. ഇതാ പൂറി തന്നെ. പൊങ്ങി വന്നാ ചെകിള നോക്കി കൊളുത്തെറിഞ്ഞോണം കേട്ടല്ലാ."

സ്രാങ്ക് പറഞ്ഞതുകേട്ട് പേദർ ചൂണ്ടക്കൊളുത്തിലെ പിടി കൂടുതൽ ബലപ്പെടുത്തി വള്ളത്തിന്റെ പടിയിൽ ചവിടി മുന്നോട്ടാഞ്ഞു നിന്നു. അല്പസമയം നീണ്ട നിശ്ശബ്ദതയ്ക്കു ശേഷം കനത്തു തുടങ്ങിയ ഇരുട്ടിനെയും കടലിനെയും വിറപ്പിച്ചുകൊണ്ടു ആഴത്തിൽ നിന്നു കേട്ട മൂളലുകളുടെ ഇരമ്പം വർധിച്ചു വന്നു. ബെഞ്ചമിനും സ്റ്റീപ്പനും അതിന്റെ തീക്ഷ്ണത താങ്ങാനാവാതെ ചെവിപൊത്തി നിലത്തിരുന്നപ്പോൾ വൈദ്യർ മനസ്സുഴറാതെ വള്ളം മുൻപോട്ടു തന്നെ തുഴഞ്ഞടുപ്പിച്ചു.

"ഇപ്പ പൊങ്ങി വരും."

ആദ്യം വെട്ടിയ ചുഴിയിലേക്കു പേദർ ചൂണ്ടക്കൊളുത്ത് വലിച്ചെറിഞ്ഞു. വള്ളത്തിൽ ചുറ്റിവെച്ചിരുന്ന ചൂണ്ടനൂൽ മുമ്പോട്ടിളകി

ത്തുടങ്ങിയപ്പോൾ കൊളുത്ത് കൃത്യം ഒടക്കിയിട്ടുണ്ടെന്നവർക്കു ബോധ്യപ്പെട്ടു. വള്ളത്തിനെച്ചുറ്റി ചെറുതും വലുതുമായ ചുഴികൾ രൂപപ്പെട്ടു തുടങ്ങിയപ്പോൾ അനിക്ലേത്ത് സ്രാങ്ക് കയ്യിലവശേഷിച്ച ചൂണ്ടക്കൊളുത്തുകളും കൂടി ലക്ഷ്യം തെറ്റാതെ എറിഞ്ഞു പിടിപ്പിച്ചു. മുഴങ്ങിക്കേട്ട അലർച്ചകളും വെള്ളത്തിനു മുകളിലൂടെ പുറത്തേക്കു ചീറ്റിയ രക്തവും വകവെക്കാതെ പേദറും ക്ലെമന്റും ചൂണ്ട നൂൽ ഒരുമിച്ചു വലിച്ചു വള്ളത്തിനടുത്തേക്കടുപ്പിച്ചു. ശമിച്ചു തുടങ്ങിയ മഴയിൽ നിന്നു മോചിക്കപ്പെട്ട ആകാശം ഭാഗികമായി തെളിഞ്ഞു വന്നപ്പോൾ കടൽപ്പരപ്പിനു മുകളിൽ മെല്ലെയുയർന്ന വിടർന്നു കൂർത്ത കൊമ്പുകളും പ്രാണരക്ഷാർത്ഥം ചുഴറ്റിയടിക്കുന്ന ഒരു നീളൻ വാലും അവർ ഇമവെട്ടാതെ നോക്കിനിന്നു.

"റാണി."

ബെഞ്ചമിൻ ഭയം നിറഞ്ഞ ശബ്ദത്തിൽ പറഞ്ഞു.

"വേഗം വലിച്ചു കേറ്റടാ മൈത്താണ്ടികളേ. ഇല്ലേ കൊളുത്തിപ്പ പൊട്ടും."

അനിക്ലേത്ത് ആക്രോശിച്ചപ്പോൾ ക്ലെമന്റും പേദറും സർവ്വശക്തിയുമെടുത്തു ചൂണ്ടനൂൽ ആഞ്ഞുവലിച്ചടുപ്പിച്ചു. വള്ളത്തിനടിയിലെത്തിയ കൊമ്പിൽ ഇരുകയ്യുമുപയോഗിച്ചു പിടുത്തമിട്ട ശേഷം സ്രാങ്ക് ഒരലർച്ചയോടെ മുകളിലേക്കു പിടിച്ചുയർത്തി. തനിക്കഭിമുഖമായി പൊങ്ങിവന്ന റാണിയുടെ കണ്ണുകളിൽ പകയോടെ നോക്കിക്കൊണ്ട് അയാൾ ആർത്തട്ടഹസിച്ചു. നെഞ്ചുതുളയ്ക്കുന്ന സയറൻ മുഴക്കിക്കൊണ്ടു കുതറിയോടാൻ ശ്രമിച്ച ആ ജീവിയുടെ മുഖത്തും പള്ളയ്ക്കും അനിക്ലേത്ത് മുഷ്ടി ചുരുട്ടി ശക്തിയിലിടിച്ചു. വേദനകൊണ്ടു പുളഞ്ഞു വള്ളത്തിന്റെ മൂലയ്ക്ക് ചുരുണ്ടുകൂടിയപ്പോൾ ഇരുണ്ടു തിളങ്ങിയ അതിന്റെ വിരിഞ്ഞ വാലിലും അയാൾ ആഞ്ഞുചവിട്ടി. മുഖത്തു തെറിച്ചുവീണ രക്തത്തുള്ളികൾ പരത്തിത്തുടച്ച് അയാൾ അരയിൽ കരുതിയിരുന്ന കത്തി പുറത്തെടുത്ത് റാണിക്കരികിൽ കുനിഞ്ഞിരുന്നു. തൊട്ടടുത്ത നിമിഷം തങ്ങൾ സാക്ഷ്യം വഹിക്കാൻ പോകുന്നത് ഏറ്റവും ഹീനമായൊരു കർമ്മത്തിനാണെന്നുറപ്പിച്ചുകൊണ്ടു ക്ലെമന്റും പേദറും കണ്ണിറുക്കിയടച്ചിരുന്നപ്പോൾ സ്രാങ്ക് ചോരതുപ്പിപ്പിടഞ്ഞുകൊണ്ടിരുന്ന റാണിയുടെ കഴുത്തിലമർത്തിപ്പിടിച്ചുകൊണ്ടു കത്തി മുകളിലേക്കുയർത്തി.

"അപ്പാപ്പാ വേണ്ട... അതിനെ വിട്."

നിനച്ചിരിക്കാതെ ബെഞ്ചമിന്റെ ശബ്ദം കേട്ടറച്ചു തിരിഞ്ഞ സ്രാങ്കിനെ ആച്ചപ്പനും സ്റ്റീപ്പനും വള്ളത്തിൽ ചാടിക്കയറി വട്ടം പിടിച്ചു പുറകിലോട്ടു മാറ്റി. പേദറും ക്ലെമന്റും അവരെ പിടിച്ചു മാറ്റാനായി ഓടിയടുത്തെങ്കിലും വട്ടം തടഞ്ഞു കൈകൂപ്പി നിന്ന

ബെഞ്ചമിനു മുന്നിൽ അവരിരുവരും മനസ്സില്ലാമനസ്സോടെ അടിയറവു പറഞ്ഞു. ആച്ചപ്പൻ സർവ്വശക്തിയുമെടുത്ത് അനിക്ലേത്തിന്റെ കൈ പുറകോട്ടടുപ്പിച്ചപ്പോൾ സ്റ്റീപ്പൻ അരയിൽ കെട്ടിയിരുന്ന ചക്കരക്കയറഴിച്ചു ഞൊടിയിടയിൽ അയാളുടെ കൈകൾ രണ്ടും കുടുക്കിട്ടു ബന്ധിച്ചു.

"ബെന്നിച്ചാ, മര്യാദയ്ക്ക് എന്നെയഴിച്ചോ. നിന്റപ്പനെ കൊന്നവളെയാ നീ രക്ഷിക്കാൻ നോക്കണത് കേട്ടാ. അൽപോ പൊറുക്കേല. ഞാനും..."

കടലു കുലുക്കിയുള്ള സ്രാങ്കിന്റെ വെല്ലുവിളികൾക്കു ചെവികൊടുക്കാതെ ചൂണ്ടക്കൊളുത്തുകളുടെയും മർദ്ദനത്തിന്റെയും മുറിവുകളും വിങ്ങലും ചുമന്നു കിതച്ചുകൊണ്ടിരുന്ന ആ വിചിത്ര സത്വത്തിനു സമീപം ബെഞ്ചമിൻ ശാന്തമായി ഇരുന്നു. ദ്രവിച്ചു തുടങ്ങിയ അതിന്റെ കൊമ്പുകളിൽ മെല്ലെ തലോടിക്കൊണ്ടിരുന്നപ്പോൾ റാണി പൊടുന്നനെ അവന്റെ വിരലുകളിൽ പിടിച്ച് അവ തന്റെ താടിയെല്ലിനു താഴെ തിളങ്ങിയിരുന്ന ചെകിളക്കുഴിയിലേക്ക് ആഴ്ത്തിവെച്ചു.

ചുറ്റും വ്യാപിച്ച ഇരുട്ടിൽനിന്നു പിന്നെ കണ്ണു തുറക്കുമ്പോൾ ബെഞ്ചമിൻ അൽപോയ്ക്കും സ്രാങ്കിനുമൊപ്പം വള്ളത്തിലായിരുന്നു. ശക്തിയിൽ പെയ്തു തുടങ്ങിയ മഴ വകവെക്കാതെ നടുക്കടലിലേക്കു വലയെറിയുന്ന അപ്പാപ്പനെ അത്ഭുതത്തോടെ അൽപോ നോക്കിയിരിക്കുന്നത് അവൻ കണ്ടു. അനിക്ലേത്തു വലിച്ചു തള്ളിയ ബീഡിക്കുറ്റിയുടെ അരികു നനഞ്ഞുകുതിർന്നപ്പോൾ അൽപോ വിദൂരതയിലേക്കു നോക്കി നിഷ്കളങ്കമായി പുഞ്ചിരിച്ചു. പെട്ടെന്നാഞ്ഞുവീശിയ കാറ്റിലും ഉയർന്നുവന്ന തിരമാലയിലുംപെട്ട് അവർ സഞ്ചരിച്ചിരുന്ന വള്ളം മിന്നൽ വേഗത്തിൽ നെടുകെ പിളർന്നു. തകർന്നു വീണ പലകകൾക്കിടയിൽപ്പെട്ട അൽപോ ശ്വാസം കിട്ടാതെ പിടയുന്ന കാഴ്ച നിശ്ചലനായി നോക്കിനിന്നപ്പോൾ അടിത്തട്ടിൽ നിന്നു വലിയൊരു മുരൾച്ചയോടെ നീന്തിവരുന്ന കറുമ്പച്ചന്മാരുടെ റാണിയെ ബെഞ്ചമിൻ കണ്ടു. കടലാഴത്തിലേക്ക് മുങ്ങിത്താഴ്ന്നുകൊണ്ടിരുന്ന അൽപോയെ തന്റെ കൊമ്പിൽ കോർത്തുപിടിച്ചുകൊണ്ടു ആ ജീവി മുകളിലേക്കു ഉയർന്നു പൊങ്ങാനാവുന്നത്ര ശ്രമിച്ചെങ്കിലും ചെളിയും തടിക്കക്ഷണങ്ങളുമായി ഉഴറിവീശിയ ഭീമൻ ചുഴിയിൽപ്പെട്ട അയാളുടെ ദേഹം ചലനമറ്റു താഴ്ന്നു തുടങ്ങിയിരുന്നു. പിന്നീടവശേഷിച്ചൊരു ജീവനെങ്കിലും കരയിലെത്തിക്കാനുള്ള തിടുക്കത്തിൽ ബോധം നഷ്ടപ്പെട്ട അനിക്ലേത്തു സ്രാങ്കിന്റെ വലതുകാലിൽ കടിച്ചുപിടിച്ചുകൊണ്ടു റാണി മുകളിലേക്കു നീന്തിക്കേറി. ചേറുവെള്ളം കുടിച്ചവശനായ സ്രാങ്കിനെ

കരയിലെത്തിച്ച ശേഷം ചോരവാർന്നു തുടങ്ങിയ കാലിലെ മുറിവിൽ മെല്ലെ തലോടിക്കൊണ്ടു റാണി ഉച്ചത്തിൽ വിലപിച്ചു. മഴ തീർന്നു കര വെളുത്തു തുടങ്ങിയപ്പോൾ നിറകണ്ണുകളോടെ അനിക്ലേത്തിനരുകിൽ നിന്ന് അത് കടലിലേക്കു തിരിച്ചു നീന്തിപ്പോയി.

തനിക്കു വെളിപ്പെട്ടതു വിശ്വസിക്കാനാവാതെ ചെകിളക്കുഴിയിൽ നിന്നു ബെഞ്ചമിൻ വിറച്ചുകൊണ്ടു കയ്യെടുത്ത് ഉള്ളുരുകി കരഞ്ഞു. യാഥാർത്ഥ്യമെന്തെന്നറിയാതെ അപ്പാപ്പൻ ചെയ്തുകൂട്ടിയ നീതികേടിന്റെ ശാപം തലമുറകളോളം നിലനിൽക്കുമെന്ന ഭയം അവനിലേക്കരിച്ചിറങ്ങിയിരുന്നു.

"എന്താടാ, എന്താപറ്റിയെ?"

"അപ്പാപ്പനെ അഴിച്ചുവിടടാ."

സ്റ്റീപ്പൻ കെട്ടഴിച്ചുവിട്ടപ്പോൾ അനിക്ലേത്തിന്റെ കൈവിരലുകൾ ബെഞ്ചമിൻ പതിയെ റാണിയുടെ ചെകിളയിലേക്കടുപ്പിച്ചു പിടിച്ചു. അല്പനേരത്തിനു ശേഷം വിങ്ങിവന്ന കരച്ചിലടക്കിക്കൊണ്ടു സ്രാങ്ക് കൈ പുറകിലേക്കു പെട്ടെന്നു വലിച്ചുമാറ്റി. കരഞ്ഞു തളർന്ന ബെഞ്ചമിനെ നോക്കിക്കൊണ്ട് അയാൾ ഇടറിയ സ്വരത്തിൽ പറഞ്ഞു.

"മായയാടാ ബെന്നിച്ചാ... മായയാ. നീ വിശ്വസിക്കല്ലേ. കളിപ്പിച്ചതാ... എന്നേം നിന്നേം ഇവിടൊള്ള എല്ലാത്തിനേം. പിശാചുക്കളാടാ ഇതുങ്ങൾ... കൊടിയ പിശാചുക്കൾ."

അത്രയും പറഞ്ഞലറിക്കൊണ്ടു നിലത്തു കിടന്നിരുന്ന കത്തി ഞൊടിയിടയിൽ കയ്യിലൊതുക്കി റാണിയുടെ കഴുത്തിലേക്ക് അനിക്ലേത്ത് സ്രാങ്ക് തുടരെത്തുടരെ കുത്തി. പിടിച്ചുമാറ്റാൻ ശ്രമിച്ച എല്ലാവരിൽനിന്നും കുതറിമാറിയശേഷം രക്തം ചിന്തിയ കണ്ണുകൾ ഈറനണിയിച്ചുകൊണ്ടു നിസ്സഹായനായി നിന്ന ബെഞ്ചമിന്റെ മുഖത്തേക്ക് അയാൾ അവസാനമായി നോക്കി. ചിന്തകളും പ്രവർത്തികളും പതറിപ്പോയെന്നു സമ്മതിച്ചുതരാൻ കഴിയാതെ ഉള്ളുരുകിയ ആ നോട്ടത്തിൽ അയാളുടെ പകയ്ക്കും വിരഹത്തിനും ഇനി ഈ കടലിലും കരയിലും പ്രസക്തിയില്ലെന്നു ബെഞ്ചമിൻ മനസ്സിൽ പറഞ്ഞു. മഴ ശമിച്ചു നേരം പുലർന്നു തുടങ്ങിയപ്പോൾ വാവക്കാട്ടു പൊഴിയെയും കടലിനെയും സാക്ഷിനിർത്തി ചലനമറ്റ ആ ജഡത്തിന്റെ കൊമ്പിൽ തൂങ്ങി അനിക്ലേത്തു സ്രാങ്കും എന്നെന്നേക്കുമായി ഇരുട്ടിലേക്കാഴ്ന്നിറങ്ങിക്കഴിഞ്ഞിരുന്നു.

■

www.ingramcontent.com/pod-product-compliance
Lightning Source LLC
LaVergne TN
LVHW090407051026
849518LV00006B/2268